એકાંશ

દરેક વાલી માટે અનોખું સંકલન

મોના શાહ

ભાવાનુવાદ:

બકુલા ઘાસવાલા

INDIA • SINGAPORE • MALAYSIA

ISBN 979-8-89322-262-3

પ્રશંસાપત્ર

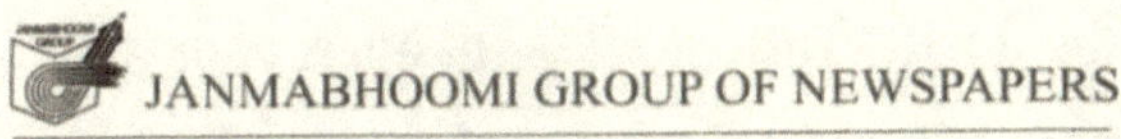 JANMABHOOMI GROUP OF NEWSPAPERS

Kundan Vyas
Managing Editor & CEO

જનજીવન અને પારિવારિક તથા સામાજિક સંબંધમાં સતત, ઝડપથી પરિવર્તન આવી રહ્યું છે તેની અસર નવી ઊગતી પેઢી ઉપર થયા વિના રહે નહીં. જીવનશૈલી અને સામાજિક વ્યવહાર, ધારાધોરણમાં પણ પરિવર્તન આવે છે. ટેક્નોલૉજિકલ ક્રાંતિએ માનવીય સંબંધ જાણે ટૂંકા-સ્વાર્થ પૂરતા કરી નાખ્યા છે. સમયનો અભાવ સૌથી મોટી સમસ્યા છે અને તેનો સૌથી મોટો ભોગ બાળકો બને છે! આજે માતા અને વાલીઓ બાળ-ઉછેરને કેટલું ધ્યાન આપે છે? બાલ્યાવસ્થાથી કિશોર અને યુવા અવસ્થા સુધીના પ્રશ્નો, સમસ્યાઓની વિગતવાર, વિષદ છણાવટ ડૉ. મોના શાહે એક બાળક – ''એકાંશ''ને પ્રતીક બનાવીને પુસ્તકરૂપે આપી છે. એક આદર્શ બાળકની જીવનયાત્રાના વિવિધ તબક્કામાં આવતા સવાલ અને જવાબ – દરેક માતા-પિતા માટે મહત્ત્વના છે, માર્ગદર્શક છે.

ડૉ. મોના શાહ ઓક્યુપેશનલ થેરાપિસ્ટ અને ક્લિનિકલ સાયકોલૉજિસ્ટ છે. વર્ષ ૨૦૨૦ પછી કોવિડ મહામારીના કારણે પરિવારો માટે રોજેરોજ નવી સમસ્યાઓ હતી, બાળકોનાં વર્તનમાં પણ ફેરફાર થયાં – બાળકો સૌના મોં ઉપર માસ્ક જોઈને પણ બેચેન થઈ જાય, પોતાની લાગણી વ્યક્ત કરી શકે નહીં – એવાં બાળકોને દવા – મેડિસિનની જરૂર નથી – સાયકોલૉજિકલ વ્યવહારની જરૂર છે – આ વાત ડૉ. મોના શાહ જન્મભૂમિ-પ્રવાસીની લેખમાળામાં વાલીઓને સમજાવી અને આ દરમિયાન એમને થયેલા અનુભવ અને શિક્ષણના આધારે – બાળકના જન્મથી કિશોર અવસ્થા સુધીની યાત્રાના લેખોનું સંકલન 'એકાંશ'માં છે. બાળકના ઉછેરમાં – માતા-પિતા શું કરી શકે? આજ-કાલ નાનાં બાળકોને પણ મોબાઇલનું વળગણ છે – સોશિયલ મીડિયાની રમત – આવી સમસ્યા કેવી રીતે હલ કરવી, કિશોર અવસ્થામાં કુટેવોથી કેવી રીતે બચાવવા – આવી અનેક રોજિંદી સમસ્યાઓના નિરાકરણ માટે આ પુસ્તક માર્ગદર્શક બનશે.

આ પુસ્તક નવી પેઢીમાં જીવન સંસ્કાર સિંચવા માટે મદદરૂપ બનશે. ડૉ. મોના શાહે સમાજના ઉત્કર્ષ માટે સેવા આપી છે – એમને અભિનંદન.

Janmabhoomi Bhavan, Janmabhoomi Marg, Fort, Mumbai-400 001
Tel.: 2287 08 31-34, Dir.: 2287 40 19, Fax: 2287 40 97
E-mail: info@janmabhoominewspapers.com

ડૉ. મોના શાહની કલમે અવતરેલું 'એકાંશ' એક અનોખું પુસ્તક છે. એક સંવેદનશીલ અને જાગૃત માતાની જ નહીં પરંતુ ચિકિત્સા મનોવિજ્ઞાનની દ્રષ્ટિએ પણ 'એકાંશ' તેના મધ્યવર્તી પાત્રના માધ્યમથી એક આધારભૂત અને પ્રેરક માર્ગદર્શન પૂરું પાડી શકે તેવું પુસ્તક બન્યું છે. શૈશવથી લઈને પુખ્તતા પ્રાપ્તિના સંક્રાંતિકાળ દરમિયાન સર્જાતા જટિલ પ્રશ્નોને લગતા અનેક મુદ્દાઓની આ પુસ્તકમાં ચર્ચા કરવામાં આવી છે. વાચક જ્યારે આ પુસ્તકનાં પાનાંઓમાંથી પસાર થાય છે ત્યારે એની સમક્ષ બાળ ઉછેર અને વાલીપણાના એક નવા જ વિશ્વનો ઉઘાડ થાય છે. આ પુસ્તક સ્વસ્થ બાળ ઉછેર અને જવાબદાર વાલીપણું કેળવવા માટે સૌ કોઈને ઉપયોગી માર્ગદર્શન આપી શકે એમ છે. ડૉ. મોના શાહને તેમના આ સમાજોપયોગી અને સફળ ઉપક્રમ માટે ખૂબ ખૂબ અભિનંદન અને 'એકાંશ'ને શુભકામના.

– શીતલ વિકાસ ઉપાધ્યાય
મેનેજિંગ ડિરેકટર, પત્રકાર
દમણગંગા ટાઈમ્સ વાપી

"એકાંશ"...દરેક વાલીઓ માટે અનોખું અને શ્રેષ્ઠ સંકલન...દીવાદાંડી સમાન આ પુસ્તકનાં લેખક"શ્રીમતી ડો.મોના શાહ"છે.જેઓએ દરેક માતા-પિતા અને વડીલો માટે એક એવું સરસ પુસ્તક આપ્યું છે કે જેમાં આજનાં બાળકોનાં દરેક પ્રશ્ન...શારીરિક અને માનસિક એ બધાનું સમાધાન છે.દરેક પરિસ્થિતિમાં તેમનાં નિરાકરણ માટે માર્ગદર્શન મળે છે.હું દરેક માતા-પિતાને આ પુસ્તક વાંચવાની ભલામણ કરું છું.

આ પુસ્તક માટે ખૂબ ખૂબ શુભેચ્છા અને અભિનંદન...પ્રણામ
– શ્રીમતી ધર્મિષ્ઠા નિરવ દવે
અધ્યક્ષ જિલ્લા ભાજપ
મ.મો ભાવનગર
મેનેજિંગ ટ્રસ્ટી
વિદ્યાવિહાર કેળવણી મંડળ

અનુક્રમણિકા

પ્રકરણ ૬ માતૃત્વ - પિતૃત્વનું વર્તુળ 136

લેખો

પરિચય

ઉનાળાની નમતી સાંજે હું મારા ઝરુખે સુસ્તી અનુભવતી સૂર્યાસ્ત માણતી બેઠી હતી ત્યારે મારા પર એક અસ્વસ્થ બાળકની માતાનો ગભરાટભર્યો ફોન કોલ આવ્યો. એનું બાળક એમનાં એપાર્ટમેન્ટની બારીએથી કૂદી જવાની ધમકી આપતું હતું! મારી ખાસ્સી દીર્ઘ તબીબી કારકિર્દીમાં મેં અનેક વાલીઓ અને બાળકોનું જાતજાતની પડકારભરી સ્થિતિમાં કાઉન્સેલિંગ કર્યું છે, પણ આ બનાવે મને હલાવી દીધી. પછી એ અંગે વધારે વાતચીત અને સારવારના અંતે સમજાયું કે આ બાળક મહામારી દરમિયાન ઘરમાં ફરજિયાતપણે રહેવું પડતું હતું તેથી દુઃખી થઈ ગયું હતું. આ બનાવની ઘેરી અસરના કારણે મને પ્રેરણા થઈ કે મારે મારા અનુભવો મોટા સમૂહમાં વહેંચવા જોઈએ.

જ્યારે મહામારીમાં અનેક જિંદગીઓ વેરવિખેર થઈ ત્યારે આપણે પણ જીવનનું અવલોકન કરતાં થયાં. હવે પછી સમાજ તરીકે બીજું શું થઈ શકે તેને અંગે માર્ગદર્શનની રાહ જોતાં મારે પણ ક્લિનિક માર્ચ ૨૦૨૦ માં બંધ કરવું પડેલું. પૂરી દુનિયાનાં લોકો ઓન લાઈન અને ઝૂમના મંચ પર કામ કરતા હતા. અંગત મુલાકાતોની જગા વર્ચ્યુઅલ મીટિંગોએ લીધી હતી.

અમે ઓન લાઈન વર્ચ્યુઅલ સેશન્સથી વાલીઓ અને શિક્ષકો સાથે સંપર્ક જાળવીને વ્યસ્ત રહેતાં અને અપડેટ મેળવતાં. આ મગજમારી અને મંથન દરમિયાન મેં બાળકો અને વાલીઓને કોવિડ-૧૯ની મહામારીમાં ક્યા નવાં પરિમાણો સાથે કામ પાર પાડવું પડ્યું તે નોંધવાનું વિચાર્યું.

પછી મેં ન્યૂઝપેપર અને ઓન લાઈન બ્લોગ્સ પર એને લેખો સ્વરૂપે મૂકવાનું શરૂ કર્યું. મને લાગ્યું કે બાળકોનાં વાલીઓ અને કાળજી રાખનારાંની હાલત ચોક્કસ જ કટોકટ થઈ ગઈ હતી. એ દરમિયાન લખાયેલા લેખો કેવા યાદગાર બન્યા તે ફક્ત

વાચકો જ વર્ણવી શકે. મારાં લખાણો સાથે સંમત વાચકોના ફોન કોલ્સ મળવા લાગ્યા. 'કોવિડ-૧૯'થી જ્યારે ભારે ગરબડ ઊભી થતી હતી ત્યારે પણ મારા લેખો પ્રસિદ્ધ થતા રહેતા. વાલીઓ અને શિક્ષકો દરેક લેખ સાથે સંલગ્ન અને સંમત થઈને ઉત્સાહપૂર્વક, પ્રોત્સાહક પ્રતિભાવ આપતા તેથી એ શક્ય બનતું હતું. અંતે એ સંકલન આજે પુસ્તક રૂપે પ્રસ્તુત થઈ રહ્યું છે.

મારા દર્દીઓની કાળજી રાખતાં રાખતાં જે પાઠો હું શીખી તે અનુભવોને અહીં કથારૂપે રજૂ કર્યા છે.

તમે મારી કહાણી વાંચશો તો જોશો કે હું હંમેશાં પરંપરાગત જીવનમૂલ્યોને અનુસરી છું. પહેલાં તો હું બે દીકરીની મા તરીકે સમર્પિત રહી ત્યાર બાદ જરૂરિયાતમંદ દિવ્યાંગ બાળકોનાં વાલીઓના માર્ગદર્શક તરીકે મારા વ્યવસાયને સેવા તરીકે પ્રાધાન્ય આપ્યું.

પુસ્તકમાં જે નામો લખ્યાં છે તે દર્દીઓ, એમના સ્વજનો -મિત્રોની અંગતતા જાળવવા માટે બદલ્યાં છે. દરેક લેખનો વિષય સત્યઘટના પર આધારિત છે.

આભાર

જેમણે મારી યાત્રામાં વિવિધ રીતે સામેલ થઈને પોતાનું પ્રદાન કર્યું છે તે સૌનો આભાર.

મારી અંગત જીવનયાત્રામાં મારાં માતાપિતા જેમણે ભણાવીગણાવીને સારા સંસ્કારોનું સિંચન કરીને આત્મવિશ્વાસથી સભર કરી છે, મારા જીવનસાથી અમિતે હંમેશાં સકારાત્મક વલણ રાખ્યું છે, મારી દીકરીઓનાં કારણે મેં જિંદગીને આનંદથી માણી છે, મારાં સાસુમા-શ્વસુરજી અને સંયુક્ત કુટુંબ જેમના સહયોગનાં કારણે હિંમત અને પ્રોત્સાહન મળ્યું છે. આ સૌનો ઋણ સ્વીકાર કરું છું.

ડૉ. માયા નાણાવટી, ડૉ. દીપક દવે, ડૉ. અશોક વૈદ્ય અને ડૉ. રમા વૈદ્યનો ખાસ આભાર જેમનાં સહયોગ, સકારાત્મકતા અને સતત માર્ગદર્શને મને હૂંફ આપીને શિક્ષિત અને દીક્ષિત બનાવી છે. મારાં બધાં સહયોગીઓની સમર્પિત નિસ્બતનાં કારણે મારી વ્યાવસાયિક કારકિર્દીને અનુભવ થકી સમૃદ્ધ બનાવી શકી છું. મારા ભૂતકાળ અને વર્તમાનકાળના અંગત મિત્રો આજે નજીક હોય કે દૂર, જેઓ મારા જીવનને સંવર્ધિત બનાવવા માટે સહાયભૂત થયા છે તે સૌની આભારી છું.

એ અદ્‍ભુત લોકો જેમની કથાએ ફક્ત આ પુસ્તકને જ નહીં પરંતુ ચોક્કસપણે મારી જિંદગીને પણ પ્રભાવિત રાખી છે તેમને માટે આ પુસ્તક હ્રદયાંજલિ છે.

કેટલીક વાર આપણે જાણી શકતાં નથી કે અમુક ક્ષણોએ જિંદગીને ચોક્કસ પરિપ્રેક્ષ્યમાં પરિવર્તનશીલ બનાવી દીધી છે. આ પુસ્તકમાં સંકલિત અનેક ઘટનાઓ-ક્ષણોએ મારી જિંદગીને સકારાત્મક રીતે બદલી છે. અંતે આશા રાખું છું કે તમને પણ એ અસરકર્તા નીવડશે. મારામાં રહેલી સર્જકતાને જીવંત કરવા બદલ પરમકૃપાળુ પરમાત્માને વંદન. વાચકો તરીકે જોડાઈને મારી અભિવ્યક્તિ માટે તમારી સારપ દર્શાવવા બદલ આભારી છું.

◆━◆━◆

હરહંમેશ મને પ્રોત્સાહિત કરનારાં મારાં માતાતુલ્ય સાસુજી શ્રી સુશીલાબેનની પ્રેમાળ સ્મૃતિને અર્પણ.

પ્રસ્તાવના

જ્યારે જિંદગી એની જન્મજાત લાક્ષણિકતાઓ સાથે લયપૂર્વક વહેતી હોય છે ત્યારે અવનવો તકનિકી બદલાવ માનવસંબંધોને પ્રભાવિત કરીને માતા-પિતા તરીકેની ભૂમિકાને અસરગ્રસ્ત કરે છે. જ્યારે સામાજિક ધોરણો અને જીવનશૈલીમાં બદલાવ આવે છે ત્યારે પણ બાળકોના જીવનમાં તો વાલીનું મહત્ત્વ રહે જ છે. સક્રિય અને સકારાત્મક પેરન્ટિંગનાં (વાલીત્વ) કારણે સુખી પરિવારનું દર્શન થાય છે જે અંતે સ્વસ્થ સમાજનું સર્જન કરે છે.

આ પુસ્તકમાં સંકલિત લેખો જીવનના વિવિધ તબક્કે બાળઉછેર સંબંધિત માતા-પિતાની જરૂરી નિસ્બતને આવરી લે છે જે દરેક બાળક સાથે સંબંધિત છે. આ પુસ્તકનો ખાસ હીરો (નાયક) એકાંશ છે જે માની કૂખમાં ગર્ભાંકુરના આવિર્ભાવથી ખુદની વયસ્કતા સુધીની યાત્રાના સ્વરૂપને આકારિત કરીને દરેક પ્રકરણમાં ઉજાગર કરે છે.

એકાંશની જિંદગીનું પ્રત્યેક પ્રકરણ એની માની દૃષ્ટિથી જોઈ-વિચારી-વાંચીને દરેક વાચક સમજે અને તંદુરસ્ત પેરન્ટહૂડ (વાલીત્વ) માટે આ પુસ્તક પ્રેરક બને એવી આશા.

❖

પાત્રો:

પ્રવક્તા: એકાંશની મોમ (મમ્મી-માતા)

એકાંશ: કથા નાયક

અનુરાગ: એકાંશના પાપા (પપ્પા)

રૂહી: એકાંશની પડોશણ

રિયા: એકાંશની મશિયાઈ બહેન

અનિરુદ્ધ: અનુરાગના મોટા પિતરાઈ ભાઈ (જેઓ એકાંશનું પુખ્ત પ્રતિરૂપ છે.)

◆━◆━◆

પાર્શ્વભૂમિકા:

આ પુસ્તકમાં એક આદર્શ કુટુંબ અને એકાંશ નામે આદર્શ બાળક છે, કથા એની મોમ દ્વારા કહેવાયેલી છે. એકાંશ પુખ્ત થઈ રહ્યો છે તે દરમિયાન એની મોમ આસપાસના વિકાસ પામતાં અન્ય બાળકોની જીવનયાત્રાના વિવિધ તબક્કામાં ડોકિયું કરે છે. એને સંલગ્ન સવાલો અને જવાબો આ પુસ્તકમાં સંકલિત થયા છે. આપણે એ સમજવાની જરૂર છે કે જેમ હંમેશાં આદર્શ પરિસ્થિતિ શક્ય હોતી નથી તેમ દરેક સમયે તે પડકારરૂપ પણ હોતી નથી. જિંદગી તો ચગડોળ જેવી છે. આપણે તકલીફોને પડકાર માની પાર પાડવાના પ્રયત્નો કરતા રહી ગતિશીલ રહેવું જોઈએ. આ પુસ્તકમાંથી પસાર થતાં જોઈશું કે મુશ્કેલ પરિસ્થિતિમાં પણ કોઈક માર્ગ જડે છે. તો ચાલો, વાચનયાત્રા શરૂ કરીએ.

માનાં ગર્ભકમળમાં

માની ફૂખમાંથી થયેલા અનુભવોની અસર બાળકની સુખાકારી પર થાય છે. માએ પોતાની સગર્ભાવસ્થા દરમિયાન જે અનુભવ્યું હોય તેની ગાઢ અને કાયમી અસર બાળકનાં જીવન પર રહે છે. પૌરાણિક કથાઓમાં હંમેશાં એમ કહેવાયું છે અને હવે વિજ્ઞાન દ્વારા પુરવાર થયું છે.

વાલીઓનો દુર્વ્યવહાર:

એકાંશ ગુસ્સામાં હતો. એણે મારા તરફ ચીડભરી નજરે જોયું અને એના બેડરૂમમાં ચાલી ગયો.

હું એની પાછળ ગઈ અને બારણાની આડશે ઊભી રહીને રાહ જોવા લાગી. એ પથારી પર બેસીને રડી રહ્યો હતો અને સ્વગત: બબડી રહ્યો હતો. એકાંશે કહ્યું," હે ભગવાન, મને આ કુટુંબ નથી જોઈતું, મારે તો બીજું કુટુંબ જોઈએ છે. આ લોકો મને ધિક્કારે છે. હે ભગવાન, મારે માટે બીજું કુટુંબ શોધી જ આપો".

અજાણતાં જ મારી આંખો ભરાઈ આવી. ફક્ત છ વર્ષનું બાળક અને આમ ભારપૂર્વક વિચારે? હું રૂમમાં અંદર ગઈ અને એને પૂછ્યું, "તારે કેમ બીજું કુટુંબ જોઈએ છે?" મને અચાનક પોતાની સામે જોઈને એ ખંચકાયો અને મને ત્યાંથી જતા રહેવા કહ્યું. એને શું થયું છે તે કહેવા માટે મેં એને દબાણ કર્યું. એણે કહ્યું કે એને ગુસ્સો આવ્યો છે કારણ કે મેં એની ફરિયાદ એના પાપાને કરી હતી એટલે એમણે એને એક થપ્પડ લગાવી દીધી હતી. ઓહો, હવે હું સમજી કે એના ગુસ્સાનું કારણ શું હતું. હું એને સમજાવવા માગતી હતી પણ મને લાગ્યું કે એ યોગ્ય સમય ન હતો એટલે મેં એ વાત જવા દેવાનું નક્કી કર્યું. મારે એને કહેવું તો હતું, "વહાલા દીકરા, અમે તારા દુશ્મન

નથી. તને અમે ભલે ખોટાં લાગીએ પણ અમે તો તારા સારા માટે જ કહીએ છીએ." પછી મેં એ વિચાર પડતો મૂક્યો.

મેં રૂમમાં આવીને પથારી પર પડતું મૂક્યું. તરત જ મને એકાંશના જન્મ પહેલાંના દિવસો યાદ આવી ગયા.

બધાંની જેમ જ મારા અને અનુરાગના લગ્ન વડીલો દ્વારા જૂની લઢણે ગોઠવાયેલા. અનુરાગના બાપુજી મારી દૂરની કાકીના પિતરાઈ હતા. માસ મીડિયામાં સ્નાતક થયા પછી તાજેતરમાં જ મેં એમ. બી.એ. પૂરું કરેલું. અનુરાગ મલ્ટીનેશનલ કંપનીમાં કાર્યરત આઈટી પ્રોફેશનલ. હું સત્તાવીસની અને અનુરાગ ઓગણત્રીસના. ઉંમરનો તફાવત તો બરાબર. અમે અરસપરસને બરાબર સમજીએ અને પારિવારિક મૂલ્યોનું જતન પણ કરીએ. અમે કોર્ટશીપની મજા વર્ષભર માણેલી. લગ્નના શરૂઆતના ત્રણ વર્ષ આનંદભેર પસાર થયાં અને અમે કુટુંબ નિયોજનનો વિચાર કર્યો.

મારી પરિણીત બેનપણીઓ અને પિતરણો પાસે એમની માતૃત્વ સંબંધી અનુભવકથાઓ સાંભળવા માંડી. મને જે જાણવા મળ્યું તે તો મસમોટું પોટલું હતું જેમાં સામાન્ય સગર્ભાવસ્થાથી આઈવીએફ અને સરોગસી સુધીનું પેકેજ હતું. કેટલાકે તો મને બાળક શું કામ જોઈએ એવો સવાલ કરીને આશ્ચર્યચકિત પણ કરી. અમે તો બાળજન્મની યોગ્ય રીત વિશે અઢળક વાંચવાં માંડ્યું. સ્ત્રીરોગ નિષ્ણાતને મળીને મારી ગર્ભાવસ્થા માટે બન્નેની જરૂરી તરતપાસ કરાવી લીધી. છ માસના પ્રયત્ન પછી મેં અને અનુરાગે એક મહિનાના દરિયાઈ પ્રવાસનું આયોજન કર્યું. અમે ક્રૂઝ પર ખૂબ મજા કરી અને જેવા અમે ઘરે આવ્યાં કે મને લાગ્યું કે હું સગર્ભા થઈ છું. અમારી લગ્નસંબંધી તાકાતની અને રાહ જોવાની ધીરજની કસોટી થઈ પણ દંપતી તરીકે અમે જિંદગી પાસે જે નજરાણું મેળવી રહ્યાં તે બદલ અરસપરસનાં ખાસ્સાં ઋણી રહ્યાં.

લેખો

○ સગર્ભાવસ્થામાં ખુશ રહેવાનું મહત્ત્વ: સગર્ભાવસ્થા દરમિયાનની ત્રાણ બાળક માટે ભારરૂપ છે

એક સફળ સગર્ભાવસ્થા, બાળજન્મ દરમિયાન પડતો શ્રમ અને તંદુરસ્ત બાળકનો જન્મ એ માતાપિતા બન્નેની સંયુક્ત જવાબદારી છે. બાળકની તંદુરસ્તીનો આધાર ગર્ભાધાન સમયે માતાપિતા બન્નેની શારીરિક-માનસિક સ્વસ્થતા અને તે પહેલાંની જીવનશૈલી પર આધારિત છે. વંશવૃદ્ધિની શરૂઆત એ જાત માટે પુન: મૂલ્યાંકનનો સમય છે કારણ કે મૂળભૂત રીતે વાલીપણું તમારી જિંદગીને હંમેશ માટે બદલી નાખે છે. આનંદી, સુખી અને સ્વસ્થ માતા-પિતા બાળકને પણ એવી જ રીતે તંદુરસ્ત બનાવી શકે છે એટલે પહેલાં નક્કી કરો કે તમે વાલી બનવા માટે લાયક દંપતી છો.

વધારે ને વધારે સ્ત્રીઓનું અનેક મોરચે કાર્યરત રહેવાથી યુવાજગતમાં વિભક્ત કુટુંબને પ્રાથમિક પસંદગી મળી રહી છે, ખાસ કરીને પ્રથમ વાર માતા બનતી સ્ત્રીઓ માટે એકવીસમી સદી અલગ પ્રકારનું માછલીધર બની રહી છે. જીવનશૈલીને એક ચોક્કસ સ્તર પર જાળવવા માટે ઘણીબધી કાળજી રાખવી પડતી હોય છે જેમ કે ગર્ભાવસ્થા દરમિયાન નોકરી ટકાવવાની ફિકર, બાળજન્મની અનિવાર્ય ફિકર-ચિંતા, બાળકનું ભાવિ, આર્થિક સ્થિતિ અને ઘરેલુ વ્યવસ્થાનો ભાર વગેરે વગેરે. આમાં સૌથી અગત્યનો મુદ્દો સગર્ભા સ્ત્રી માટે પોતે હોય એનાં કરતાં વધારે ચિંતિત રહેવાનો છે જે અનેક સ્ત્રીઓને સ્પર્શે છે. આંકડા કહે છે કે તેર ટકા સગર્ભા સ્ત્રીઓ કોઈને કોઈ તબક્કે ત્રાણ ભોગવે છે જેનું પ્રમાણ દસમાં એકથી વધારે હોય છે. ઘણીવાર અચાનક ઉદ્ભવતા ફાજલ વિચારો, કાલ્પનિક ઘટનાઓ વિષયક માનસિક અધીરાઈ અને આવેગ વગર કારણનો તનાવ પેદા કરી દુ:ખદાયક બની રહે છે.

સગર્ભા સ્ત્રી ઉમદા માતૃત્વનું અંકિત રૂપ છે અને માતૃત્વનો અનુભવ એમને માટે આશીર્વાદરૂપ છે. સગર્ભાવસ્થા અને માતૃત્વ સ્ત્રીને માટે ભાવનાત્મક સંપૂર્ણતા અને આનંદનો અહેસાસ છે. માતા બનનારી દરેક સ્ત્રીની ભાવનાત્મક સ્થિતિની કાળજી

રાખવી ખાસ જરૂરી છે. સગર્ભાવસ્થા અને બાળજન્મ પછી સ્તનપાનકાળ દરમિયાન માતાની આનંદપ્રદ માનસિક સ્થિતિનું જતન ખાસ મહત્ત્વ ધરાવે છે. પ્રથમ પીઠબળ કુટુંબ તરફથી મળવું જોઈએ. તનાવયુક્ત માતાને તનાવમુક્ત રાખવાની મુખ્ય જવાબદારી એના જીવનસાથીની છે. એણે પોતાની જીવનસંગિની તરફ સહાયકરૂપે સકારાત્મક અને નિર્ણયાત્મકસભર વલણ કેળવવું જોઈએ. જેમ જેમ એને લાગશે કે મા તરીકે એની સાથે સમજણભર્યો વર્તનવ્યવહાર થાય છે તેમ તેમ એ રોજિંદી ઘરેલુ સમસ્યાથી ઉપરવટ વ્યાવસાયિક સક્રિયતા માટે તૈયાર થશે. કોઈપણ પ્રકારની માનસિક સમસ્યાને શરમ અને કલંક માનવાની જન્મજાત લાક્ષણિકતાનાં કારણે સગર્ભાનું મૌન રહેવું એ સૌથી ભયાવહ સ્થિતિ છે.

ભારતીય શાસ્ત્રોએ સગર્ભા સ્ત્રીઓના માનસિક સ્વાસ્થ્યને ખાસ્સું મહત્ત્વ આપ્યું છે. મહાભારતની પૌરાણિકકથામાં અર્જુન એની સગર્ભા પત્ની સુભદ્રાને પદ્મવ્યૂહ નામની કલ્યાણકારી ટેકનિક શીખવે છે અને બાળક અભિમન્યુ એ ટેકનિક માતાના ગર્ભમાં શીખી જાય છે. આયુર્વેદ અને આધુનિક તબીબી શાસ્ત્રમાં સગર્ભા માતાનાં શારીરિક-માનસિક સ્વાસ્થ્યની સંભાળ અગત્યનો મુદ્દો ગણાવાયો છે. હોર્મોનલ ચેઈન્જિસનાં (બદલાવ) કારણે સગર્ભા સ્ત્રીઓને નકારાત્મક લાગણીઓના અનુભવ માટે ઊંચા સ્તરે જોખમ રહે છે અને તે છેક ડિપ્રેશન સુધીનું પરિણામ લાવી શકે છે. વધારે પડતી ચિંતા, તનાવ અને નકારાત્મક લાગણીઓ શારીરિક, માનસિક અને ભાવનાત્મક રીતે સગર્ભા અને ભાવિ બાળક માટે ભારરૂપ બને છે અને અંતે એમનાં સ્વાસ્થ્ય પર અસર કરે છે. અલબત્ત, આ સમય દરમિયાન પોતાની જિંદગીમાં આવતા બદલાવને સમજીને જે તે વ્યક્તિ સકારાત્મક વલણ કેળવીને પોતાની ફિકર-ચિંતા અને તનાવનો ભાર હળવો કરી શકે છે.

અભ્યાસ કહે છે કે માતાની કૂખમાં અનુભવેલું દબાણ અને ત્રાણ બાળકની વિકાસ પામતી ચાવીરૂપ નર્વસ સિસ્ટમ પર એવી અસર કરે છે જેનાથી પેદા થતી સંવેદનશીલતા એની માનસિક સ્થિતિને તો અસરગ્રસ્ત કરે જ છે અને ભાવિ જિંદગીમાં થતી કેટલીક બીમારીઓ માટે પણ અવકાશ ઊભો થાય છે.

એક સિદ્ધાંત મુજબ સગર્ભાવસ્થાની ચિંતા કે ત્રાણ ભાવિ માતાનું કોર્ટિસોલ લેવલ વધારે છે જે ખાસ કરીને બાળકનાં મગજની સ્ટ્રેસ રિસ્પોન્સ સિસ્ટમ પર અસર કરે છે. આમ સ્ટ્રેસ રિસ્પોન્સ સિસ્ટમનો બદલાવ બાળકની શારીરિક-માનસિક સ્વાસ્થ્ય સમસ્યાનો સંવેદનશીલ મુદ્દો બની શકે છે. આ સિદ્ધાંતના સંશોધકોને શંકા છે કે સગર્ભા માતામાં થતા હોરમોન્સ બદલાવનાં કારણે પેદા થતી તીવ્ર ચિંતા અને ત્રાણની બાળકનાં મગજ પર થતી અસર શરૂઆતમાં એની ઊંઘની પેટર્નને પણ ખલેલ કરતી જણાય છે. ઉદાહરણ તરીકે જોઈએ તો બાળપણમાં શીખવાની ક્ષમતામાં પડતી મુશ્કેલી અને વર્તનવ્યવહાર પર ઊંઘની સમસ્યાઓનું જોખમ મોટું છે.

એ તો સ્પષ્ટ છે કે સગર્ભાવસ્થા દરમિયાન અનુભવાતો માનસિક, સાંસ્કૃતિક અને પર્યાવરણીય તનાવ બન્ને માટે હાનિકારક નીવડે છે. તાજેતરના અભ્યાસ કહે છે કે એની અસર ભાવિપેઢીઓ સુધી વિસ્તરે છે. સગર્ભાવસ્થા દરમિયાન અનુભવાતા સામાન્યથી ગંભીર માનસિક દબાણનું સ્તર અંગત સંબંધોથી લઈ નાનાં નાનાં રોજિંદા કામોની ઝંઝટ, પ્રત્યેક વ્યક્તિની કામ કરવાની અને પાર પાડવાની અંગત ક્ષમતા સુધી પહોંચે છે. માનસિક દબાણ અને તેને નીપટવાની ક્ષમતાના ખ્યાલમાં અંગત અને ઘરેલુ જીવન અંતર્ગત આચરવામાં આવતી હિંસા અને તેનો ભોગ બનતાં સગર્ભા માતા-બાળકની મનોસ્થિતિ, નોકરી અને વ્યવસાય સંદર્ભે પેદા થતી સ્થિતિ જેવા મુદ્દે વ્યક્તિગત અનુકૂલનનો સમાવેશ થાય છે. મોટાભાગના અભ્યાસો કહે છે કે નાનાં-મોટાં, સામાન્ય કે ગંભીર દબાણો સગર્ભા માટે કે ભાવિ સંતાનના વિકાસ માટે નકારાત્મક પરિણામ લાવે છે. એનો અર્થ એ છે કે સગર્ભાએ પોતાની જાતને સંતોષી, સુખી, અને આનંદી રાખવા પ્રયત્ન કરતા રહેવું. આ વાત બાળકને સીધી અસર કરે છે. વર્તમાન વૈશ્વિક મહામારીએ બધાં જ લોકોમાં ભારે તનાવ ઊભો કર્યો છે તેથી સગર્ભા માતાઓ માટે આ દરમિયાન સકારાત્મક ઊર્જા પેદા કરવાનું વલણ રાખીને ખાસ ખાતરીપૂર્વક પ્રયાસો કરવા રહ્યા.

ગર્ભ સંસ્કારનું મૂળ જ માતાની સગર્ભાવસ્થા અને ભાવિ બાળકની શારીરિક, માનસિક, ભાવનાત્મક, આધ્યાત્મિક રીતે સારી સ્થિતિ જાળવવા વિશે છે. આ માટે હું

મધુર સંગીત, સારું વાચન, સકારાત્મક વિચારો, તનાવમુક્તિ, આરોગ્યપ્રદ આહાર, યોગ-પ્રાણાયમ, સર્જનાત્મકતા, સારી ટેવો અને ગર્ભમાં ઉછરતા ભાવિ બાળક સાથે સતત વાતચીત-સંવાદની ભલામણ કરું છું.

સંદેશ સ્પષ્ટ છે, "સગર્ભાવસ્થાની ફિકર-ચિંતા અને ત્રાણને ગંભીરતાપૂર્વક લેવી જોઈએ."

ગર્ભસ્થ બાળક કહે છે-

હું મારી યાદશક્તિનું પ્રતિબિંબ છું,

હું નક્કર વાસ્તવિકતા છું,

હું જગતયાત્રી છું

હું ભાવિ વિશ્વ છું, પ્લીઝ મારી દરકાર કરો.

○ **સંવેદનાઓના વિવિધ પ્રકાર અને ગર્ભાશય અંતર્ગત ક્રિયા-પ્રતિક્રિયાઓ.**

મારી ક્લિનિકલ પ્રેક્ટિસ દરમિયાન મને સમજાયું કે બાળવર્તણૂકમાં રહેલી વિસંગતિઓનું મૂળ એમનો માનાં ગર્ભમાં જે રીતે વિકાસ થાય છે તેમાં રહેલું છે. ચાળીસ અઠવાડિયામાં માના ગર્ભમાં વધારેમાં વધારે શારીરિક વિકાસ થાય છે. એટલું જ નહીં તેઓ માની ફૂખથી જ જન્મબાદના શારીરિક અનુકૂલન સાથે આતરતાપૂર્વક આસપાસની દુનિયાને સંવેદનાત્મક રીતે પણ મહેસૂસ કરે છે.

તાજેતરનો અભ્યાસ બાળજન્મ અગાઉના એના અદભુત સંવેદનશીલ વિકાસ પર ધ્યાન કેન્દ્રિત કરે છે. ગર્ભમાં જ થયેલાં બાળક અને માતાના પાયાનાં અનુસંધાનનાં કારણે એ ત્યારથી જ જન્મ પછીના જગતનાં વ્યવહારવર્તનને શીખવાની પ્રક્રિયાનો આરંભ કરી દે છે.

સ્પર્શની સંવેદના:

તમને ખબર પણ ન હોય કે તમે સગર્ભા છો તે દરમિયાનના ત્રણ અઠવાડિયામાં થયેલા વિકાસમાં સ્પર્શની અનુભૂતિનો આવિર્ભાવ એ પહેલી સંવેદના છે. બારમાં અઠવાડિયે બાળક પોતે શારીરિક સ્પર્શ અનુભવી શકે છે અને પોતાના સમગ્ર દેહને સ્પર્શતું થઇ જાય છે.

સ્વાદની સંવેદના:

આઠમાં અઠવાડિયે સ્વાદનાં અંકુર ફૂટે છે અને સંલગ્ન અનુભૂતિ થાય છે, તેરથી પંદર અઠવાડિયામાં એ પુખ્ત વ્યક્તિની જેમ સ્વાદનો અનુભવ કરી શકે છે. બાળક ક્યારથી સ્વાદને સમજવા લાગે છે એ અંગે ચોક્કસ માહિતી નથી પરંતુ એટલી જાણ છે કે ગર્ભાવસ્થામાં ત્રિમાસિક એમ્નિઓટિક ફ્લુઇડમાં સેકરીન ઈન્જેક્ટ કરવામાં આવે છે ત્યારે અને અધૂરા મહિને જન્મેલું બાળક પણ સ્તનપાન સમયે મીઠી દીંટડી (નીપલ) દૃઢતાથી ચૂસે છે.

ગંધની સંવેદનાઃ

આ સંવેદના સ્વાદની પરખ સાથે જ વિકસે છે. સામાન્ય રીતે એમ્નિઓટિક ફ્લુઈડમાં રહેલી રાસાયણિક ગંધ તમારું બાળક ગર્ભકાળથી પારખી શકે છે. સામાન્ય રીતે નાકનાં પોલાણમાં ગંધપેશીઓ અઠ્ઠાવીસ અઠવાડિયા સુધી સંરક્ષણાત્મક રહે છે પરંતુ પછી બાળક સેન્ટની ગંધને પણ પારખી શકે છે.

દૃષ્ટિઃ

બાળકની નાજુક પાંપણો છવ્વીસ અઠવાડિયા કે છ મહિના સુધીમાં ખૂલે છે અને આપણે જાણીએ છીએ કે બાળક ગર્ભમાં પ્રકાશ જોઈ શકે છે. ગર્ભમાં બત્રીસ અઠવાડિયે બાળક ટોર્ચની બ્રાઈટ લાઈટને નજર ફેરવીને અનુસરી શકે છે. જોકે બાળક તેજસ્વી પ્રકાશમાં રસ લઈ નજરથી અનુસરે છે છતાં ગર્ભમાં એ ભાગ્યે જ જોઈ શકે એટલો પ્રકાશ હોય છે એટલે જન્મ પછી એની દૃષ્ટિ પકવ હોતી નથી અથવા ધૂંધળી હોય છે.

મહત્ત્વની ત્રણ સંવેદન પ્રણાલીઓ (સિસ્ટમ) અને ગર્ભમાં એનો વિકાસઃ

શ્રવણ પ્રક્રિયા (સાંભળવાની પ્રણાલી)ઃ

એ ગર્ભકાળના વીસ અઠવાડિયા સુધી અકબંધ રહે છે પરંતુ અવાજની પેશીઓને સક્રિય થતાં પહેલાં કેટલોક સમય લાગે છે. તેવીસમે અઠવાડિયે બાળક મોટા અવાજ સામે પ્રતિક્રિયા (ધ્વનિ) આપી શકે. મોટો અવાજ સાંભળીને એ ઝબકે અથવા એને અટકડી પણ આવી શકે.

ગર્ભાશયમાં ફરકાટની પ્રણાલી (વેસ્ટિબ્યુલર સિસ્ટમ)ઃ

પેટમાં પડખું બદલવું કે હલનચલન, ગુરુત્વાકર્ષણ અને સંતુલનનો આધાર કાનની અંદરની પેશીઓમાં થતા આંતરિક સ્ત્રાવની ગતિવિધિ પર આધારિત છે. એનો વિકાસ ખૂબ વહેલો થાય છે અને એ પાંચ મહિને સક્રિય થાય છે. સાંભળવા અને સ્પર્શની સંવેદનાની જેમ બાળકની હલનચલનની ક્ષમતા જન્મ પહેલાં કેળવાઈ ચૂકી હોય છે.

પ્રોપ્રિઓસેપ્ટિવ સિસ્ટમ (ગર્ભાશયના સ્નાયુની ગતિશીલ સ્થિતિસ્થાપકતામાં બાળકને સલામતીનો અહેસાસ):

હૂંફાળી સંવેદના દર્શાવતો ઊંડાણભર્યો સ્પર્શ આંતરિક ચેતનાને સ્પર્શે છે. ત્રીજા મહિને ગર્ભાશયની પ્રગાઢ સ્થિતિસ્થાપકતા અને ધબકાર સતત હૂંફ અને આલિંગનનો અહેસાસ કરાવે છે. આ આલિંગન બાળકને ટૂંટિયું વાળેલી ચુસ્ત અવસ્થામાં રાખે છે જેથી એની કરોડરજ્જુ અને હાથ મધ્યમાં રહે છે. આ સ્થિતિનાં કારણે બાળક હાથ ચૂસી શકે છે અને એની અપરિપકવ પ્રતિક્રિયા આપે છે જેની શરૂઆત ગર્ભકાળથી થાય છે જેમાં એની સલામતીના અહેસાસનો આવિર્ભાવ પણ સમાવિષ્ટ છે.

બાળકની સમગ્ર સંવેદનાત્મક અનુભૂતિ પ્રણાલી ત્રણ મહિનાના ગર્ભકાળથી જ સક્રિય થાય છે, સંવેદનાત્મક અનુભૂતિઓનું સંકલન માની ફૂંકથી જ થાય છે જે માતાના બાહ્ય પરિવેશના સંવેદનશીલ અનુભવ પર આધારિત છે.

બાળકના ગર્ભવિકાસની જટિલ પ્રક્રિયામાં સમજાય છે કે સગર્ભાવસ્થા દરમિયાન આરામ (બેડ રેસ્ટ), માતાની તનાવયુક્ત માનસિક સ્થિતિ, અધૂરા મહિને બાળજન્મ કે પ્રસૂતિ સમયે સિઝેરિયનનાં નિદાન માટે ઉપર દર્શાવેલા પરિબળોનો સીધો સંબંધ જુદી જુદી સંવેદનાઓના અનુભવ સાથે જોડાયેલો છે.

ગર્ભાવસ્થામાં અને પ્રસૂતિ દરમિયાન બેડ રેસ્ટની પ્રતિકુળ અસર માતા અને બાળકને થઈ શકે અને માતાની તંદુરસ્તીનો વખત પણ લંબાઈ જાય. બાળકનું વેસ્ટિબ્યુલર ડેવલપમેન્ટ પણ અસરગ્રસ્ત થઈ ઓછું થાય કે ઘટે અને સંવેદનાત્મક પ્રક્રિયાઓનું અસંતુલન પણ દેખાઈ શકે (SPD).

ગર્ભાશયની દુનિયાને સમજીને તમે તમારાં નાનકા/નાનકીની બાહ્ય જગતની યાત્રા સહેલી અને સહજ બનાવી જ શકો.

○ **માતૃત્વનો આનંદ: સગર્ભાવસ્થામાં અને બાળજન્મ પછી માતાપિતા માટે શારીરિક, માનસિક, અને ભાવનાત્મક કાળજીની જરૂરિયાત.**

ભાવનાત્મક સુખાકારી અને જૂથ ચર્ચાના મહત્ત્વને સમજવાથી ખાસ્સો ફાયદો થાય છે.

તમે જ્યારે સગર્ભા હો ત્યારે તમારું બાળક તમારા દરેક અનુભવની અનુભૂતિ કરે છે. એમાં પર્યાવરણીય ધ્વનિ, તમારો શ્વાસોચ્છવાસ, તમારો આહારવિહાર અને તમે અનુભવેલી સંવેદનાઓનો સમાવેશ થાય છે.

જ્યારે તમે શાંત અને આનંદિત હો છો ત્યારે તમારા બાળકનો ખુશખુશાલ અને શાંત માહોલમાં વિકાસ થાય છે. જ્યારે મન પર ભાર અને ત્રાણ અનુભવતા હો ત્યારે તમારા શરીરમાં ચોક્કસ પ્રકારના હોર્મોન્સ વધે છે તેનાં કારણે ગર્ભસ્થ બાળકના શારીરિક-માનસિક વિકાસ પર પ્રતિકૂળ અસર પડે છે.

પ્રસૂતિ પૂર્વેનું શિક્ષણ (એન્ટેનેટલ ક્લાસિસ), ગર્ભકાળ વર્ગ (પ્રીનેટલ ક્લાસિસ) કે બાળજન્મ શિક્ષણ (ચાઈલ્ડ બર્થ એજ્યુકેશન) તરીકે પણ ઓળખાય છે જેની ડિઝાઈન (રચના) તમારી પ્રસૂતિ પીડા, બાળજન્મ અને નવજાત શિશુ સાથે શરૂઆતનાં થોડાં અઠવાડિયાંની તૈયારી અંતર્ગત થયેલી છે. એ તમને અને તમારા સાથીદારને ઉપરોક્ત દરેક જરૂરી બાબતે માહિતગાર કરે છે જેથી પ્રસૂતિ પીડા અને બાળજન્મ પછી રાહતનો અનુભવ કરી શકાય તે માટે સક્ષમ બનાવે છે. એ શિક્ષણમાં સગર્ભાવસ્થા દરમિયાન શારીરિક-માનસિક સ્વસ્થતા અને શાંતિ માટે સાનુકૂળ અને સલામત કસરતો શીખવવામાં આવે છે. એ કસરતોમાં યોગાસન, પીલેટ્સ, સ્વિસ બોલ સાથે કસરત, ઈલાસ્ટિક બેન્ડ, હળવું વજન ઊંચકવું અને મેટ એકસરસાઈઝ ટેકનિકનો સમાવેશ થાય છે જેથી પ્રસૂતિ પ્રક્રિયા સફળ અને સરળ બને છે. એ તમને નવજાત બાળકને સ્તનપાન અને અન્ય કાળજી વિશે પણ શિક્ષિત કરે છે.

બાળકને જન્મ આપવા પૂર્વેના ભાવનાત્મક આરોગ્ય સંભાળવાના ફાયદાઓ:

સંસ્કૃત શબ્દ ગર્ભ એટલે ફીટસ અને સંસ્કાર એટલે મનને શિક્ષિત કરવું. એ ગર્ભસ્થ બાળકના વિકાસ માટેનો આયુર્વેદિક અને આધ્યાત્મિક દૃષ્ટિકોણ છે જે દર્શાવે છે કે બાળકના માનસિક અને વર્તનવ્યવહાર અંતર્ગત વિકાસ ગર્ભાશયમાંથી શરૂ થાય છે.

બાળકના જન્મ પછીની ભાવનાત્મક કાળજીના ફાયદાઓ:

બાળકના જન્મ સાથે શરૂ થયેલી તમારી ક્રિયાપ્રતિક્રિયા (ઇન્ટરએક્શન) એનાં માનસ ઘડતર માટે સહાયક બને છે જેથી ભવિષ્યમાં એ શું વિચારશે, અનુભવશે અને વર્તશે તેનો ચિતાર મળે છે. આ આંતરિક ક્રિયાપ્રતિક્રિયા તમારા બાળક સાથેના ભાવનાત્મક ગઠન માટે પણ ઉપયોગી નીવડે છે.

તમારાં પુખ્ત બાળકો અને કુટુંબ સાથેના સકારાત્મક સંબંધોના અનુકૂલન માટે પણ યોગ્ય ભાવનાત્મક ઘડતરનું મહત્ત્વ છે. તેઓ પણ તમને અને તમારા સાથીને નવજાત શિશુના ઉછેરના પડકારોનો સામનો કરવા માટે સહાયક બની શકે છે.

મા બનવું:

મા બનવું એટલે તમારાં સપનાંઓ અને ઈચ્છાઓનું ફલિભૂત થવું. તમે મન-હ્રદય-પ્રાણથી તમારા બાળકને ચાહવા લાગશો. તમને બાળકને જન્મ આપ્યા પછી કશુંક પામ્યાનો કે સિદ્ધિ પ્રાપ્ત કર્યાનો સંતોષ મળશે. તમને બાળકને સ્પર્શ કરવાનું, ઊંચકવાનું, ખોળે લેવાનું, નીરખવાનું, સૂંઘવાનું, રમાડવાનું મન થશે. પરંતુ કેટલીક માતાઓને ધારણા મુજબના પ્રેમનો જબરજસ્ત ઊભરો આવતો નથી.

ક્યારેક માતૃત્વની આનંદિત ક્ષણો સાથે કંઈક અંશે ખાલીપો, ભય-ડર, ફિકર-ચિંતા, દોષિતપણું (અપરાધભાવ) અને હતાશા વણાઈ જાય છે. તમે કદાચ વિચારવા લાગો:

- જો મારાથી વધારે ભૂલો થઈ જશે તો?

- તો શું લોકોને લાગશે કે હું સારી માતા નથી?

- મારી વયસ્ક જિંદગીનું શું થશે?

તમારા જીવનમાં બાળકને જન્મ આપવા જેવો બદલાવ આવતો હોય ત્યારે અનેક સવાલો થવા બિલકુલ સહજ છે. જીવનમાં આવેલો મોટો બદલાવ ધારણા પ્રમાણે ન હોય ત્યારે તમને જબરજસ્ત રીતે મઝધારે છોડી દે છે.

પિતા બનવું:

જ્યારે સ્ત્રીઓ ગર્ભાવસ્થા માટે માનસિક રીતે તૈયારી કરતી હોય છે ત્યારે કેટલાક પિતા એ પ્રક્રિયા બાળકના જન્મ પછી શરૂ કરે છે તેથી પિતૃત્વની વાસ્તવિકતા આઘાતરૂપ બને છે. કદાચ એની શરૂઆત જીવનસંગિનીની સગર્ભાવસ્થાથી કરી હોય તો પણ પિતાને બાળકના જન્મની તૈયારીમાં અધૂરપ લાગે છે.

અમુક પિતા નવજાત બાળક માટે સીધેસીધો સંરક્ષણાત્મક, જબરજસ્ત, ઉગ્ર પ્રેમ અનુભવે છે તો કેટલાકને થોડો સમય લાગે છે. અલબત્ત, એકસરખા કારણવશાત્ નહીં છતાં માતૃત્વની જેમ પિતૃત્વ પણ પડકારયુક્ત તો છે જ. તમને વખતે વિચાર આવે:

- મારે બાળક માટે સહાયક બનવું છે પણ મારામાં આવડત નથી.

- કારકિર્દી અને ઘરેલુ જવાબદારીનો સમન્વય ભારરૂપ છે.

તમને તમારા સાથીદાર સાથેના સંબંધો પણ ખાસ્સા બદલાયેલા લાગશે. બાળજન્મથી નવજાત પિતૃત્વનાં કારણે સલામત કોચલામાંથી બહાર આવ્યાની મૂંઝવણ અને ત્રાણ અનુભવવી સહજ છે.

દરેક નવી અને મુશ્કેલ સ્થિતિ તમને સાનુકૂળ લાગે અને ન પણ લાગે, પિતૃત્વ પણ એમાંથી બાકાત નથી.

એટલું યાદ રાખો- આ સમય દરમિયાન તમારી જાતને અને તમારા સાથીદારને સહાયભૂત થવા માટે તમે અઢળક વસ્તુઓ કરી શકો છો.

મારી જિંદગીથીયે વિશેષ હું મારા નવજાત બાળકને ચાહું છું! મારી દીકરી મારી જિંદગીની ખુશી છે. તો પણ કેટલીક વાર મને ખબર નથી કેમ પણ હું ઉદાસ થઈ જાઉં છું. મારી સાથે શું ખોટું થઈ રહ્યું છે? -નીલા.

સગર્ભાવસ્થાથી વાલીત્વ એ જિંદગીનું મહત્ત્વનું શારીરિક-માનસિક-ભાવનાત્મક અનુકૂલન છે. બાળજન્મના શરૂઆતના દિવસોમાં ભાવનાત્મક ચડાવ-ઉતરાવની અનુભૂતિ સાહજિક છે. તેને સામાન્ય રીતે 'બેબી બ્લૂઝ' તરીકે ઓળખવામાં આવે છે.

બેબી બ્લૂઝ સાથે એક ક્ષણ સુખદ લાગણી અનુભવો તો બીજી ક્ષણે ઉદાસીથી ઊભરાઈ પણ પડો.

તમને લાગે કે ગુસ્સો, ઉદાસી, બળાપો કે નિરાશાથી ઘેરાઈ ગયાં છો. આનો અર્થ એવો નથી કે તમે સારાં માતા-પિતા નથી કે તમે તમારાં બાળકને ચાહતાં નથી.

આવા મૂડ સ્વિંગનું કારણ સ્ત્રી માટે બાળજન્મ બાદ શરીરમાં થતો હોર્મોનલ બદલાવ ગણવામાં આવે છે.

એસ્ટ્રોજન અને પ્રોજેસ્ટેરોનનું સગર્ભાવસ્થા દરમિયાનનું જરૂરી લેવલ અચાનક ડ્રોપ થઈ જાય છે જે મૂડ સ્વિંગનું કારણ બને છે, એમાં થાક લાગવો અને ઊંઘમાં ખલેલ પણ છે.

સદ્ ભાગ્યે બેબી બ્લૂઝ થોડા દિવસો કે અઠવાડિયાં જ દેખા દે છે. એમાં દર્દીઓ તબીબી સારવારથી કે પોતાની મેળે પણ સાજાં થઈ જાય છે.

જો તમે બેબી બ્લૂઝ કેસ હો તો તમારી શક્ય તેટલી કાળજી રાખો, ખાસ કરીને થાકોડો અને ઊંઘની ઓછપ તમને ઉદાસીના દોરમાં ન ધકેલી દે તેનું ધ્યાન રાખી યોગ્ય અને આરોગ્યપ્રદ આહાર લો અને પૂરતો આરામ કરો.

આવા કેટલાક ઉપાય તમને સુખાકારીનો અનુભવ કરાવી શકે:

- બાળજન્મ પછી શરૂઆતના દિવસોમાં કે અઠવાડિયાઓમાં કોઈની પણ સહાય સ્વીકારો.

- જરૂરી કામકાજ જેવાં કે બાળકની દેખરેખ, જરૂરી ચીજવસ્તુઓની ખરીદી, આહાર કે ઘરકામમાં કુટુંબીજનો અને મિત્રોની સહાય લો.

- તમે એકાદ ઝપકી લેતાં હો કે સ્નાન કરતા હો ત્યારે બાળકને સંભાળવા માટે કે રસોઈ માટે કોઈની પણ મદદ લો.

- ખૂબ આરામ કરો અને પોષણયુક્ત ખોરાક લો.

- જેઓ તમને હૂંફ આપે અને તમે એકલાં નથી એવી લાગણીનો અનુભવ કરાવે એવાં પોતાનાં પ્રિયપાત્રો કે નવજાત માતાઓ સાથે વાત કરતાં રહો.

નવજાત માતાપિતા

દરેક બાળક સાહજિક રીતે ક્ષમતાની વિશાળ શ્રેણી લઈ જન્મે છે. તેથી દરેક બાળકને ધ્યાન, કાળજી અને પ્રેમ આપવાની જરૂર હોય છે. આ પ્રકરણ મહામારી દરમિયાન में ઉપયોગમાં લીધેલી થેરપીમાં વિવિધ પ્રકારનાં ઈન્ટરવેન્શન્શ, તકનિકો (ટેકનિક્સ) અને ઉકેલ વિષયક ચર્ચા કરે છે. આમાંથી જે શિખાયું તેમાં વધારેમાં વધારે બાળકની વર્તણૂંક વિશે સમજાયું જેથી વાલીઓને શીખવી શકાય કે બાળકની જરૂરિયાત સામે એમણે વશ થવું કે કઈ યોગ્ય પ્રતિક્રિયા કેવી રીતે આપવી.

મારા ગર્ભકાળ વિશે વિચારતાં વિચારતાં હું ઊંઘી ગઈ:

જ્યારે મારી આંખો ખૂલી એ ખૂબસૂરત સવાર રવિવારની હતી. હું ગુલમોરને મારી બારીમાંથી ડોકિયું કરતા જોઈ રહી, એણે જ યાદ કરાવ્યું કે એનાં જેવું જ ગુલમોર એકાંશ જન્મ્યો ત્યારે હોસ્પિટલની બારીએથી દેખાતું હતું. મારી સામે એ સમયખંડ જીવંત થઈ ગયો.

જન્મની સંભવિત તારીખ પહેલાં અઠવાડિયું આગળ એકાંશનો જન્મ થયો. રૂટિન ચેક અપ દરમિયાન ડોક્ટરને લાગેલું કે બાળકનાં હ્રદયના ધબકારા ધીમા પડી રહ્યા છે. એમને લાગ્યું કે તાત્કાલિક સિઝેરિયન (C-section) કરવું જોઈએ. આવી આકસ્મિક અને અનઆયોજિત પરિસ્થિતિમાં પણ બધું સમુંસૂતરૂ પાર પડ્યું અને में એકાંશનું પ્રથમ રુદન સાંભળ્યું તે સાથે જ મારો પુનઃજન્મ થયો- આ વખતે મા તરીકે. મારી જિંદગીની એ સૌથી આનંદિત ક્ષણ હતી.

હું અને અનુરાગ ગૌરવભેર દીકરાના માતાપિતા બન્યાં. એકાંશનો જન્મ ૨૦૧૪ની ૨૭ ડિસેમ્બરે અંશુ મલ્ટિસ્પેશ્યાલિટી હોસ્પિટલમાં થયેલો. એ રવિવારની સવારનો ૭:૨૦નો સમય હતો. મને બરાબર યાદ છે કે ડોક્ટરને અંશુને હાથમાં લઈ મારા તરફ આવતા જોઈને હું આનંદથી ઓળઘોળ થઈ ગઈ હતી. એ અતિવાસ્તવિક ઘટના હતી- એક નાનકો કેટલી ઝડપથી મારી જિંદગીમાં પ્રવેશ્યો અને મારો થઈ ગયો. અમારા દીકરાના આગમનથી અમે અતિ આનંદિત અને કૃતાર્થ હતાં.

મને હજી યાદ છે કે એણે પહેલી વાર મારા તરફ જોઈને સ્મિત આપેલું તે ક્ષણ અમે કેવી આનંદભેર ઊજવી હતી. એ ફક્ત અઢી મહિનાનો હતો ત્યારથી એ એનું મસ્તક ટટ્ટાર રાખતા શીખી ગયો હતો. એની નાનકડી આંખો મને શોધતી રહેતી. એક દિવસ મેં જોયું કે મેં એને બેડ પર સૂતેલો છોડ્યો હતો ત્યાંથી એ મારા તરફ ગોળ ફરતો ગબડતો આવી રહ્યો હતો. મેં મનોમન નોંધ્યું કે હવે એને બેડ પર કે ક્યાંયે એકલો મુકાશે નહીં. એ મોટો થઈ રહ્યો હતો સાથે હું પણ.

લેખો:

o **માતા-પિતા શું કરી શકે: શું તમે તમારા બાળકને પ્રેમ અને હૂંફથી ભેટીને પોતાપણાનો અહેસાસ કરાવ્યો છે? એવું આલિંગન સંબંધોને સુંદર અને દૃઢ બનાવે છે.**

જે રીતે આપણે બાળક સાથે વર્તીએ છીએ એની સીધી અસર એમની આત્મસભાનતા પર થાય છે. પ્રેમ, કાળજી, ધ્યાન, હૂંફ અને માતાપિતાની ઉપલબ્ધતા કોઈપણ સમસ્યાનાં નિરાકરણ માટે પૂરતી છે.

સમય સમયનાં દરેક સંશોધનો કહે છે કે જે બાળકોને (નાનકાં-ટાબરિયાં) નાનાં હોય ત્યારે ખાસ લાલનપાલન મળે છે અને વેળાસર, યોગ્ય શાળામાં પ્રવેશ અને સુનિયોજિત કાર્યક્રમોનો લાભ મળે છે તેઓ સામાજિક કૌશલ્ય કેળવે છે અને વર્તનવ્યવહારની જૂજ સમસ્યાનો સામનો કરે છે.

વાલીઓ કરી શકે તેવી મહત્ત્વની પાંચ બાબતો:

(૧) સમસ્યાને જાણો જેથી તમને ખબર પડે કે તમારા બાળકને શું જોઈએ છે:

- માતાપિતા જ પહેલી એવી વ્યક્તિઓ હોય છે જેમને ધ્યાનમાં આવતું હોય છે કે બાળકની કઈ જરૂરિયાત (આવશ્યકતા) ધ્યાનમાં લેવા જેવી છે.

- કોઈપણ ઉત્તેજનાત્મક ઘટના સમયે શું અમારું બાળક વધારે પડતો કે ઓછો પ્રતિભાવ આપે છે?

- પર્યાવરણીય બદલાવ સમયે શું એ અસ્વસ્થતા અનુભવે છે?

- એને ત્રાણ કે ચિંતા અનુભવતાં જુઓ છો?

- અમારું બાળક દબાણ અનુભવે છે?

જ્યારે એમને તમારા ધ્યાન અને કાળજીની ઓછપ વર્તાય છે ત્યારે એમને તમારી લાગણી અને હૂંફની ખાસ જરૂર હોય છે.

(૨) પોતાનું બધું બરાબર છે તેનો અહેસાસ તમારા બાળકને કરાવો:

- શારીરિક નાદુરસ્તી કે ઈજા સમજવામાં વાર નથી લાગતી... તે રીતે સંવેદનશીલ મુદ્દે માફી અને સ્વીકૃતિ અનિવાર્ય બાબતો છે.

- કોઈપણ પ્રકારની ભાવનાત્મક કટોકટીને પારખીને વાલી તરીકે અથાગ ધીરજ અને દૂરંદેશીની જરૂરત છે.

- બાળકના સંવેદનાત્મક દબાણનો ભાર હળવો કરવાના બદલે એને સજા કરવા તરફ ધસી ન જાઓ, અંતે સમયાનુસાર એની સલામતી અને હૂંફની જરૂરિયાતને સમજો અને યાદ રાખો કે સજા કરવાનું વલણ ક્યારેય બાળકના અપેક્ષિત વિકાસ માટે સહાયક બનતું નથી.

- બાળક પાસે અપેક્ષિત વર્તન-વ્યવહાર માટે શિસ્તનો આગ્રહ ચાવીરૂપ છે જે માતાપિતા પોતે આદર્શરૂપ (રોલ મોડેલ) બનીને સમજાવી શકે. બાળકની નાનામાં નાની સકારાત્મક વર્તણૂકને નક્કર બનાવવા હંમેશાં સકારાત્મક ઊર્જાતરંગો વહાવતાં રહો.

- નાની નાની સારી ટેવો માટે આવું સતત સકારાત્મક પ્રોત્સાહન એમને લાંબા ગાળાના સદ્વ્યવહાર માટે સહાયભૂત બનશે. સજાપાત્ર બનવાની સતત બીક પોતાની જાતની જ નકારાત્મક છબી ઊભી કરે છે જે છેવટે સ્વભાવ બની જાય છે.

(૩) આસપાસના વાતાવરણ (માહોલ) પર કાબુ રાખો:

- સારા નિરીક્ષક બનો, તમારા બાળકની આવેશ સભર, ઉત્તેજનાત્મક સંવેદનશીલતાને સમજી પ્રતિભાવ આપો અને તમારી પ્રતિક્રિયાનું ગહન નિરીક્ષણ કરતા રહો.

- બાળકના મોબાઈલ ફોન કે કમ્પ્યુટરના ઉપયોગને (સ્ક્રીન ટાઈમ) જરૂરિયાત મુજબ મર્યાદિત કરો. એને રમતગમત, ઘરકામ જેવી શારીરિક પ્રવૃત્તિઓ માટે પ્રોત્સાહિત કરો. આનાથી ફક્ત હાડકાં કે સ્નાયુને બળકટ બનાવતી શારીરિકક્ષમતા જ નહીં પરંતુ ચેતાતંત્રને (નર્વસ સિસ્ટમ) સક્રિય રાખવાની ક્ષમતા પણ કેળવાશે.

- સલામતી અનુભવતાં આનંદી બાળકો જીવનના બીજા તબક્કાને આવકારવા તૈયાર થઈ ગયાં હશે.

(૪) એમને રમતગમત શીખવા માટે સહાયરૂપ બનોઃ

- રમતગમતથી બાળક સંતુલિત સંવેદનાત્મક અનુભૂતિનો અહેસાસ કરે છે.

- બાળક માટે શારીરિક અને માનસિક (Gross motor and fine motor) બન્ને પ્રકારની વિકાસયાત્રા જરૂરી છે કારણ કે ભાવનાત્મક વિકાસનો એ અભિન્ન ભાગ છે.

- બાળક માટે પૈસા ખર્ચ કરવા કરતાં વધારે મહત્ત્વ એને માટે સમય ફાળવવાનું છે- ચમચી, વાડકા કે ઘરવપરાશની કોઈપણ વસ્તુ બાળકની કલ્પના શક્તિના વિકાસ માટે સહાયભૂત બની શકે.

- ટીવી કે મોબાઈલ પર સમય પસાર કરવા કરતાં

- બાળકના શારીરિક-માનસિક વિકાસ માટે સંતાકૂકડી કે કોઈપણ મેદાની રમત વધારે જરૂરી છે.

- બાળકને રમવા માટે દબાણ કરવા કરતાં એને માટે રમતગમત હાથવગી અને રસપ્રદ બનાવો.

(પ) જરૂર પડે તો વ્યાવસાયિક સહાય પણ લોઃ

જો સમસ્યા યથાવત્ રહે તો વ્યાવસાયિક સેવા લેતાં અચકાશો નહીં.

મને કહેશો તો હું ભૂલી જઈશ.

મને શીખવશો તો હું યાદ રાખીશ.

મને સામેલ કરશો અને હું શીખી જઈશ.

મને ચાહો એટલે હું તમને ચાહીશ.

○ **વાર્તા કથનની શક્તિ અને મહત્ત્વ.**

આઈન્સ્ટાઈનનું વિધાન છે: "તમે તમારા બાળકોને બુદ્ધિશાળી બનાવવા ઈચ્છતાં હો તો એમને પરીકથા કહો. જો વધારે બુદ્ધિશાળી બનાવવા ઈચ્છતાં હો તો વધારે પરીકથા કહો." એમણે એમ પણ કહ્યું છે,

"જ્ઞાન કે માહિતીભંડાર કરતાં વધારે મહત્ત્વની બાબત કલ્પનાશક્તિ છે. માહિતી કે જ્ઞાન સીમિત હોઈ શકે જ્યારે કલ્પનાશક્તિ દુનિયાને આંબી જાય છે, એ ઉત્ક્રાંતિને જન્મ આપતી પ્રગતિને ઉત્તેજિત કરે છે." વાર્તાકથનની શક્તિ આવી હોય છે.

આપણે જૂની કે નવી વાર્તા, સત્યકથા, દંતકથા કે પૌરાણિકકથા કોઈપણ પ્રકારની વાર્તા કહી શકીએ. ભારત પાસે તો મહાભારત અને રામાયણ જેવાં મહાકાવ્યો છે જે અત્યંત ધ્યાનાકર્ષક છે અને જીવનકૌશલ્યનાં વિવિધ પાસાંઓને ધ્યાનમાં લઈ પાઠ ભણાવે છે. દ્રોણાચાર્ય અર્જુનને જે શીખવતા તે વિદ્યા એકલવ્ય વૃક્ષો અને પર્ણો પાછળ સંતાઈને શીખતો. બાણવિદ્યા અને જ્ઞાનપિપાસા માટેના જોમ-જુસ્સાએ એને અર્જુન કરતાં વધારે પારંગત ધનુર્ધર (તીરંદાજ, બાણાસુર, બાણાવળી) બનાવ્યો હતો.

આ ઘટના પરથી શું શીખવા મળે છે? વખતે તમને શ્રેષ્ઠ સંસાધનો કે કેળવણી ન મળે તો પણ તમારામાં જ્ઞાનપિપાસા અને જોમજુસ્સો હોય તો શીખી જ શકો અને પારંગત થઈ જ શકો. દુર્યોધનની કહાણી પરથી શીખવાનું એ છે કે ઘમંડ અને લોભલાલચ ઈચ્છનીય ગુણો નથી. એ ક્યારેય કોઈપણ વ્યક્તિ માટે લાભકારક નથી પરંતુ પાંડવો જેવી નમ્રતા તમને વિજેતા બનાવશે.

મહત્ત્વનો મુદ્દો એ છે કે માતાપિતા અને વડીલો તરીકે નીતિમત્તાના ગુણોનું સિંચન કરતી કઈ અને કેવી કથા-વાર્તા કહેવી જોઈએ એ વિશે સમજણ રાખવી જરૂરી છે. બાળકોને કથા-વાર્તા કહીને દાદા-દાદી કે આજા-આજી તરીકે એમની સાથે ખાસ પ્રકારનો બળવંત સ્નેહસંબંધ બાંધી શકાય છે.

વાર્તાઓનું મહત્ત્વ કેમ છે?

બાળકો ખરેખર જ ચતુર હોય છે. એમનું મગજ જે દિશામાં કાર્યરત હોય તેને સમજીને એમને દિશાસૂચન કરવું જોઈએ. સામાન્ય રીતે એમાં વાર્તાઓ અને વર્તનવ્યવહાર પરિણામદાયી નીવડે છે. વડીલોએ આ બાબતે વિચારતાં રહેવું જોઈએ કે રોજિંદી જિંદગીમાં એમનું બાળક આ મહત્ત્વનાં સ્નેહગઠનથી વંચિત તો નથી રહી જતુંને?

'ધ બોય હુ ક્રાઈડ વુલ્ફ' એ કાલાતીત નૈતિક પાઠ છે, જ્યારે તમે હાલતાંચાલતાં ફાલતુ મજાક-મશ્કરી કરતાં ફરશો તો જ્યારે ખરેખર કંઈક દુર્ઘટના બનશે ત્યારે તમારો કોઈ વિશ્વાસ નહીં કરે; તમે એમનો વિશ્વાસ ખોઈ નાખશો. આ મુદ્દે તો સચ્ચાઈ, છેતરપીંડી, વિશ્વાસ-શ્રદ્ધા, જવાબદારી-જવાબદેહી પણ ઉમેરી શકાય છે. 'લાયન એન્ડ માઉસ','હેર એન્ડ ધ ટોરટોઈઝ,' કે 'ક્લેવર ક્રો' જેવી સીધીસાદી વાર્તાઓને ખાતરીબંધ ગણી શકાય.

એક વિદ્યાર્થીની જિંદગી સ્કૂલ, હોમવર્ક (ગૃહકાર્ય), એસાઈનમેન્ટ્સ અને પરીક્ષાઓનું ચક્ર છે. કેટલીક વાર એ કંઈક વધારે અથવા પૂરી કંટાળાજનક રોજિંદીયર્ચા બની જાય છે. વાસ્તવિક જિંદગીની સત્યઘટનાઓ કે વ્યક્તિચરિત્રો પણ એમને માટે પ્રેરક બની શકે છે.

કથાવાર્તાઓ એમને કલ્પનાની સર્જક અને જ્ઞાનવર્ધક જાદુઈ દુનિયામાં લઈ જાય છે. આમ બાળકો કથાકથન દ્વારા વર્ગ, વર્ણ, જાતિ, લિંગભેદ વિહીન મૂલ્યો દ્વારા 'અનેકતામાં એકતા' જાળવતાં શીખે છે.

કથાવાર્તાઓ સાંભળીને બાળકો વયસ્કોની જેમ સમસ્યાઓનો ઉકેલ શોધવાની અને એ વિશે નિર્ણય કરવાની કુશળતા પ્રાપ્ત કરી શકે છે. સાથે સાથે તેઓ પોતીકી દુનિયાનું સર્જન કરી શકે છે જ્યાં વિહાર કરીને પોતાનાં સપનાઓ સાકાર કરી શકે છે - જે ખરેખર તો વર્ગખંડના ભણતર કરતાં પેલે પારનું જગત છે.

છ મહિનાનાં બાળકની સામે પણ વાર્તા કહેવાની શરૂઆત કરી શકો છો.

એટલાં નાનકાં બાળકોને તમારાં પૂરાં ધ્યાનની જરૂરત હોય છે એટલે એમની સામે તમને મનમાં યાદ રહ્યાં હોય તેવાં હાલરડાં, જોડકણાં ગાઓ. તેઓ રમકડે રમતાં હોય ત્યારથી એમને બાળસાહિત્યનો પરિચય કરાવો.

તમારે ખોળે રમીને કે આરામખુરશીમાં ઝૂલીને મોટાં થતાં બાળકો કથાવાર્તા અને બાળસાહિત્યની મજા માણતાં થઈ જાય છે જે એમને સુરક્ષિત લાગણીઓ સાથે જોડી રાખવામાં સહાયક બને છે. એ વાચન સાથે જોડાયેલ ચિત્રોનો સૂરધ્વનિ એને વધારે રસપ્રદ, રોચક અને આનંદપ્રદ બનાવે છે. તમે પોતે એવો અવાજ કાઢી જુઓ અને જો તમારું બાળક એની નકલ કરવા પ્રયાસ કરે તો નવાઈ નહીં! તમને એવું પણ જોવા મળશે કે બાળક એકલું જાતે જ પુસ્તકનાં પાનાં ફેરવે છે અને કલબલાટ કરે છે.

ડગુંમગું થતાં તમારાં નાનકા/નાનકીને (ટોડલર) ને જાતે નક્કી કરવા દો કે એને તમારા ખોળે બેસવું છે કે પછી પથારીમાં કે જમીન પર આડા પડવું છે. એનો ભાવ કે ઇશારો સમજો. બાળકના સ્વાનુભવ સાથે જોડીને વાર્તાઓની ઘટનાઓ અને પાત્રો વિશે વાત કરો. જ્યારે વાંચો ત્યારે મોટેથી બોલો અને જરા શ્વાસ હેઠો મૂકતા જાઓ અને એ દરમિયાન બાળકને પણ તમારી વાત કે શબ્દો-વાક્યો સમજવા દો. કથા-વાર્તાનું વારંવારનું પુનરાવર્તન અને લયબદ્ધ, સૂરીલાં જોડકણાંનું (Rhymes-Limericks) ગાયન ખાસ્સું સહાયક નીવડે છે.

જેમ જેમ તમારું સંતાન મોટું થતું જાય તેમ તેમ રોજિંદી ઘટમાળમાં નૈતિક વાર્તાઓ, આસપાસની વાસ્તવિક કથાઓ અને ગીતો ઉમેરતાં રહો. સૂતી વખતે વાંચન એ હંમેશાં દિવસભરનો સરસ નિચોડ બની શકે છે.

બાળકોને સારા નાગરિક બનાવવામાં વાર્તાઓ સહાયક બની શકે?

જ્યારે વાર્તાઓ સંભળાવો છો ત્યારે સ્વામી વિવેકાનંદ અને રવીન્દ્રનાથ ટાગોરની કથાઓ નેતૃત્વશિક્ષણ માટે ખાસ્સી પ્રેરક બને છે. આ કથાકથનની સુંદરતા એ છે કે ક્યાં તો એ અતિ વાસ્તવિક અથવા વિલક્ષણ બની રહે છે. સંશોધકોનું માનવું છે કે આપણે જ્યારે કાલ્પનિક વાર્તા વાંચીએ છીએ ત્યારે થતો અનુભવ અને મગજની

સક્રિયતા વાસ્તવિક જિંદગીમાં બનતી ઘટનાઓની સમાન જ હોય છે; તેથી બાળકો માટે વાચન વાસ્તવિક જીવનમાં ઊભી થતી સ્થિતિના ઉકેલ માટે સહાયક બને છે. વૈજ્ઞાનિક રીતે પુરવાર થયું છે કે જે બાળકો સામે નિયમિતરૂપે કાલ્પનિક કથાકથન કરવામાં આવ્યું છે તેઓ બીજાં લોકોને સહેલાઈથી સમજી શકે છે - એમની બુદ્ધિપૂર્વક અને તટસ્થતા સાથે સહાનુભૂતિથી વર્તન કરવાની ક્ષમતા વિકસી શકે છે.

આપણે સવાલો પૂછવાની જરૂર કેમ હોય છે?

જે બાળકો વાર્તાઓ સાંભળીને વડીલો સાથે વાતચીત કરે છે કે એમણે પૂછેલા સવાલોના જવાબો આપી શકે છે તે એમને માટે ખાસ્સું લાભદાયક નીવડે છે. વાર્તાવસ્તુ, એનું હાર્દ કે એમાં આવતા કેટલાક કઠિન શબ્દપ્રયોગ એમને યાદ રહ્યા કે તેઓ સમજ્યા કે નહીં એટલી પૂછપરછ પણ એમનું શબ્દભંડોળ, વૈચારિક અને વક્તૃત્વશક્તિ વધારવા માટે ઉપકારક બને છે. "તને શું લાગે છે કે આ પાત્ર શા માટે આવી રીતે વર્ત્યું હશે?" જેવા જટિલ પ્રશ્નો બાળકને અન્ય લોકોની પ્રેરણા વિશે વિચાર કરવા અને સમજવા માટે ઉપયોગી બને છે.

પુસ્તકિયા જ્ઞાનથી ઉપરવટ વિશેષ વિચારપ્રક્રિયા

પોતાનામાં આત્મવિશ્વાસનો અભાવ, ઓછી આવડત કે અંગત ફિકર ચિંતા જે હોય તે પરંતુ કેટલાક વાલીઓને પોતાનાં સંતાનોને વાર્તા કહેવાનું કે વાંચી સંભળાવવાનું ફાવતું નથી. જોકે વાર્તાઓ ફક્ત પુસ્તકો પૂરતી જીવંત હોય તે જરૂરી નથી. વાર્તાકથનની પરંપરા લેખનશૈલીના વિકાસ પહેલાં કે પુસ્તકોની શોધ કરતાં પણ ખાસ્સી જૂની-પુરાણી છે. ભારતીય સાંસ્કૃતિક પરંપરામાં શ્રુતિ અને સ્મૃતિનું (સાંભળવું અને યાદ રાખવું) માહાત્મ્ય હતું જ.

હું દૃઢતાપૂર્વક માનું છું કે તમે તમારા સંતાનને સર્જનશીલ, આત્મવિશ્વાસુ અને હિંમતવાન બનાવવા ઈચ્છતા હો તો - વાર્તાકથન તમારા વાલીત્વનું અભિન્ન અંગ બનવું જોઈએ.

○ ખાવા માટે ફાજલ ધાંધિયા માટે કળથી કામ કેવી રીતે લેશો?

કેટલાક બાળકો ખાતી વખતે કેમ વિચિત્ર રીતે વર્તે છે? એ એવાં બાળકો છે જે પોષું ખાવાનું પસંદ કરે છે, કેટલાક મોઢામાં ખાવાનો કોળિયો મૂકી રાખે છે અને ગળતાં નથી તો કેટલાકની સામે જેવું ચોક્કસ પ્રકારનું ખાવાનું આવે કે એમને ઉબકા આવે છે. એને જમાડવા માટે માતા કે રખા (કાળજી રાખનાર- રખેવાળ) એની સતત પાછળ દોડ્યા કરે છે અને ખવડાવતી વખતે કંઈકેટલાં અછોવાનાં કરે છે. તમારાં બાળકને જમતી વખતે નાક ચઢાવવાનાં અગણિત કારણો મળી રહેશે. ૨૦-૫૦% બાળકોનાં વાલીઓ ફરિયાદ કરતાં હશે કે એમનાં બાળકો ખાવાની બાબતમાં વરણાગી કરે છે. વધારે પડતા ગમાઅણગમામાનાં કારણે વરણાગી કરતાં ખવૈયાને યોગ્ય પોષક આહાર ન મળતો હોય તો એમને કુપોષણની તકલીફ અને બીજી તકલીફો થશે જ.

ખાવામાં વરણાગિયા બાળકો વાલીઓ માટે માથાના દુખાવા રૂપ જ છે એટલે એમને માટે શું કરવું તેવાં ઉપાયોની ખોટ તો રહે જ છે. આવું કરનારાં બાળકોને હજાર કારણો હોય છે અથવા એક પણ નથી હોતું! તમારું બાળક આવું કેમ કરે છે તે શોધવાનું જરૂરી તો છે જ.

કદાચ એમની પાચનશક્તિ નબળી હોય, દાંત આવતા હોય કે પછી એવું બને કે નક્કર ખોરાક ખાવાની એમની ઈચ્છા જ ન હોય અથવા કોઈક ભાવનાત્મક મુદ્દો નડતો હોય. આ સવાલનો જવાબ તબીબી સલાહ લઈ જુદા જુદા ટેસ્ટ્સ (પરીક્ષણો) કરાવીને, વર્તનવ્યવહારનું વિશ્લેષણ કરીને, બાળકની સમજશક્તિનું સ્તર માપીને કે ખવડાવતી વખતના અડચણરૂપ માહોલને સમજીને મેળવી શકાય.

આ સમસ્યાનું મૂળ કારણ બાળકો અને વાલીઓના અવિકસિત કે વણસેલા સંબંધો છે. ઘણીવાર એવું જોવા મળે જ છે કે ઘરકામ સહાયક અથવા કોઈ વાલી બાળકની પાછળ વાડકો-ચમચી લઈને ખવડાવવા ઘરની ફરતે ઘૂમ્યા કરે. આ યોગ્ય રસ્તો નથી. ખોરાક માટે બાળકને પ્રેમસભર આદર હોવો જોઈએ. એને યોગ્ય જગાએ

બેસાડીને ભૂખ હોય તેટલું ખાવાની ટેવ પાડવી જરૂરી છે. એ ખાઈ શકે તેનાં કરતાં વધારે ખાવાનું દબાણ જરૂરી નથી.

ક્યારેક બાળકને કોઈ વાનગી ન ભાવતી હોય કે ચોક્કસ સમયે જમવાનું ન ગમે એમ બને. જો તમે દરેક વખતે અપ્રિય વાતાવરણ ઊભું કરશો અને એમને કોઈ વસ્તુ પસંદ ન હોય તો એ જમવાનો સમય થશે ને ગભરાઈને તમને નિરાશ કરવા આ હાથવગા સાધનનો ઉપયોગ કરશે કે પછી ખાવાની એ વાનગી એને ગમશે કે ભાવશે જ નહીં. જો તમે એમને પોતાની ઈચ્છા પર છોડી દેશો તો પોતાની મેળે જ ખાઈ લેશે. તમારા વિકસતાં બાળક માટે તમારે જાતજાતના પોષક નાસ્તા બનાવી રાખવા જોઈએ.

કોઈપણ તબીબી સલાહની ગેરહાજરીમાં કેટલાક સીધાસાદા ઉકેલો:

૧: તમારું બાળક બહારની પ્રવૃત્તિઓમાં ભાગ લે એનું ખાસ ધ્યાન રાખો.

૨: કેટલાક કુટુંબો એવાં હોય છે કે તેઓ સાંજે જમવાના સમયે જ ભેગાં થાય. એ સમયે વાલીઓ બાળકોએ સ્કૂલમાં શું કર્યું, એમનો ગ્રેડ ક્યો આવ્યો જેવી બધી જ પૂછપરછ કરતાં હોય છે. એ સમયે એ લોકો કામ પર થયેલા અનુભવોની ચર્ચા કરે અને પછી વાદવિવાદમાં પણ પડી જાય તેથી બાળકને ખૂબ અસ્વસ્થતા અનુભવાય. જમવાના સમયે બાળકોને ભણવા કરવાની પૂછપરછ કરવી યોગ્ય નથી. આમ કરવાથી એમની પાચનક્રિયા પર અવળી અસર થાય છે. એ બધું પછી પૂછી શકાય છે, તમારે સમગ્ર કુટુંબ માટે જમવાના સમયે આનંદિત વાતાવરણ પેદા કરવું જોઈએ. સામાન્ય હળવી વાતચીત કે ગમતું સંગીત આનંદિત માહોલનું સર્જન કરી શકે.

૩: બાળકને અનુકરણ કરવા યોગ્ય રોજિંદી ટેવો પાડો. એમ કરવાથી બાળકને યોગ્ય સમયે ભૂખ લાગશે અને એ પોતે અને તમે સંતુષ્ટ થાઓ એ રીતે જમશે.

બાળક જે ખોરાક લે છે તે સંદર્ભે તંદુરસ્ત સંબંધો વિકસિત કરી શકે અને જમવાના સમયે ઊભી થતી અરાજકતા પર કાબુ મેળવી શકે તે માટે એમને સહાયક

બનો. અહીં નિષ્ણાતોની દૃષ્ટિએ તમારે અમલમાં મૂકવા જેવા કેટલાક યોગ્ય પગલાંઓ સૂચવાયાં છે. એમને સંવેદનાત્મક પ્રક્રિયાની તકલીફ હોઈ શકે છે (SPD).

- બાળક ખૂબ જ સંવેદનશીલ હોય અને એને મોઢામાં નક્કર કે તીવ્ર ગંધવાળો ખોરાક ન ફાવે એમ બને. તે રીતે ગઢ્ઢો થઈ ગયો હોય તેવો કોળિયો એનાં મોઢામાં હૂંસી દેવાયો છે એવું લાગે તો પણ એને અસુખ થાય.

- કેટલાક બાળકોને તીવ્ર ગંધવાળી વાનગીઓ ન ગમે તો તેઓ સાદા સ્વાદવાળા ખોરાક તરફ પણ વળી શકે.

- તો વળી કેટલાક સ્વાદિયા પણ હોય જેમને મોળો-પોચો ખોરાક ન ગમે અને ફરસી, સ્વાદિષ્ટ અને તીવ્ર ગંધવાળી વાનગીઓ જ ગમે.

- કેટલાકને ચમચી, કાંટા કે હાથે કોળિયા ભરાવવા જેવી બાબતે અનુકૂલનની મુશ્કેલી પડે અને એવી તકલીફના કારણે પણ જમવાનું ટાળે.

- કેટલાક બાળકોના સ્નાયુ હળવા પોચા હોય અને ચાવવાની કે ચૂસવાની કે ગળવાની તકલીફ પડતી હોય તો એમને એવો ખોરાક ગમે જેમાં ખાસ ચાવવા-ચૂસવાની કે ગળવાની તસ્દી લેવી ન પડે.

જો તમારા માટે આ નવો અભિગમ હોય અને તમને લાગે કે તમારા બાળકને કોઈપણ ક્ષેત્રે સંવેદનાત્મક પ્રક્રિયાની (SPD) તકલીફ છે તો તમારા વિસ્તારના વ્યાવસાયિક નિષ્ણાતની સલાહ લો.

○ **બાળકોને રમવું કેમ ગમે છે? હાલ તેઓ શું ગુમાવે છે?**

બહારનું અદ્ભુત વાતાવરણ- જ્યાં ફૂલો ખીલે છે, પક્ષીઓ ચહેકે છે અને બાળકો રમે છે.

એ ગોધૂલિ વેળા, સૂર્યાસ્ત અને ચંદ્રોદયનો સમય છે. તમે થાક્યાં છો, ઊંઘ આવી રહી છે પરંતુ બાળકો હજી એમની અદૃશ્ય વાર્તાઓ પાછળ ઘૂમી રહ્યાં છે. તમને નવાઈ તો લાગશે. તેઓ હજી કેમ થોભવાનું કહી રહ્યાં છે? હજી એમની પાસે કઈ અને કેટલી શક્તિ બાકી છે?

પાબ્લો નેરૂદાએ એક વખત લખ્યું છે, "જે બાળક રમતું નથી એ બાળક નથી."

દરેક માનસશાસ્ત્રી અને તત્ત્વજ્ઞાનીએ બાળકોનાં રમવાનાં કારણો પર વિચારણા કરી હશે. સિગ્મંડ ફ્રોઈડનો માનશાસ્ત્રીય સિદ્ધાંત કહે છે— રમવાથી બાળકો લાગણીઓની અભિવ્યક્તિ કરી શકે છે જેથી પોતાની નકારાત્મક લાગણીઓથી મુક્ત થઈ સકારાત્મક ઊર્જા પેદા કરી શકે. જીન પીગેટ્સનો જ્ઞાનાત્મક સિદ્ધાંત કહે છે કે બાળકો એમની વર્તમાન માનસિક ક્ષમતા અને કલ્પના થકી પોતાની સમસ્યાનો ઉકેલ રમતગમત દ્વારા શોધે છે જેથી તેઓ દુનિયા જે રસ્તે છે તેનાં કરતાં ખરેખર અલગ છે એવો દેખાવ કરી શકે. વિગોત્સ્કી માને છે કે રમતગમત જ્ઞાનાત્મક શક્તિનો વિકાસ કરે છે અને અમૂર્ત વિચારોને ઉત્તેજન આપે છે.

જેમ જેમ બાળકો સામે રમતગમતની વિવિધ રીતોનો ઉઘાડ થાય છે તેમ તેમ એમની જ્ઞાનાત્મક ક્ષમતાનો વિકાસ થાય છે:

- મનગમતી રીતે રમવું તે રમતગમતનો મૂળભૂત પ્રકાર છે. બાળકને પોતાની રીતે કલ્પના કરવા દો, વિચારવા દો, હરવાફરવા દો. એને માટે આખું જગત નવું છે એટલે જ્યારે તમે રમતગમત વિશે વિચારો છો ત્યારે એને માટે કોઈ વ્યવસ્થિત આયોજન ન કરો પણ મોકળાશથી વિહરવા દો.

- જ્યારે તમારું બાળક એકલું રમે છે ત્યારે એ એની સ્વતંત્ર રમત છે. તે સમયે અન્ય બાળકો કે વાલીઓ શું કરે છે તે વિશે એને કોઈ લેવાદેવા નથી. પછી તે રસ્તે ચાલતી વખતે કોઈ લાકડી વણે છે કે શાંતિથી કોઈ પુસ્તક વાંચે તે બધું એની મરજી પર આધારિત છે.

- જ્યારે તમારું બાળક કોઈ બીજાં બાળકોની રમતનું નિરીક્ષણ કરે છે ત્યારે તે રમતદર્શક તરીકે વર્તે છે, વાસ્તવમાં એ લોકો પણ પોતાની રીતે રમતાં નથી. જોકે રમતનું એ પગથિયું એને માટે નિષ્ક્રિય હોય છે છતાં હજી એ નોંધપાત્ર છે. સ્કૂલમાં અને તેથી આગળ બીજાં બાળકો સાથે રમવાનું કટોકટીસભર અને નિર્ણાયક હોય છે તો પણ તમારા બાળકનાં શિક્ષણનું એ પ્રથમ ચરણ છે.

- સમાંતર રીતે રમતમાં રમકડાંની સામેલગીરી અને આદાનપ્રદાન સહજતાથી કરી શકાય છે. એ જ આદર્શરૂપ છે કારણ કે નાનાં બાળકો માટે આ સમય 'આ મારું પોતાનું અને એમનું નહીં 'એવી હક્કની ભરપેટ લાગણીઓવાળો હોય છે.

- તમારું બાળક બીજાં બાળકો સાથે રમે છે તે સહયોગી રમત છે પરંતુ બાળકો કોઈ સર્વસામાન્ય લક્ષ્ય કે હેતુથી વ્યવસ્થિત રીતે રમતાં નથી. ત્રણેક વર્ષની વયે બાળકો નાનાં નાનાં રમકડાંને રમતમાં સંભાળી શકે છે. આ સમય એને કલાસર્જનની વિવિધ વસ્તુઓનો પરિચય કરાવીને એની સંવેદનશીલતાને ઉત્તેજન આપવા માટે ખાસ્સો મહત્ત્વનો છે.

- સહકારી રમત એ છે જ્યારે તમે ટીમવર્કની (સંગઠિત કાર્ય) શરૂઆત જુઓ છો. તમારું બાળક બીજાં સાથે સમાન હેતુથી ચોક્કસ લક્ષ્ય માટે રમે છે જે વિકાસનું અંતિમ પગથિયું છે. આ પાયાનો સિદ્ધાંત છે પછી એ સ્કૂલનો કોઈ પ્રોજેક્ટ કે મંચસ્થ નાટક કે રમતગમત હોય, જે બાળક સહકારી રમતમાં જોડાઈ શકે તે વર્ગખંડને પણ મેનેજ કરી શકે. આંતરિક વર્તનવ્યવહાર, સામાજિક મિલન અને અરસપરસ સંવાદ જીવનભરની સફળતા માટેનાં સાધનો છે.

હાલની પેઢી રમતગમત માટે પૂરતો સમય આપવાથી વંચિત થઈ રહી છે તે વિશે વધારે ને વધારે વાલીઓ સજાગ થઈ રહ્યાં છે. બાળ તજજ્ઞો આગ્રહપૂર્વક કહી રહ્યાં છે કે મગજના વિકાસ માટે રમતગમત ખાસ જરૂરી છે. જેમ જેમ રમતગમતમાં ઘટાડો થઈ રહ્યો છે તેમ તેમ બાળકો માટે સામાજિક રીતે હળવામળવાની અને આસપાસની દુનિયા સાથે સંબંધ રાખવાની તક ઓછી થઈ રહી છે. કેટલાક કહે છે કે તેઓ સહાનુભૂતિભર્યા ઓછાં અને વધારે સ્વાર્થી થઈ રહ્યાં છે. એક અભ્યાસ કહે છે કે ૧૯૮૪માં અમેરિકન બાળકો જેટલાં સર્જનશીલ હતાં તેનાં કરતાં ૨૦૧૧ માં ૮૫% સ્કોર ઓછો થયો છે. બીજો અભ્યાસ કહે છે કે છેલ્લાં દસકામાં નિષ્ક્રિય જીવનશૈલીનાં કારણે બ્રિટિશ બાળકો શારીરિક રીતે નબળાં પડ્યાં છે. કમનસીબે આજે તમારાં બાળકોને બહાર જઈને રમો એમ કહેવું એટલું સરળ રહ્યું નથી. ઘરમાં પથરાયેલાં બધાં સ્માર્ટફોન્સ, ટીવી સેટ્સ અને વીડિયો ગેઈમ્સ કાંઈ ઘરપતરૂપ નથી.

દરેક બાળક અનન્ય છે અને દરેકને પોતાની સ્વભાવગત શીખવાની લાક્ષણિક શૈલી છે. રમતગમતમાં પરોવાયેલાં બાળકોમાં એ દરેક સમયે અનુભવગમ્ય અનન્યતા લાવે છે. વાલીઓ, દોસ્તો, શિક્ષકો સાથે વાચનસામગ્રી અને વાતાવરણ અંતર્ગત માહિતીપ્રદાન અને વાતચીત એમની વર્તમાન વાસ્તવિક દુનિયા સાથે સંબંધ જોડે છે. બાળક તરીકે દુનિયાદારી શીખવા માટે આ સંબંધો કેળવણીમાં પાયારૂપ છે. સમયાંતરે એ સંબંધો શુદ્ધ અને સુસંસ્કૃત બનતા રહે છે.

મેદાની રમતો જેવી કે હોપસ્કોય, સંતાકૂકડી, ખો-ખોને રોજિંદી પ્રવૃત્તિ તરીકે સામેલ કરવાની વધારે જરૂર છે. પારિવારિક રમતો જેવી કે સાયમન (સિમોન) સેઝ,

સ્કેબલ કે પ્રિસ્ક્નરી જેવી રમતો બાળવિકાસ માટે આદર્શ આચાર-વિચાર તરીકે સીમાચિહ્નરૂપ બની રહે છે. આ વિચારો બાળકના મુક્ત રમતગમતના રસને જીવંત કરવામાં ચાવીરૂપ બની શકે. આમ ખાત્રીપૂર્વક વધારેલો મુક્ત સમય બાળકના વિકાસમાં મહત્ત્વનો છે સાથે માતાપિતા-બાળકોના સફળ સંબંધના નિર્માણ માટે અનન્ય પણ છે.

○ બાળક માતા-પિતાના વર્તનવ્યવહારને કઈ રીતે મૂલવે છે?

મારો ભેટો વારંવાર એવાં માતા-પિતા સાથે થાય છે જેમને પોતાનાં બાળકોનાં વર્તનવ્યવહાર સાથે નિસ્બત હોય છે. એમને ઢગલાબંધ ફરિયાદો પણ હોય છે- જેમ કે બાળકોના બૂમબરાડા, સામે જવાબ આપવો, શિષ્ટાચારનો અભાવ, વધારે પડતી તોછડાઈ, સમયસર કામ ન કરવું, બેજવાબદારી, ઘમંડીપણું, ક્રોધાવેશ, બેદરકારી ઉપરાંત વળતો પ્રહાર પણ કરવો વગેરે.

હવે મારે બાળકો પાસે જાણવું છે કે એમનું એ અંગે શું માનવું છે. જરાયે આશ્ચર્યચકિત થયા વગર એમનાં માતાપિતાની વર્તણૂક અંગે ફરિયાદો હોય અને પોતાનું વર્તન તર્કસંગત અને ન્યાયપૂર્ણ માનવાનું વલણ હોય.

તમે જેવાં છો તેવાં જ તમારાં બાળકો બનશે એટલે તમે એમનું જેવું ઘડતર કરવાં ઈચ્છે છો તેવાં બનો. તમે તમારાં બાળકોને શિસ્તપ્રિય, શિષ્ટાચારી અને આદર્શરૂપ બનાવવા ઈચ્છો છો તો તમે એવાં હો એ ખાસ જરૂરી છે.

વાલીઓ માટે પોતાની બહાનાબાજી છે જેવી કે પોતે વ્યસ્ત છે, અમારે ઢગલાબંધ કામ હોય છે અથવા અમે થાકી ગયાં છીએ— પણ આ બધી બાબતો બાળકને મન અગત્યની નથી. બાળકો તો જે જુએ છે અને સાંભળે છે તેમાંથી જ શીખે છે.

બાળકો તો વાદળી (સ્પોન્જ) જેવાં હોય છે- એ લોકો તો પોતાની જિંદગીમાં જે જુએ છે અને વાલીઓ જેવું મોડેલ બનાવે છે તેવાં બને છે. મહત્ત્વનું એ છે કે વાલીઓ યોગ્ય રીતે ઉદાહરણરૂપ બને. નકારાત્મક દાખલો બાળકોના વિકાસ માટે અવરોધક બની ગેરવર્તન તરફ દોરી જાય એવું બને.

વાલીઓ માટે ઘણીવાર સામાન્ય વર્તણૂક અને સાચી સમસ્યાના તફાવતને સમજીને વર્ણન કરવું મુશ્કેલ બનતું હોય છે. વાસ્તવમાં સામાન્ય વ્યવહાર અને સમસ્યારૂપ વર્તણૂકને વાસ્તવિક જીવનમાં સ્પષ્ટપણે અલગ પાડી શકાતા નથી; મોટાભાગે એમાં સમસ્યાની માત્રા અને રાખવામાં આવતી અપેક્ષાનો ફરક હોય છે. સામાન્ય રીતે માતાપિતા નાનીમોટી કે મધ્યમ વર્તણૂક સમસ્યાઓમાં વધતે-ઓછે

અંશે પ્રતિક્રિયાઓ આપતાં હોય છે કે આડખીલીઓ ઊભી કરતાં હોય છે. ક્યારેક ગંભીર સમસ્યામાં અંતિમ છેડે વર્તન કરે, ક્યાં તો નજરઅંદાજ કરે કે ઓછું મહત્ત્વ આપે અથવા જવાબરૂપે ત્વરિત પ્રતિભાવ આપીને મોં બંધ કરી દે. આવું વર્તન સમસ્યાને વધારે સઘન કરે કે પછી ઉકેલને લંબાવી દે.

તેથી જેમનાં મનમાં બાળકોની વર્તણૂકના પ્રશ્ને નિસ્બત હોય એમણે એને પ્રાથમિકતા આપીને ઉકેલ લાવવો જરૂરી છે. કોઈ ડાહ્યા માણસે કહ્યું છે, "સ્વીકૃતિ કાંઈ આશાવિહોણી સ્થિતિ નથી. આ ફક્ત એવી સ્થિતિ છે જ્યાં તમે વિકસી શકો." તમારા યોગ્ય નિર્ણય લેવાના હેતુ અને માનસિક શાંતિ માટે કોઈપણ ખરાબ સ્થિતિની સ્વીકૃતિ જરૂરી છે. પછી ભલે તે તમારા વાલી, જીવનસાથી કે બાળકો કોઈપણ હોય- એમનામાંથી કોઈને પણ માટે તમારી પ્રતિક્રિયા મહત્ત્વની છે.

વિજ્ઞાન એ બાબતે શું કહે છે તે જોઈએ. એબનોર્મલ ચાઈલ્ડ સાયકોલોજીના જર્નલમાં પ્રકાશિત, યુનિવર્સિટી ઓફ શિકાગોના રીસર્ચ પ્રમાણે લોકોની સામે થતી સામાજિક વર્તણૂકની પરખ પાયાની નમ્ર રીતભાત 'પ્લીઝ' કે 'આભાર'ના અર્થઘટનથી પણ થઈ શકે, બાળકો વાલીઓને જોઈને તેમની પાસેથી શીખે છે.

આ કહેવતમાં કંઈક દમ છે, "હેપ્પી વાઈફ હેપ્પી લાઈફ!", સંશોધન મુજબ એ લોકો સાથે કે અલગ રહેતાં હોય, કોઈપણ સ્થિતિમાં પિતાની જેમ માતાનું સુખીપણું બન્ને દૃષ્ટિએ મહત્ત્વનું છે જે બાળકની મેન્ટલ હેલ્થ (માનસિક આરોગ્ય) અને વર્તણૂક સાથે સંબંધિત છે.

સંશોધકોએ એ પણ નોંધ્યું છે કે બાળકની દૃઢતા વાલીઓનાં મંતવ્ય પર ટકે છે જેમ કે, "કઠોર પરિશ્રમનો કોઈ વિકલ્પ નથી." જ્યારે વાલીઓ પોતે કઠિન કાર્યમાં મહેનતનું મહત્ત્વ પ્રમાણીને સમય અને સાથ આપે છે ત્યારે બાળકો ટકી જાય છે.

જો વાલીઓ વચ્ચે યોગ્ય અને પીઢતાપૂર્વક દલીલબાજી થાય અને બાળક જુએ તો સમજે કે જટિલ પ્રશ્નનો ઉકેલ કેવી રીતે લાવી શકાય. માનસશાસ્ત્રીઓ ચેતવે છે કે 'તું તું મેં મેં 'અને હાથાપાઈ જિરવવી બાળકો માટે દુષ્કર છે. બાળકો પોતાના વાલીઓ

વચ્ચેના વાદવિવાદ માટે પોતાને જવાબદાર લેખે છે જેની આઘાતજનક અસર એમના પર લાંબો સમય રહે છે. એમનો આત્મવિશ્વાસ ઘટે છે તો ક્યારેક બીજાં બાળકો સાથે હિંસક વર્તન પણ કરે છે. વેરવિખેર કુટુંબની અરાજકતા અને વર્તન શૈલી બાળકોમાં પણ ઉતરે છે જે એમનાં ભવિષ્યના સંબંધોમાં પ્રતિબિંબિત થતી જણાય છે.

બાળકો સાથેનો દુર્વ્યવહાર અસામાજિક અને ખંડનાત્મક વર્તનવ્યવહારને જન્મ આપે છે. એનું કારણ એ બાળકો પોતાની સાથે આવું કેમ થાય છે તે સમજવા માટે આવું અનુસંધાન સાધે છે. જે વાલીઓ પોતાનાં સંતાનો સાથે દુર્વ્યવહાર કરે છે તેઓ એમને આક્રમક અને હિંસક બનાવે છે જે એમને અનુભવમાંથી શીખીને નક્કર દુર્વ્યવહારમાં જોડે છે. વાલીઓનો દુર્વ્યવહાર બાળકોના તંદુરસ્ત વિકાસ વિરુદ્ધનું કામ કરે છે ઉપરાંત બાળકના બાહ્ય અને આંતરિક જગતને ખેદાનમેદાન કરી દે છે.

બાળકોની બાહ્ય પ્રવૃત્તિઓમાં સહયોગ કે પુસ્તક વાચનમાં વાલીઓનો સહભાગ બાળકને વધારે સામાજિક બનાવે છે. જે બાળકો વાલીઓ સાથે રમતગમતમાં પરોવાયેલાં રહે છે તેઓ જ્યારે સ્કૂલમાં જાય છે ત્યારે સીધા એ પ્રવૃત્તિઓમાં જોડાઇ જાય છે અને એ પરિસ્થિતિમાં સ્વતંત્ર વર્તણૂક દર્શાવે છે. આમ બાળકની પ્રવૃત્તિમાં વાલીઓનો સહયોગ એને મજબૂત અને આત્મવિશ્વાસુ બનાવે છે.

માતાપિતાના છૂટાછેડાને બાળકોની વર્તણૂકની સમસ્યા અને તનાવ સાથે સીધો સંબંધ છે. એનું કારણ એકલ વાલી પોતાની આર્થિક જરૂરિયાત પૂરી કરવા માટે કામકાજમાં વધારે સમય વ્યસ્ત રહે છે જેથી બાળકમાં ઉપેક્ષિતપણું અને તરછોડાયેલાપણાની લાગણી જન્મે છે. એમને એવું લાગે છે કે તેઓ આર્થિક રીતે પણ તકલીફમાં છે. અલબત્ત, ફક્ત છૂટાછેડા જ બાળકની વર્તણૂકને અસર કરે છે એવું નથી પણ વાલીઓ છૂટાછેડાની પરિસ્થિતિને કેવી રીતે સંભાળે છે તે પણ નોંધનીય બાબત છે. પતિ-પત્ની સમજણ અને સંમતિથી છૂટાં પડે છે, બાળકો માટે વિચારે છે અને યોગ્ય પગલાં લઈને સુવાંગ માતા-પિતા તરીકે વર્તવાનું નક્કી કરે છે, તેઓ છૂટાછેડાની નકારાત્મક અસર ઓછી કરે છે.

પરિવારમાં સંબંધીનું પાલનપોષણ બાળકના વિકાસમાં મહત્ત્વનું પરિબળ છે. જો બાળકને સલામતી, હૂંફ અને પ્રેમનો અનુભવ થશે તો એનો આત્મવિશ્વાસ પ્રબળ થશે અને સુખાકારી જળવાશે. જે બાળકોને આ પ્રકારનું પારિવારિક વાતાવરણ નથી મળતું એનાં કરતાં જેમને મળે છે તેઓ વધારે સામાજિક અભિમુખતા અને સંવાદ કેળવી શકે છે.

સમાપનમાં મહાત્મા ગાંધીનું વિધાન, "કોઈપણ શાળા પરિવારની સમકક્ષ ન આવે તેમ કોઈપણ શિક્ષક સદાચારી વાલીની તોલે ન આવે."

○ **પ્રાર્થના: પરમશક્તિ સાથે સશક્ત અનુસંધાન, બાળકને બાળપણથી જ ટેવ પાડો.**

સમાજ હંમેશાં વ્યક્તિનાં તનમન-આત્મા-પ્રાણની સુખાકારી ઈચ્છે છે. આપણે કોવિડ-૧૯ જેવી મહામારીમાં આશા અને શ્રદ્ધાનું પ્રોત્સાહક મહત્ત્વ જોયું.

"હું લોકોને એક બાબત સમજાવવાં માગું છું કે આપણી શારીરિક-માનસિક તંદુરસ્તીની સાથે આધ્યાત્મિક તંદુરસ્તીનું મહત્ત્વ પણ સરખું છે. જ્યારે આપણે સકારાત્મકતા, આભારવશતા અને પ્રાર્થનાનું સેવન કરીએ છીએ ત્યારે આપણે આધ્યાત્મિકતા તરફ સાચું પગલું ઉઠાવીએ છીએ."

આપણે એના લાભો મેળવવા માટે માનસિક રીતે ટેવ પાડવાની દિશામાં ગહન ડૂબકી લગાવીએ જેની શરૂઆત બાળપણથી કરવી જોઈએ.

બાળપણથી દરરોજ પ્રાર્થનાની ટેવ પાડવી જરૂરી છે. આ એવો તબક્કો છે જ્યારે બાળકો અગાઉથી કરેલી સંકલ્પના વગર શ્રદ્ધા અને વિશ્વાસનું આરોપણ કરી શકે. મધમીઠી, સાદીસીધી, વિશ્વાસસભર પ્રાર્થનાઓ ઈશ્વર સઘળું સારું કરશે અને બધું સારું બનશે એવી આશાનું જતન અને સંવર્ધન કરે છે!

પ્રાર્થના અનેક પ્રકારે થઈ શકે છે:

- અંગત પ્રાર્થના એટલે એકલાં જ કરવી. આ મુદ્દો મહત્ત્વનો છે કારણ કે એ સમયે જે તે વ્યક્તિ પરમાત્મા સાથે તાદાત્મ્ય અનુભવી શકે છે. પ્રાર્થના, ધ્યાન-યોગ, સાદાં સૂત્રોનું ગાન બધું ઘરે થઈ શકે છે.

- તાત્કાલિક પ્રાર્થના એ છે કે જે વગર તૈયારીએ થઈ શકે છે. જેમ કે કોઈની ઝડપી સાજા થવા માટેની શુભેચ્છા પ્રાર્થના.

- સામૂહિક પ્રાર્થના એટલે અન્યો સાથે બેસીને કરવામાં આવતી પ્રાર્થના કે ભક્તિ. આ પ્રાર્થના દરરોજ સ્કૂલમાં કે ધાર્મિક સ્થળે કરવામાં આવે છે.

આવી પ્રાર્થના સરખી વિચારધારાનાં લોકો સાથે મળીને કરે છે એટલે વધારે શ્રદ્ધા ઉત્પન્ન થઈ શકે છે.

પ્રાર્થના બાળઉછેરનો અગત્યનો ભાગ છે. જ્યારે શાળામાં પ્રાર્થના નિયમિતપણે કરાવાય છે ત્યારે શ્રદ્ધા વિદ્યાર્થીઓની જિંદગીનું અભિન્ન અંગ બની જાય છે.

બાળકો કુદરતી રીતે જ આધ્યાત્મિક હોય છે, એ લોકો બિનશરતી પ્રેમ કરે છે અને હંમેશા ઊભરતા આનંદના મોજામાં જીવે છે. એ લોકો નિર્દોષ હોય છે અને એમને માટે પ્રાર્થનાની જરૂર શ્રદ્ધાની ઈમારતને બળવંત બનાવવા માટે હોય છે.

શ્રદ્ધા દરેકને તકલીફમાંથી બહાર કાઢવાનું નિમિત્ત છે જે દુ:ખદર્દ દૂર કરે છે અને આપણી જિંદગીમાં જે સક્ષમતા અને સારપ છે તેની કદરદાની શીખવે છે.

પ્રાર્થના બાળક અને પરમાત્માનો સીધો સંવાદ છે અને આપણી ફરજ છે કે એમને સંવાદ માટે સહાયક બનવું. અહીં પ્રાર્થના સંદર્ભે કેટલાક અગત્યના કારણો નોંધીએ કે એ કેમ બાળકની રોજિંદી જિંદગીનો હિસ્સો હોવી જોઈએ.

- પ્રવૃત્તિ, વિચાર અને વલણોના ત્રણ સ્તરે પ્રાર્થનાની ભૂમિકા લાભકારક છે.

- સંશોધકોએ માનસિક અને શારીરિક સુખાકારી માટે પ્રાર્થનાની શક્તિનું વિશ્લેષણ કર્યું છે. ૨૦૧૫નો દર્દીઓનો અભ્યાસ કહે છે કે ક્રોનિક અને ચીલાચાલુ માંદગીથીયે વિશેષ કન્જેસ્ટિવ હાર્ટ ફેઈલ્યોરના કિસ્સામાં આધ્યાત્મિક શાંતિ એ મૃત્યુનું જોખમ ઘટાડનાર પરિબળ ગણાયું છે.

- બીજો અભ્યાસ કહે છે કે ક્રોનિક કન્જિશન અને હતાશાના દોરમાં સપડાયેલી વ્યક્તિમાં ધાર્મિકતા સકારાત્મકતાનું સિંચન કરે છે. બીજી રીતોમાં યોગ, ધ્યાન અને તાઈ ચી પણ શારીરિક- માનસિક તંદુરસ્તી પર સકારાત્મક અસર કરે છે.

ઘણી બધી રીતો છે જે તમે બાળકોને શીખવી શકો પણ શ્રેષ્ઠ રીત છે ઉદાહરણરૂપ બનવું.

તમારું બાળક તમને પ્રાર્થના કરતાં જોઈને જ વિશ્વાસ અને શ્રદ્ધાને સમજશે અને પોતાને વિકસિત કરી શકશે. બધાં સાથે મળીને કરેલી પારિવારિક પ્રાર્થના કે તમે બાળક સાથે બેસીને કરેલી ભક્તિ એના આધ્યાત્મિક વિકાસમાં અમૂલ્ય પ્રદાન કરશે.

બાળક ઊંઘમાંથી જાગે ત્યારે એમની વિચારપ્રક્રિયા સ્વનામ માટે જ ઉપફૃત રહે એના કરતાં દિનભર તેમની સાથે કામ પાર પાડશે તેવાં અનેક માટેની સજાગતા વધારે ઉપકારક નીવડશે. દુનિયાનાં તમામ લોકોને દિવસ દરમિયાન અનુભવાતી મૂંઝવણ અને આનંદને એમણે ધ્યાનમાં લેવાં જોઈએ. એ તમામ વિચારો અને વિચારણાઓ રાત્રે સૂતી વખતે કરાતી પ્રાર્થના સમયે સામેલ હોવાં જોઈએ.

દિવસ દરમિયાન એમને ફિકર કરાવે કે અસ્વસ્થ થવાય એવી પરિસ્થિતિમાં કે આનંદ-આશ્ચર્યાનુભૂતિની ક્ષણોમાં બન્ને સમયે પ્રાર્થના માટે પ્રોત્સાહન ઉપયોગી થશે જે અંતે એમને સ્વ સાથે સંવાદ માટે પણ શક્તિકારક બનશે.

પ્રાર્થના એ બહારના પરિપ્રેક્ષ્યને સમજાવીને સહાનુભૂતિ રાખવા માટેની કેળવણીનું મોટું સાધન છે. આ વાત એમની રોજિંદી ચર્ચાનો હિસ્સો બને છે ત્યારે પોતાને માટે કે બીજા માટે કરાતી પ્રાર્થના વિસ્તીર્ણ બને છે. જેથી પોતાને માટે અને દુનિયાનાં તમામ માટે માનસન્માન અને નિસ્બત વધે છે. આમ પ્રાર્થનાથી વધતું કરુણાનું સ્તર નૈતિકતા અને નીતિશાસ્ત્રને બળવંત બનાવે છે.

હવે એ બાળક / બચ્ચું રહ્યું નથી

પ્રારંભિક સીમાચિહ્નોથી (માઈલસ્ટોન) આગળ, ભારતીય સમાજ ઝડપથી બાળકોના શાળાકીય વ્યવહારમાં સ્પર્ધાત્મક વિશ્વ સાથે ભ્રમિત થઈ જાય છે. મારા અનુભવ આધારિત હું કેટલાક એવા શ્રેષ્ઠ રસ્તા દર્શાવીશ જે બાળકોનાં તંદુરસ્ત માનસ અને વલણને પોષક બની શકે જેથી તેઓ બાળપણનો બદલાવ લાવનારી કિશોરાવસ્થાના શારીરિક-માનસિક-ભાવનાત્મક સમય માટે તૈયાર થઈ શકે. જ્યારે કેટલાક લેખો કોવિડ-૧૯ દરમિયાન ઉદ્ ભવેલી પરિસ્થિતિ અંતર્ગત લખાયેલા છે છતાં એ દરેક સમય માટે લાગુ પડી શકે છે.

એ નઠારી (ખરાબખસ્ત) રાત પછી હું એકાંશ જાગે તેની રાહ જોતી હતી. હું એનાં વગર રઘવાઈ બની ગઈ હતી. એ જાગ્યો ત્યારે એવું લાગતું હતું કે આગલી રાતનો અનુભવ ભૂલી ગયો હતો અને ખુશ હતો એ જોઈને મને રાહત થઈ. હજી પથારીમાં આળોટતો જ હતો ને એણે અચાનક એની ગિફ્ટ (ભેટ) જોઈ અને એને ડેસ્કમાંથી ઝડપી લીધી. એ કૂદ્યો અને હરખભેર એને ખોલીને જોવા લાગ્યો. એ એની મનગમતી કાર હતી! એના પપ્પા ગઈ રાતના પ્રસંગ પછી એની સાથે બધું બરાબર કરવા ઈચ્છતા હતા. એ રૂમની બહાર ગયો અને એમને પ્રેમથી ભેટ્યો. મેં ગઈકાલ રાતના પ્રસંગ વિશે એને પૂછવાનો પ્રયાસ કર્યો પણ હવે નવું રમકડું મળવાથી એ ઘટનામાંથી એ બહાર આવી ચૂક્યો હતો.

એ સવાર પપ્પાએ ભેટ આપેલી કારથી એ રમતો રહ્યો. એ રોમાંચિત હતો. અમારા પડોશીની દીકરી રૂહી એની સાથે રમવા આવી. ગોળમટોલ ગાલોવાળી દેખાવડી રૂહી ત્રણ વર્ષની હતી. એકાંશને નાનાં બાળકો સાથે રમવું ગમતું. રમતી

વખતે એ એમની ખાસ્સી કાળજી રાખી રક્ષણ પણ કરતો. રૂહી હેલિકોપ્ટર લાવેલી. બન્ને સાથે આનંદપૂર્વક રમી રહ્યાં હતાં.

થોડી વાર પછી રૂહીની મમ્મી આવી. પોતાની દીકરીના સ્કૂલના એડમિશન માટે એ થોડી ચિંતિત હતી. રૂહી એની નાની દીકરી હતી. "એની પ્લે-સ્કૂલ ટીચર હંમેશાં ફરિયાદ કરતી રહેતી કે એ ખૂબ ચંચળ છે અને કૂદાકૂદ કરતી રહે છે અને ક્યારેય પણ એક ઠેકાણે બેસે નહીં! વળી એક પણ સૂચના સાંભળે નહીં." એની માએ વ્યગ્રતાથી કહ્યું. 'રૂહીને પ્લે-સ્કૂલમાં લઈ જવું એ તો મસમોટું કામ કારણ કે એને સ્કૂલે જવું જરા પણ ગમે નહીં." એમ તો મેં પણ નોંધેલું કે આમ તો એ ઘણી શરમાળ અને અજાણ્યાં લોકો સાથે હળીમળી શકે નહીં. મેં રૂહીની મમ્મીને સલાહ આપી અને શું કરવું તેની કેટલીક સમજ પણ આપી.

સાંજે એકાંશ સાથે મેં ગઈકાલની ઘટના વિશે ફરીથી વાત કરવાનું નક્કી કર્યું.

હું એની પાસે ગઈ. એણે એનું ડીનર પૂરું કર્યું હતું અને એનો મનગમતો શો 'ડોરેમાન' જોઈ રહ્યો હતો. મેં કહ્યું, "એકાંશ, ચાલ વાર્તા વાંચીએ." દરેક રાત્રે સૂતાં પહેલાં હું એની સાથે અડધોથી પોણો કલાક વાંચવામાં ગાળતી એ અમારો કર્મકાંડ-વિધિ બની ગયો હતો."

મને અહેસાસ થયો કે છ વર્ષની ઉંમરનો આંક માપવો મુશ્કેલ છે. જ્યારે એનું મગજ માહિતીઓનો અખૂટ ભંડાર કલ્પના બહારની ઝડપથી સંગ્રહી રહ્યું હતું ત્યારે પણ એ ખરેખર પુસ્તકદર્શનને પ્રમાણી રહ્યો હતો. હું વાંચતી એ કથાચરિત્રો વિશે જાણવામાં એને આનંદ મળતો હતો અને એ એમની નજર સમક્ષ કલ્પના કરીને પોતીકાં અર્થઘટનો કરતો હતો.

કેટલીકવાર વાર્તાનું એનું પોતીકું રૂપ આશ્ચર્ય પમાડતું. હું કાળજીપૂર્વક વાર્તાનો વિષય નક્કી કરતી. તે રાત્રે અમારું વાંચન પૂરું થયું અને મેં ધીમે રહીને એને કહેવાનું શરૂ કર્યું કે ગઈરાત્રે એના પપ્પા કેમ અપસેટ થઈ ગયા હતા. મેં એને કહ્યું કે અમે એનાં વડીલો હતાં અને અમારું જે કાંઈ શ્રેષ્ઠ છે તે એને આપવા ઈચ્છતાં હતાં. એણે વચન

આપ્યું કે એ ફરીથી ગેરવર્તન નહીં કરે અને એ શાંતિથી સૂવા માટે ગયો. મને રાહત થઈ કે વાર્તા દ્વારા હું મારો દૃષ્ટિકોણ અને સફળતાથી સમજાવી શકી.

એ રાત્રે મેં અને અનુરાગે આગલી રાતની ઘટના વિશે ચર્ચા કરી ત્યારે અનુરાગ પણ સંમત થયા કે એ પોતે પણ અલગ રીતે વર્તી શક્યા હોત. અમે અમારી ભૂલમાંથી શીખીને નક્કી કર્યું કે હવે એકાંશ નાનું બાળક રહ્યો નથી અને એ ઉંમરનો પ્રભાવ ઝીલી રહ્યો છે એનું ધ્યાન રાખવું.

લેખો

○ **બાળકોને નારાજ થવાનો અધિકાર છે.**

મેં અનેક વાર આમ સાંભળ્યું છે, "હું મારાં બાળકોને રાજી રાખવા માંગું છું." મેં વિચાર્યું અને જાતને કહ્યું: જો તમે એમને ગમતું કર્યું હોત કે આપ્યું હોત તો તેઓ ખુશખુશાલ જ હોત પણ સાચું તો એ છે કે એમણે પણ નારાજગી અને નિરાશાને પચાવતાં શીખવું જોઈએ."

જ્યારે આપણે હેતુપૂર્વક ખુશખુશાલ બાળકોનું સર્જન કરવા પર ધ્યાન કેન્દ્રિત કરીએ છીએ ત્યારે આપણે સ્પષ્ટપણે એવું શીખવીએ છીએ કે તેઓ ખુશ નથી, જિંદગી ખરાબ છે.

આ સમયાનુસારનું એવું વલણ છે કે તેઓ નિરાશ હોય ત્યારે ખુશ કરવા એમને આઇસક્રીમ સન્ડેઝ ઓફર કરવું, કંટાળતાં હોય ત્યારે રમકડાંનો ઢગલો કરવો કે મનોરંજન માટે કલાકો ટીવી સામે બેસાડવાં. આ વલણ એમને ફક્ત એટલું જ શીખવશે કે જ્યારે મન ખુશ ન હોય કે ખાલીપો લાગતો હોય ત્યારે બહારથી આવનાર 'ચીજવસ્તુ'થી જ એ પુરાય.

બાળકના વાલી તરીકે તમારી ફરજ તેઓ ફક્ત ખુશ રહે તે જ જોવાની નથી પણ તેઓ તંદુરસ્ત, સલામત અને પ્રેરિત પણ રહે.

આપણે હરહંમેશ બાળકોને ખુશખુશાલ રાખી શકીએ એવી આશા ખરેખર તો સારું વાલીત્વ નથી. આ વાત એ વાલીઓને લાગુ પડે છે જેઓ બાળકોના મિત્રો થવા માંગે છે.

બાળકોને એમના સલામતીક્ષેત્રમાંથી (comfort zone) બહાર રાખો. જ્યારે તેઓ નકારાત્મકતા અનુભવે છે ત્યારે તેઓ નવી વસ્તુઓ કે મુદ્દાઓ માટે પ્રેરાતાં અટકી જશે પરંતુ જોખમ લઈને પણ નવો અનુભવ લેવો તે એમને માટે નવો શક્તિપુંજ અને જોમજુસ્સો પેદા કરશે.

મને ખાતરી છે કે બધી રીતે ખુશખુશાલ બાળકો હોવાં શક્ય છે; એમને સ્કૂલે ન જવું હોય તો ન જવા દો, જ્યારે જોવું હોય ત્યારે ટીવી જોવા દો, જે ખાવું હોય તે ખાવા દો અને શાહી ઢબે પંપાળો! પ્રેમ કરો, માનભેર રાખો, કહ્યું કરો અને અહર્નિશ ઈચ્છે તેમ રહેવા દો. મારું માનશો તો એ લોકો ખાસ્સાં ખુશ રહેશે. તો પછી આ એ બાળકો છે કે જેવાં આપણને જોઈતાં હતાં?

બાળકોને પડકારો ઝીલવા દો અને ક્યારેક એ ઝીલવામાં તેમને નિષ્ફળતા પણ મળવી જોઈએ. એમને અસુખ અને નિરાશા સાથે કામ પાર પાડતાં પણ આવડવું જોઈશે, કઠોર પરિશ્રમ કોઈ મજાક નથી પરંતુ એ તો પરિણામલક્ષી છે. સોફા પર આળોટ્યા કરીને દુ:ખી થવાં કરતાં માઈલેક દોડવું વધારે સારું છે જે લાંબા ગાળા માટે લાભદાયક છે. સંતાનો આપણને વાલી તરીકે સારી લાગણીઓની અનુભૂતિ કરાવે ત્યાં સુધી માતા-પિતા એમને ખુશ રાખવા પ્રયત્ન કરતાં રહે છે.

પ્રેમને નામે સંતાનોને લાડ લડાવતાં વાલીઓ ભૂલ કરે છે, આમ લાડકાં બનાવવાથી તેઓ એવું માનવા લાગે છે કે બીજાંએ એમને હંમેશાં ખુશ રાખવાં જોઈએ. જ્યારે તેઓ સ્વનિર્ભર થઈ પોતાને સંપૂર્ણ રીતે સંભાળતાં થઈ જાય પછી લાડપાન કામનાં છે. પ્રેમ આપવો, સ્નેહાળ રહેવું, કદર કરવી અને એમની લાગણીઓનું મૂલ્ય સમજવું એ લાડપાન નથી.

તમારાં સંતાનો માટે સૌથી મોટી ભેટ એનામાં એવી ભાવના ઊભી કરવામાં છે કે 'હું સક્ષમ છું.' જિંદગીનાં ચઢાવ-ઉતારને ખમી શકાય છે એવી લાગણી બાળકોને સક્ષમતાનો અહેસાસ કરાવે છે.

તમારાં સંતાનની ઈચ્છાઓ અને જરૂરિયાતોનો તફાવત સમજો. જરૂરિયાતમાં દુ:ખદર્દ, ભૂખ અને ભયમાંથી મુક્તિનો સમાવેશ થાય છે. આવા કિસ્સામાં એનાં રુદનને તરત જ પ્રતિભાવ આપો. બીજું બધું બરાબર પણ રડવાનું હાનિકારક નથી અને તમારાં સંતાનની ઈચ્છા પર છે. સામાન્ય રીતે રુદન એ હતાશાની લાગણીમાંથી મુક્ત થવાનો પ્રયાસ છે. જ્યારે રુદન ત્રાગું હોય ત્યારે એનાં પર ધ્યાન ન આપો.

જ્યારે કોઈ કેળવણી અગત્યની હોય ત્યારે ટૂંક સમય માટે તમારા સંતાન પર ધ્યાન આપવું કે એને સગવડ આપવી જરૂરી હોય છે.

આવા વિચારથી સાવધાન રહો કે તમારું સંતાન તમને પજવવા એમ કરે છે. જાણીજોઈને કરે છે, ખરાબ ટેવ પડી હશે, તત્કાલિન પરિસ્થિતિને અનુકૂળ થવાની આવડત ન હોય.

આ બધી જ રૂપરેખા દરેક સમયે માતાપિતા કે સંતાનોની ઘરેલુ સંવાદિતા જાળવવાની ગેરંટી નથી આપતી. ખરેખર તો અપેક્ષિત વિચારણા એ છે કે આપણા ઘરોમાં ટેકનોલોજીની ભૂમિકા કે તરુણો શનિવારે રાત્રે ગાડીની ચાવી માંગે તેવી ઘટનાઓ પર થતી ગરમાગરમ ચર્ચા કે વાદવિવાદનું શું કરવું! તંદુરસ્ત ચર્ચાઓ અને અમુક બાબતે સંમતિ-નાસંમતિનો અવકાશ એ સાજાંનરવાં કુટુંબની નિશાની છે.

મહત્ત્વનો મુદ્દો એ છે કે બાળકને ચર્ચાવિચારણામાં સામેલ કરવું અને એને પોતાનાં ધારાધોરણો ઘડવા માટે પ્રેરિત કરવું. જ્યારે વાલીઓ પોતાનાં સંતાનનાં મંતવ્યો લીધાં વગર મર્યાદા મૂકે છે ત્યારે એમને નારાજ કરે છે અને છેતરામણી માટે પ્રોત્સાહન પૂરું પાડે છે.

તમે તમારાં સંતાનની લાગણીઓ અને વર્તણૂક પર સીધો કાબુ મેળવી શકતા નથી. તમે ફક્ત એમને સલામતીનો અહેસાસ કરાવી માર્ગદર્શન આપી શકો જેથી ભવિષ્યના ક્રોધાવેશને ઓછો કરી શકો.

પરિવર્તન માટે સમય લાગે છે. કાયમી ત્રાગાં દૂર થાય તે માટે તમારાં બાળકે મોટાં થવાં પહેલાં ઘણું કરવાનું છે. સ્વનિયમનની પ્રાપ્તિ એ જીવનભરની મથામણ છે.

o **સારા સંસ્કારોની શરૂઆત ઘરથી થાય તેવા વાતાવરણનું સર્જન કરો.**

અનુશાસનબદ્ધ ઉછેર માટે ધારાધોરણ સહિત સાચા કેળવણીયુક્ત વાતાવરણનું સર્જન એ જરૂરી પગલું છે.

મહામારી દરમિયાન વાલીઓ માટે 'ઘરશાળા' મુશ્કેલ કાર્ય હતું કારણ કે 'વર્ચ્યુઅલ લર્નિંગ' એ શિક્ષણનું અભિન્ન અંગ થઈ ગયું હતું. મેં એને સંલગ્ન પગલાં માટે રૂપરેખા મૂકી છે જે ઘરશાળાના ખ્યાલના અમલીકરણ થકી દરેક વિદ્યાર્થી માટે બાળપણથી ઉપયોગી છે અને એને લાંબાગાળાનાં નુકસાનથી બચાવે છે.

શીખવા માટે જગ્યા ઊભી કરો:

આપણું મગજ પ્રવૃત્તિઓનું અનુસંધાન જગ્યા સાથે પણ સાધે છે એટલે ઘરમાં ભણવા માટે ચોક્કસ જગ્યા રાખવી જે બાળકો માટે સહાયક બનશે. આદર્શરૂપ તો એ જ હોય કે એ જગ્યા એમની સૂવાની, વીડિયો ગેમ્સ રમવાની કે ટીવી જોવાની જગ્યાથી અલગ હોય. જો એ લોકો એ જ જગ્યા વાપરશે તો તેઓ ભણવાનો ડોળ કરશે. જ્યારે એમને રમવું હશે કે અમસ્તી આળસાઈ કરવી હશે કે જરાક પોરો લેવો હશે કે તરત જ ત્યાંથી ભાગશે.

બને તો ઓનલાઈન ભણતર માટે મોટા સ્ક્રીન નો ઉપયોગ કરો જેથી તેઓ વધારે વ્યસ્ત રહેશે એટલે જોશે અને સમજશે કે નાનાં મોબાઈલ, ટેબ્લેટ કે લેપટોપ પર ભણવા કરતાં પોતે જે કાંઈ થઈ રહ્યું છે તેનો હિસ્સો છે. મોટા સ્ક્રીન અને યોગ્ય અંતર એમની આંખોને પણ ઓછું નુકસાન કરે છે.

બેઠકની યોગ્ય રીતો:

ઘરની ડિઝાઈન આરામદાયક રહી શકાય તે રીતે બની હોય છે તેથી એને કર્મભૂમિ બનાવવા માટે અર્ગોનોમિક્સ (કામની ફાવટ વધે તેવી સ્થિતિ) સિદ્ધાંતોનો ઉપયોગ જરૂરી છે. કામ કરતી વખતે સાચી રીતે બેસવું અને પગની સ્થિતિ આરામદાયક રાખી શકાય તેની ખાસ કાળજી રાખવી જરૂરી છે. વિઝ્યુઅલ ફિલ્ડ અને એમની કામની

સરફેસનું અંતર બે ફૂટ હોવું જોઈએ. કરોડરજ્જુને બરાબર ટેકો મળે સાથે ડોકું ઝુકાવવું ન પડે તે જરૂરી છે. એ જગ્યાએ પૂરતો પ્રકાશ હોવો જોઈએ. જો ઘરમાં વિવિધ વર્ગમાં ભણતાં વધારે બાળકો હોય, એમની કમ્પ્યુટર અને રિમોટ સંલગ્ન અલગ જરૂરિયાત હોય તો તે રીતે જગ્યા અને એકાંતની વ્યવસ્થા કરો. બાળકની ઉંમર જે હોય તે પણ વ્યવસ્થિત રહેવા માટે કેલેન્ડરમાં સ્ટિક રાખી શકાય અથવા વ્હાઈટ બોર્ડમાં રોકાણ કરવું સલાહ ભરેલું છે. આખા દિવસના કામનું ટાઈમ-ટેબલ નક્કી કરીને સામે લખી રાખો.

તમારા બાળકને સ્વતંત્ર રીતે કાર્ય કરવા માટે કે રમવા માટે પ્રોત્સાહિત કરોઃ

અભ્યાસ કહે છે કે નાનાં બાળકોને માટે સ્વતંત્ર રીતે રમવું લાભદાયક છે. ઘણાં વાલીઓ બાળકનું દિવસભરની મિનિટે મિનિટનું ટાઈમ ટેબલ નક્કી કરતાં હોય છે. ત્યારે બાળકો એવી અપેક્ષા રાખવાનું શીખે છે— જ્યારે એમને સમજાતું નથી કે શું કરવું. પોતાની મનગમતી પ્રવૃત્તિઓને બદલે મનોરંજન માટે પણ તેઓ વાલીઓ તરફ નજર દોડાવે છે. કોઈપણ રીતે, લાંબા ગાળા સુધી આપણાં બાળકો માટે આમ કરવું ઉપયોગી નથી અને તેઓ સ્વતંત્રતાથી પોતાનું ફોડી લે અને જાતે જ ઉકેલ લાવતાં શીખે એ અગત્યનું છે. લાંબા ગાળા માટેની ઈમારત ચણવા માટે સ્વતંત્ર હોવું અને '૧૫/૪૫ રૂલ' પાળવો જરૂરી છે. તમારા બાળકને માટે ધ્યાન કેન્દ્રિત પંદર મિનિટ્સ ફાળવો. પછી એમને સ્વતંત્ર પ્રવૃત્તિ માટે પિસ્તાળીસ મિનિટ્સ માટે છોડી દો. દેખીતી રીતે આ બધું એક સાથે નહીં જ થાય પણ એને વળગી રહો અને જોશો કે તમને જાણ બહાર લાંબાગાળા સુધીનો સમય કામ માટે મળતો થશે.

દબાણમુક્ત રહોઃ

આપણને બધાંને ખબર છે કે આ ઘણું છે. એટલું યાદ રાખો કે કોઈ તમારી પાસે આદર્શ શિક્ષક, શ્રેષ્ઠ વાલી, સુપર નોકરિયાત તરીકેની અપેક્ષા રાખે છે કે બધું જ તમારી પાસે ઈચ્છે છે. કોઈ શું કહેશે તેની ફિકર છોડો, એટલું કરો જેટલું તમારાથી થઈ શકે. તમારા કુટુંબના સભ્યો પાસેથી મદદ મેળવો અને તમારૂ કામ બધાં સાથે વહેંચો. આપણાં બાળકો માટે જિંદગીનો મોટામાં મોટો પાઠ એ છે કે તેઓ ફક્ત

પોતાનાં ભણતરની જ નહીં પરંતુ પૂરી જિંદગીની જવાબદારી લેતાં શીખે. ડાઈનિંગ ટેબલ ગોઠવવું, પોતાનો ઓરડો સાફ રાખવો, રસોડામાં મદદ કરવી જેવાં કામો પણ એમને શીખવો. આ પ્રકારનાં કામોથી કાંઈ એમનું ભણતર અટકવાનું નથી. એવાં કામો ઉમેરવાથી શિસ્તબદ્ધ થશે. જવાબદારીની સભાનતાથી ગૌરવ અનુભવશે અને પરિવારના સભ્યોને સહાયભૂત થવાની ટેવ પણ પડશે.

શારીરિક રમતગમતના લાભો:

જિંદગી ગતિશીલતા છે અને ગતિશીલતા જિંદગી છે. શારીરિક રમતગમત એ તમારા સંતાનની રોજિંદી જિંદગીનો હિસ્સો હોવો જ જોઈએ. તમારા બાળકની શારીરિક પ્રવૃત્તિ વધારવા માટે થોડી ટીપ્સ. એનો સ્ક્રીન ટાઈમ નિયંત્રિત કરો. દિવસભરની બેઠાડુ એકવિધતા દૂર કરવા માટે થોડો પોરો ખાવા બહાર જઈને નાની નાની પ્રવૃત્તિ કરો. તમે બાળક લક્ષી પ્રવૃત્તિઓ જેવી કે ડાન્સ-મ્યૂઝિક ક્લાસિસ વગેરે ઉમેરી એમની રોજિંદી જિંદગીમાં વિવિધતા લાવી શકો જેથી એમની તંદુરસ્તી જળવાઈ રહે. તમે પરિવાર સાથે પણ મનોરંજક માર્ગ શોધી શકો અને શારીરિક-માનસિક રીતે સક્રિય રહી શકો.

પાંચ વર્ષની વય નીચેનાં બાળકોને રમતગમતનો વધારે સમય જોઈએ. થોડી ઓછી તૈયારીવાળી પ્રવૃત્તિ એને વ્યસ્ત રાખી શકે જેમ કે- ઓરડામાં રહેલી લાલ વસ્તુઓ શોધવા મગજને સક્રિય કરવું કે કેલિગ્રાફી અથવા સારા અક્ષરે લખવું કે ચિત્રો દોરવાં કે બૂટ-મોજાંની જોડીઓ બનાવવી વગેરે. અંતે, બાળક પર સજાગ અને સચેત નજર રાખવી મહત્ત્વની બાબત છે પરંતુ એને પોતાનો અવકાશ જરૂર આપો.

○ **બાળકના મોબાઈલ / કમ્પ્યુટરના સ્ક્રીન ટાઈમનું સમયપત્રક નક્કી કરો.**

બાળકોની એક આખી પેઢી સ્માર્ટફોન, ટેબ્લેટ્સ અને અન્ય ઈલેક્ટ્રોનિક ડિવાઈસિસ સાથે મોટી થઈ રહી છે. આ કારણે ઘણાં વાલીઓ ડરે છે પરંતુ વૈજ્ઞાનિકો પાસે પ્રશ્નનો જવાબ પણ છે: બાળકોના વિકાસશીલ મગજ પર સ્ક્રીન ટાઈમની શી અસર થઈ રહી છે?

એડોલેસન્ટ બ્રેઈન કોગ્નિટિવ ડેવલપમેન્ટ સ્ટડીના બે મહત્ત્વનાં તારણો:

(૧) સ્માર્ટફોન, ટેબ્લેટ્સ અને વીડિયો ગેઈમ્સનો દિવસમાં સાત કલાકથી વધારે સમય સુધી ઉપયોગ કરતાં કેટલાક બાળકોનાં મગજમાં એમઆરઆઈ સ્કેન દ્વારા નોંધપાત્ર તફાવત જણાયો છે.

(૨) બે કલાકથી વધારે સમય ગાળતાં બાળકોનો વૈચારિક અને ભાષા સંદર્ભે પરીક્ષણનો સ્કોર ઓછો આવ્યો છે.

વધારે સમય સ્ક્રીન ટાઈમ ગાળતાં બાળકોનો બ્રેઈન સ્કેન દર્શાવે છે કે એમને પ્રી મેચ્યોર થીનીંગ ઓફ ધ કોર્ટેક્ષ (અકાળે કોર્ટેક્ષનું પાતળું થવું) અને સર્ટન એઈજ એપ્રોપ્રિએટ બ્રેઈન પ્રોસેસમાં (ઉંમરના હિસાબે થતી ચોક્કસ મગજની પ્રક્રિયા) વિક્ષેપ પડ્યો હતો જેવી કે વિવિધ સંવેદનાઓ દ્વારા થતી માહિતી પ્રક્રિયા. હવે આ તબક્કે, આપણે વિચારવું રહ્યું કે આ રીતે વધારે પડતો સ્ક્રીન ટાઈમ બાળકનાં શૈક્ષણિક કાર્યને ઓછું કરી શકે, પરંતુ એમ પણ બની શકે કે જે બાળકોને માનસિક રીતે વિઝ્યુઅલ સ્કેનિંગ, પ્રેક્ટિસ, એટેન્શન ડેફિસિટની તકલીફ હોય, તેમને કોઈ પડકાર ભરેલું કે મુશ્કેલ કાર્ય કરવાનું ભારે પડે અને તેઓ આ તરફ વધારે ખેંચાઈ જાય. સંશોધકીય અભ્યાસ પ્રમાણે વધારે પડતો સ્ક્રીન ટાઈમ બાળકોનાં આરોગ્યને નુકસાન કરી શકે, જેમ કે વધતી જતી સ્થૂળતા (ઓબેસીટી) અને ઊંઘમાં ખલેલ. વધારે પડતો ઈલેક્ટ્રોનિક ચીજોનો ઉપયોગ આંગળીઓ કે હાથના સ્નાયુને નબળા પાડી શકે અને નબળી શૈક્ષણિક કામગીરી તરફ પણ વાળી શકે. શરૂઆતમાં ટીવી

અને વીડિયો ગેમ્સ માટે એમ કહેવાતું કારણ કે ત્યારે તેનું ચલણ હતું. પરંતુ ૨૦૦૭ માં સ્માર્ટ ફોન આવ્યો અને એકાએક સ્ક્રીન ટાઈમનો હદપાર વગરનો ઉપયોગ વધી ગયો. તરુણોનાં મગજનો અભ્યાસ એમના ઈન્સ્ટાગ્રામ ફીડની તપાસ સમયે ઉમેરાયો. એમણે શોધ્યું કે જ્યારે તરુણો-તરુણીઓ (કિશોર-કિશોરીઓ) એમનું ઈન્સ્ટાગ્રામ જુએ છે ત્યારે એમના મગજની રિવોર્ડ સિસ્ટમ સક્રિય થઈ હતી- તેને કારણે ડોપેમાઈનનો સ્રાવ થયો હતો- આ રસાયણ તૃષ્ણા-લાલસા અને ઈચ્છા સાથે સંબંધિત છે. જે તરુણો- તરુણીઓ મોડી રાત સુધી ઈલેક્ટ્રોનિક ગેજેટ્સનો ઉપયોગ કરતાં હોય તેમને ઊંઘમાં ખલેલ, ડિપ્રેસનનું જોખમ વધારે. સ્ક્રીન ટાઈમમાં કાપ આવાં લક્ષણો ઘટાડી શકે.

પોતાનાં સંતાનનાં સ્ક્રીન ટાઈમ વિશે સજાગ કે સચેત વાલીઓ માટે અમેરિકન પીડીઆટ્રિક એસોસિએશન દ્વારા આ માર્ગદર્શક સૂચનો છે:

- અઢાર મહિનાની નીચેનાં બાળકો માટે કોઈ સ્ક્રીન ટાઈમ નહીં.

- અઢારથી ચોવીસ મહિનાનાં બાળકો ફક્ત માતાપિતા સાથે ઊંચી ગુણવત્તાના મીડિયા પ્રોગ્રામ સાથે સંલગ્ન થઈ શકે.

- બેથી પાંચ વર્ષનાં બાળકો માટે ગુણવત્તાયુક્ત પ્રોગ્રામ માટે પણ એક કલાકથી ઓછો સમય.

વાલીઓએ પોતે બાળકો સામે મોબાઈલ પર વધારે સમય ગાળવા કરતાં શારીરિક પ્રવૃત્તિઓ જેવી કે રમતગમત, મજામસ્તી કરવાં જોઈએ.

વર્તમાન મુદ્દાઓ માટે વધારે જાણકારી માટે ડો. ધ્વનિ અનિલ શાહ, ઑપ્થેલ્મોલોજિસ્ટ એન્ડ રેટિના સ્પેશિયાલિસ્ટ કહે છે તે વાંચો:

"મારાં બાળકો આખો દિવસ મોબાઈલ જુએ છે," ઘરબહારના વ્યવસાયોમાં વ્યસ્ત કે ઘરકામમાં વ્યસ્ત વાલીઓની આ સામાન્ય ફરિયાદ છે. મારે પણ ત્રણ વર્ષનું નાનું બાળક છે અને મારી પણ એ જ ફરિયાદ છે.

હું શું કરી શકું? આપણી જિંદગી કાર્યસૂચિ અને પ્રતિબદ્ધતાયુક્ત પ્રવૃત્તિશીલ થઈ ગઈ છે વળી મહામારીનો સમય છે જ્યારે આપણાં બાળકો નાનકડા પડદા પર વ્યસ્ત રહે છે ત્યારે એ વાત આપણી જિંદગી માટે સરળ પણ છે. જ્યારે આપણાં બાળકો ખાવાનાં ધાંધિયા કરતાં હોય ત્યારે તો આ સ્ક્રીન તારણહાર લાગે છે. તો મોટાં સંતાનો માટે ઓન લાઈન ક્લાસિસ હોય છે.

આપણે સૌ જાણી ચૂક્યાં છે કે વધારે પડતો સ્ક્રીન ટાઈમ યોગ્ય નથી, મર્યાદિત પ્રમાણ ચલાવી લેવાય પરંતુ વધારે સમય મગજ, આંખો અને તંદુરસ્તીને હાનિ કરી શકે.

ઉપાય?

મોબાઈલનો ઉપયોગ બંધ કરવો જોઈએ એ આદર્શ જવાબ છે પરંતુ એ શક્ય છે? કોઈ વયસ્કને પૂછી જોજો, કોઈ સંમત નહીં થાય. એમાં રસપ્રદ વીડિયો જોઈ રહેલાં બાળકને કેવી રીતે કહી શકાય કે મોબાઈલ બંધ કર? પણ સ્માર્ટ યુસેજ (ઉપયોગ) શક્ય છે."

પહેલાં તો તમારાં બાળકોનાં સ્ક્રીન ટાઈમની ગણતરી કરો. જો તમે ચોક્કસ ગણતરી કરી હશે તો એ કલાકોમાં હશે. અહીં બાળક ફક્ત હળવાશ માટે જમતી વખતે મોબાઈલ પર હોય કે એના ઓનલાઈન ક્લાસીસ હોય.

પહેલી સુધારણા- મોટા સ્ક્રીનની સગવડ શક્ય હોય તો બાળક અને સ્ક્રીન વચ્ચે યોગ્ય અંતર જાળવીને તેનો ઉપયોગ શરૂ કરાવો. આઈપેડ અને મોબાઈલ કરતાં ટીવી અને ડેસ્કટોપ હંમેશાં વધારે સારાં છે.

સામાન્ય રીતે ઓનલાઈન ક્લાસીસ નિયમિત રીતે પંદર-ત્રીસ મિનિટ્સના વિરામ સહિત ત્રણચાર કલાક ચાલતા હોય છે. વિરામનો અર્થ વોટ્સએપ મેસેજિસ, ઈન્સ્ટાગ્રામ કે ફેસબૂક જોવાનો નથી. આંખોને આરામ મળે એટલે વિરામ આપવામાં આવે છે. ધ્યાન રાખો કે બાળક સીટ પરથી ઊઠે, રસોડામાં જઈને પાણી પીએ કે વોશરૂમ જાય. સ્ક્રીન પર જોતી વખતે આપણે વારંવાર પલક પાડતાં નથી. સજાગ

થઈને પલક પાડવાની (બ્લિન્કિંગ) ક્રિયાને ઉત્તેજન આપવું જરૂરી છે. આ કારણે આંખોનું સુકાવું ઓછું કે બંધ થશે.

નાનાં બાળકો માટે જમતી વખતે સ્ક્રીન ટાઈમ ૫0% ઓછો કરવાનો પ્રયત્ન કરો. રમતગમત જેવા વિકલ્પો વિચારી શકાય. જમવાની જગ્યા બદલો. ઘરનો ઝરુખો (બાલ્કની) કે ગીરદી ન હોય તેવી અગાસી પસંદ કરી શકાય.

તમે જોજો કે જ્યારે બાળક લાંબો સમય મોબાઈલ સ્ક્રીનથી દૂર હોય છે ત્યારે વધારે ચપળ, રમતિયાળ અને ખુશ રહે છે.

સ્ક્રીન ટાઈમના વધારાને કારણે આંખનો દુખાવો, આંખો લાલ થવી, સૂકી થવી અને માથાનો દુખાવો જેવાં લક્ષણો જણાય છે. એ આંખોની દૃષ્ટિ નબળી પડવાનું મુખ્ય કારણ પણ છે. આવાં કોઈપણ લક્ષણો જણાય તો આંખનાં ડોક્ટરને બતાવવું જરૂરી છે.

ટેકનોલોજીને આપણે નકારી ન શકીએ પરંતુ એનો યોગ્ય ઉપયોગ ચાવીરૂપ બાબત છે.

○ **સંપૂર્ણતાનો આગ્રહ છોડો. એને સારપનો હરીફ ન બનાવો.**

ઘરની દરેક પ્રવૃત્તિઓમાં ગૃહરાજ્ઞી (માતા) હંમેશાં સત્તાનું કેન્દ્ર રહે છે. એકાએક ઊભી થતી કટોકટી, અરસપરસ કલહમાં મુત્સદ્દીગીરી અને ઉકેલ દ્વારા તેઓ ઘડાયેલાં વ્યાવસાયિક પુરવાર થાય છે.

જો કે આ 'નવું સામાન્ય દબાણ' મા, પત્ની કે પુત્રી તરીકે અન્યાયકારક અને ભારરૂપ છે. આ તો જાણે જંક્શન પર ટ્રાફિકનો ભરાવો થાય અને એક હવાલદાર કોઈની પણ મદદ વગર એને સંભાળે ઉપરાંત ઓટોમેટિક ટ્રાફિક સિગ્નલ્સ પણ કામ ન લાગે તેવો ઘાટ થાય. આખા ઘરના આવા સુકાની બનવું એટલે માનસિક રીતે નિચોવાઈ જવું. દરેકના હિતેચ્છુ બનવું એ થકવનારી ભૂમિકા છે. ફક્ત એક જ વ્યક્તિએ સમગ્ર ઘરનો ભાર ઉપાડવો એ તો અન્યાયકારક જ છે છતાં આ ઘણાંની વાસ્તવિકતા છે.

આમાં એવું છે કે તમે જાણતાં નથી કે ક્યારે, કેવી પરિસ્થિતિ પેદા થશે કારણ કે કાંઈ નિશ્ચિત હોતું નથી. આને માટે મેં સૂત્ર બનાવ્યું છે, "સંપૂર્ણતાનો આગ્રહ છોડો. એને સારપનો હરીફ (દુશ્મન) ન બનાવો."

તો આવા સમયે કોણે શું કરવું જોઈએ? જ્યારે યાત્રા અગમ્ય લાગે ત્યારે એક જ ઉપાય છે કે એક પછી એક પગલું માંડતાં આગળ વધવું. ડોરીએ ફાઇન્ડિંગ નેમોમાં કહ્યું છે, 'તરતાં રહો.' એક દિવસ બેસીને તમારાં મનની અપેક્ષાઓ માટે વિચારીને સ્પષ્ટ થાવ કે ભૂતકાળમાં શું બનતું હતું અથવા ઊભી થયેલી પરિસ્થિતિમાં તમે સામાન્ય રીતે ક્યો રસ્તો કાઢશો. કશું જ સામાન્ય ન લાગે તો તમારે લક્ષ્ય અને અપેક્ષા વિશે વિચારીને વ્યવહારુ બનીને કામ પાર પાડવું પડે.

જો તમારે દિવસમાં ત્રણ વખત ગરમાગરમ ખાવાનું બનાવવાનું હોય અને હવે તમે તેમ ન કરી શકો તો એને માટે લઘુતા ન અનુભવો. તમારા પરિવારને ભોજન મળ્યું તે બરાબર, તમારે ત્રણ વખતનું સંપૂર્ણ મેનુ બનાવવાની જરૂર નથી. તે રીતે તમારાં

બાળકો સ્કૂલમાં ચોક્કસ રીતે વર્તે તે માટે તમારી જે અપેક્ષા હોય તે હવે બદલો. એ સારું છે કે તેઓ ઓનલાઈન સ્કૂલ એટેન્ડ કરે છે, તમારે એમના માટે સંપૂર્ણતાના આગ્રહ સાથે ઊંચાં માર્ક્સનું લક્ષ્ય રાખી, અપેક્ષા રાખવાની જરૂર નથી. પહેલાં તમારું ઘર સ્વચ્છતાથી ઝળહળતું હતું તે આજે એવું જ હોય તે જરૂરી નથી. ઘરમાં બધું બરાબર હોય તે ઈચ્છનીય પરંતુ રોજ જ બેડશીટ બદલાય એવો કર્મકાંડ જરૂરી નથી.

વિચાર તો એવો છે કે નિષ્ફળતાનાં રોદણાં રડવાં કરતાં નાની નાની વસ્તુઓનું ઉજવણું કરો. કેટલીક વાર મોટા લક્ષ્યાંકમાં નિષ્ફળતાનો ડર આપણને શરૂઆત પણ કરવા દેતો નથી! જો તમે આજે કામ કરી શકતાં હો તો તમારાં બાળકોને ઓનલાઈન ક્લાસમાં સહાયક બનો અને પ્લાન બનાવીને રાંધો, આટલી જીત પૂરતી છે. જો તમે એક દિવસ કસરત ન કરી શકો કે અન્ય રોકાણને લીધે તમારા બાળકને સ્કૂલના કામમાં મદદ ન કરી શક્યાં હો તો જાતને ગ્રેસ આપો, તે દિવસે બધું કામ પાર પાડીને તમે શું હાંસલ કર્યું તેનાં પર ધ્યાન કેન્દ્રિત કરો.

આ દરમિયાન અપેક્ષાઓને નિર્ણાયક માળખામાં ગોઠવો. વખતે એક કે બીજાં કારણે એ મુશ્કેલ પણ હોય, જો તમારે માટે શક્ય હોય તો તમારા પરિવારને એકત્રિત કરી કહો કે તમારે નવા કેવા પડકારોનો સામનો કરવાનો આવ્યો છે અને તેની ચર્ચાવિચારણાં કરો. એમને સમજાવો કે માતૃત્વ અને વ્યવસાયી સ્ત્રી, સ્કૂલ ટીચર અને ઘરના મેનજર તરીકે બધી ભૂમિકાનું સંતુલન એક સાથે કઈ રીતે કરી રહ્યાં છો. સૌથી મહત્ત્વનું, હવે કેવો બદલાવ આવશે તેની ચર્ચા કરો. તમે જ્યારે સ્વીકારો કે જેટલું 'સારું' હશે તે ચાલશે અને 'સંપૂર્ણતાનો આગ્રહ' જરૂરી નથી ત્યારે તે તમારા પરિવારને પણ જણાવી દેજો, સામાન્ય રીતે તમે જે ઘરેલુ કામકાજ કરતા હો તેમાં એમને જોડો, તમારા જીવનસાથીને પણ કહી દો કે એમણે પણ પગલું ભરવું પડશે. તમારાં સંતાનો બરાબર કામ કરતાં નથી તેનાં પર ધ્યાન આપવાને બદલે તેઓ જે કામ કરવામાં સહભાગી થાય તે કરવા દેજો. તમારી અપેક્ષાઓને વધારવાને બદલે ઓછી કરો અને પરિવાર સાથે વાતચીત કરતાં રહો તો સંઘર્ષ ઓછો થશે.

આવી પરિસ્થિતિ માટે આપણી કોઈની પાસે તૈયાર માર્ગદર્શિકા નથી. આપણી પાસે સતત વિકસતી અને અનુકૂલન કરતી આધાર રાખી શકીએ એવી પોતાની જાત છે. તમારી જાત પ્રત્યે દયાવાન રહો, વાસ્તવિક અપેક્ષાઓ સાથે સફળ થવા જાતને તૈયાર કરો અને નાની નાની જીતની ઉજવણી કરતા રહો જે તમને પ્રગતિશીલ ઊર્ધ્વદર્શન કરાવશે.

○ **જીવનના દરેક તબક્કે માનસિક આરોગ્યનું મહત્ત્વ છે: બાળકો માટે સકારાત્મકતાનું વલણ કેળવીને એમનામાં પણ એનું આરોપણ કરો.**

જે દિવસે માનવબાળનું ગર્ભારોપણ થાય છે તે દિવસથી વ્યક્તિગત જીવન સમાપ્ત થાય છે, પછી તે સતત પરિવર્તનશીલ અને વિકસિત બની રહે છે. વિકાસની વ્યાખ્યા પ્રમાણે પરિપક્વતા તરફ પ્રગતિ. બાળકો શારીરિક અને જ્ઞાનાત્મક રીતિની જેમ જ સામાજિક અને ભાવનાત્મક રીતે પણ વિકસે છે. તેઓ પરિવારના સભ્યો, મિત્રો, શિક્ષકો અને ઘરકામ સહાયકો સાથે પ્રત્યાયન, રમવું, કામ કરવું અને જીવન જીવવાનું શીખે છે. તેઓ પોતાની અને બીજાંની લાગણીઓ સમજતાં શીખે છે. પુખ્ત વ્યક્તિ તરીકે વર્તાવ કરતાં પહેલાં બાળકોએ આત્મવિશ્વાસ કેળવવો પડે. સારા-નરસાનો ભેદ શીખવા સાથે એમણે નૈતિકતાના પાઠ ભણવા પડે.

વ્યાવસાયિક ચિકિત્સક (ઑક્યુપેશનલ થેરાપિસ્ટ) તરીકે મને એવાં અનેક બાળકોનો પરિચય થયો છે જેઓ હઠીલા, અકડુ, ઘમંડી કે આક્રમક વર્તન કરતાં જણાયાં હોય. તેઓ અસંસ્કારી, તોછડાં, ભાંગફોડિયાં, વિચિત્ર, ચીડિયાં, અસાધારણપણે શાંત, નિરાશ-હતાશ, મુંઝાયેલાં અને ભયભીત હોઈ શકે.

એનું એક કારણ ભાવનાત્મક આંતરિક અસ્વસ્થતા કે આત્મસન્માનનો અભાવ હોઈ શકે.

આ દુનિયામાં પોતાનું મહત્ત્વ કેટલું છે એ અંગે બાળકો પોતાનું સ્વમૂલ્યાંકન કેવી રીતે કરે છે તેના પર એમની આત્મસન્માનની ભાવના નિર્ધારિત છે. તમામ બાળકો માટે સકારાત્મક સ્વમૂલ્યાંકનને વિકસાવવું મહત્ત્વનું છે. પરંતુ શીખવાના અને વિચારવાના તફાવતનાં કારણે બાળકો માટે એ મુશ્કેલ બની શકે. એનું કારણ સ્વમુલ્યાંકનની ભાવના એમને પોતાની સક્ષમતા વિશે શું લાગે છે તેની સાથે ગૂંથાયેલી છે. શીખવા અને સમજવાની ક્ષમતાનો તફાવત એમને સ્કૂલનાં ભણતર માટે પણ મુશ્કેલ બની શકે છે. તેઓ સામાજિક રીતે પણ તકલીફ અનુભવી શકે છે.

માનસશાસ્ત્રીઓ માટે મોટાભાગે ચર્ચાનો અગત્યનો મુદ્દો આત્મસન્માન છે. માસ્લોવનો સિદ્ધાંત સરસ રીતે સમજાવે છે કે ખરેખર વિકસવું અને વાસ્તવિક હોવું એટલે પોતીકી સ્વસન્માન અને મૂલ્યાંકનની જરૂરિયાત અને અન્ચોના પ્રતિભાવનો સમન્વય.

તમે તમારા બાળકને એમનાં કામ, વલણો અને પ્રયત્નો માટેની પોતાની શક્તિનો અહેસાસ કરાવીને, એમની કદરદાની કરીને એમનામાં સકારાત્મક સ્વસન્માનની વિભાવના વિકસાવવામાં સહાયક બની શકો.

અહીં એ અંગે કેટલાક માર્ગદર્શક સૂચનો:

(૧) વાતચીતની શરૂઆત કરો અને એમના રોલ મોડેલ બનો:

તમારા બાળક/બાલિકા સાથે ફક્ત ભણવા કે વિચારવાના તફાવત અંતર્ગત જ નહીં પણ તમને જે પડકારો જણાયા હોય તે અને એને ઝીલવા વિશે તમે વિચારેલા ઉકેલ વિશે વાત કરો. તમારી પોતાની નબળાઈઓની સ્વીકૃતિ સાથે શક્તિ સામર્થ્યના અહેસાસની વાતો બાળકોને સંભળાવવાનું એમને માટે પણ સારું છે.

(૨) સ્પષ્ટ પણ ટીકાત્મક નહીં એવો પ્રતિસાદ આપો:

બાળકો વધારે સારું અને પરિણામલક્ષી કાર્ય કરી શકે તેની જરૂરિયાત કેમ એ માટે એમની સાથે વાત કરવાનું મુશ્કેલ બનાવી શકે છે. સકારાત્મક સ્વસન્માનની ભાવના લક્ષ્ય માટેનાં કઠોર પરિશ્રમથી જાગી શકે એટલે ટીકાત્મક વલણને બદલે બાળકને આગળ વધવા માટે ચોક્કસ ધ્યેયલક્ષી કાર્ય માટે પ્રેરણા આપો.

(૩) બાળક માટે વિકાસરૂપ માનસિક બદલાવને પ્રોત્સાહન આપો:

તમારાં બાળકને નકારાત્મકતા દૂર કરી સકારાત્મક વિચારવિનિમય તરફ પ્રેરિત કરો. દા.ત. વખતે તમારું બાળક કહે, "ડિસ્લેક્સિયાનાં કારણે હું એ કઠિન પાઠ વાંચી નહીં શકું." તમે આવો પ્રતિભાવ આપી શકો, "હા, મને ખબર છે કે તારા માટે વાચન

તકલીફ આપનારું છે એટલે તું એ પુસ્તક વાંચી ન શકે. તો આપણે એક પ્લાન બનાવીએ જેથી તને એ પાઠ્યપુસ્તક સમજવાનું સરળ પડે."

(૪) એમને શીખવો કે ભૂલો એ શૈક્ષણિક અનુભવો છે:

વિકસિત સકારાત્મક વલણ એ છે કે ભૂલોનો સ્વીકાર કરવો એ શૈક્ષણિક તક છે. જ્યારે તમારા બાળકને ખબર છે કે નિષ્ફળ પણ થવાય અને ભૂલોનો પણ ઉકેલ હોય છે. આ બાબત એનાં આત્મસન્માન માટે વિધાયક નીવડી શકે.

(૫) તમારા બાળકનાં વલણ (અભિગમ) અને પ્રયત્નોને વખાણો— માત્ર પરિણામ એ અંત નથી:

બાળકની કદરદાની મહત્ત્વની છે પરંતુ તમે એ કેવી રીતે કરો છો તે પણ અગત્યનું છે. ફક્ત અંતિમ પરિણામને ધ્યાનમાં લેવાના બદલે બાળકને એના પ્રયત્નોની પ્રક્રિયા દરમિયાન પણ વખાણો. પડકારોની સામનો કરતા બાળકોના અભિગમની સ્વીકૃતિ દ્વારા તમે એમને શીખવી શકો કે તેઓ અડચણો દૂર કરીને સફળ થવા સક્ષમ છે. ચોક્કસ પ્રકારની પ્રામાણિક કદરદાની સકારાત્મક આત્મસન્માનનં બંધારણની ચાવી છે.

(૬) ઈતર પ્રવૃત્તિ માટે પ્રોત્સાહન આપો:

બાળકોને રસ હોય અને તેઓ સારી રીતે કરી શકતાં હોય તેવી ઈતર પ્રવૃત્તિઓની શોધ શૈક્ષણિક સંઘર્ષના પરિપ્રેક્ષ્યમાં એમની આંતરિક શક્તિના અહેસાસમાં સહાયક બનશે.

(૭) પોતાની મર્યાદાઓને અતિક્રમીને સફળતા અને સિદ્ધિ મેળવનારાં લોકોની કથાવાર્તાઓનું એમની સાથે પઠન અને ચર્ચા કરો:

વૈચારિક અને શૈક્ષણિક મર્યાદા ધરાવતા અનેક રમતવીરો અને નામાંકિત સફળ લોકો દુનિયામાં છે જેમની સંઘર્ષયાત્રાની જાણકારી પણ પ્રેરક બની શકે.

આત્મસન્માનનું નિર્માણ મહત્ત્વની બાબત છે. જ્યારે આપણે જાતને ચાહતાં શીખીએ છીએ ત્યારે આપણે ખુશહાલ સંબંધો, પરિપૂર્ણ કારકિર્દી અને બહેતર જીવન તરફ પ્રગતિ કરીએ છીએ. પરંતુ જાત માટે ગળથૂથીમાં ઘુંટાયેલી ગર્ભિત લાગણીઓથી ઉપર ઊઠવું સરળ નથી એટલે નિષ્ણાત ચિકિત્સકો કેટલાક ઉપચાર સૂચવે છે જે મોટાભાગે આપણી જાત વિશેનાં દ્રઢમૂળ નકારાત્મક વિચાર-વલણોમાંથી મુક્ત થઈને સજાગ-સચેત (જ્ઞાનાત્મક) વર્તનવ્યવહાર માટે પ્રેરક બને છે.

અભ્યાસો દ્વારા તરુણોનાં આત્મસન્માન અને માનસિક તંદુરસ્તીમાં પરિવાર અને સમાજ થકી મળતા ચોક્કસ પ્રકારના સહયોગના પારસ્પરિક સંબંધોનું દર્શન થાય છે. તેથી બાળકોનાં સ્વવિકાસ અને માનસિક તંદુરસ્તીની કાળજી માટે વ્યવહારુ સહયોગી બનવું એ અગત્યની ચાવી છે.

બાળકો નહીં કહે,” મારો દિવસ મુશ્કેલ છે. આપણે વાત કરીએ?”

એ લોકો તો કહેશે, “તમે મારી સાથે રમશો?”

○ **દિવ્યાંગ / વિશિષ્ટ પડકારરૂપ બાળકો અને સામાજિક જવાબદારી.**

શાળાકીય શિક્ષણ એવી પ્રક્રિયા છે જ્યાં જ્ઞાનની તપસ્યા, બૌદ્ધિકતાને પ્રજ્વલિત રાખવી અને વ્યક્તિનું સામાજિક અને ભાવનાત્મક રીતે સંવેદનશીલ ઘડતર કરવું. આ પ્રક્રિયા દ્વારા સમાજ યુવાજગતને સુસંસ્કૃત અને આનંદિત જીવનનો અર્થ સમજાવે છે. વિદ્યાર્થીઓને બૌદ્ધિક અને શારીરિક ક્ષમતાના પાઠ ભણાવતી શિક્ષણસંસ્થાઓ એમને જવાબદાર નાગરિક અને વ્યક્તિ તરીકે વિકસવામાં આગવું પ્રદાન કરે છે. પરંતુ બધાં બાળકોનો સમાન વિકાસ થતો નથી. કેટલાક બાળકોની શીખવાની પ્રક્રિયા ધીમી તો કેટલાકની ખૂબ ઝડપી હોય છે. આવા અંતિમ છેડેના વિદ્યાર્થીઓ બન્ને જૂથમાં અપવાદરૂપ ગણાય છે.

શીખવાની અક્ષમતા ધરાવતાં બાળકો પણ હોય છે જેમને જોવાની અને સાંભળવાની તકલીફ હોય છે, કામકાજમાં બેધ્યાનપણું અને સખળડખળ રીતભાત ધરાવતા બાળકો માનસિક રીતે પડકારયુક્ત હોય છે તે પ્રમાણે શારીરિક રીતે અક્ષમ અને અપંગ બાળકો પણ હોય છે. વાતચીત દ્વારા હળવું-મળવું અને સંવાદ સાધવાની તકલીફ ધરાવતાં, સામાજિક અને ભાવનાત્મક રીતે અસ્વસ્થતા અનુભવતાં બાળકો પણ હોય છે.

આ બાળકો એમની ઉંમરનાં સામાન્ય રીતે સ્વસ્થ બાળકો સાથે અનુકૂલન નથી સાધી શકતાં. આમ વ્યક્તિગત તફાવતનું સ્તર એટલું ઊંચું હોઈ શકે છે કે એ બાળકો માટે ફરજિયાતપણે અલગ શિક્ષણની વ્યવસ્થા ઊભી કરવી જરૂરી થઈ જાય છે. જેઓ નાનાં જૂથનું પ્રતિનિધિત્વ કરે છે તેવાં અત્યંત વિચક્ષણ બાળકોને પોતાની ક્ષમતાને સંવર્ધિત કરતી પ્રવૃત્તિની જરૂરિયાત છે જેથી તેઓ પોતાની સક્ષમતાનો મહત્તમ ઉપયોગ કરી શકે. એકસો ત્રીસ કે વધારે બુદ્ધિઆંક ધરાવતા બાળકો વસ્તીમાં બે ટકા છે જેમને વિશિષ્ટ શિક્ષણ દ્વારા વ્યાખ્યાયિત કરી શકાય છે. કેટલાક વિદ્યાર્થીઓની બૌદ્ધિક અને વૈચારિક શક્તિ વૈવિધ્યસભર અને સંકલનક્ષમ હોય છે. એવાં વિચક્ષણ બાળકોની જરૂરિયાત અનન્ય હોય છે એટલે એ ન સમજાય કે સ્વીકૃત ન થાય તો એમને બિનશૈક્ષણિક ક્ષેત્રે ઘણીવાર સંઘર્ષનો સામનો કરવો પડે છે.

અમેરિકન માનસશાસ્ત્રી અને કેળવણીકાર સેમ્યુઅલ કિર્કના મતે, "અપવાદરૂપ બાળકો સામાન્ય બાળકોથી અલગ શારીરિક-માનસિક લક્ષણો અને સંવેદનશીલ ચેતાતંત્ર ધરાવે છે. એમની સામાજિક, ભાવનાત્મક વર્તણૂક, વાતચીતકલા કે સંવાદક્ષમતા કે બહુવિધ વિકલાંગતા એવી હોય છે કે એમને સ્વવિકાસ માટે ક્ષમતા મુજબ સરેરાશ સ્કૂલથી વિશેષ કે પૂરક શિક્ષણ આપવું જોઈએ."

દિવ્યાંગ બાળક સાથે વ્યવહાર કરતી વખતે વાલીઓ, સ્કૂલ, સહાધ્યાયીઓ, સંસ્થાઓની ભૂમિકા:

સામાન્ય સામાજિક અનુકૂલન અને શૈક્ષણિક સિદ્ધિમાં ઉપરોક્ત તમામ લક્ષણો અવરોધક છે, પોતાનાં બાળકની જરૂરિયાત માટે વાલીઓએ સજાગ અને સચેત રહેવું જોઈએ. વાલીએ પોતાનાં બાળકનું સતત નિરીક્ષણ કરતાં રહેવું અગત્યની બાબત છે. એમનાં ગમાઅણગમા અને ખાસ જરૂરિયાતો શું છે તે જાણવું જરૂરી છે, એમનામાં આત્મવિશ્વાસ કેળવાય તે માટે પૂરતી પ્રેરણા અને પીઠબળ જરૂરી છે. પોતાને શું કરવું છે તે તમારા બાળકને કહેવા દો.

દિવ્યાંગ બાળક માટે સૂચક વ્યક્તિગત કાર્યક્રમનાં ઘડતરમાં શિક્ષકનું યોગદાન ખાસ્સું મહત્ત્વનું છે.

શિક્ષકો/ શિક્ષિકાઓ તો દરેક પ્રકારની ક્ષમતા ધરાવતા બાળકોનાં માર્ગદર્શકો/માર્ગદર્શિકાઓ છે. તેઓ દરેક બાળકની ક્ષમતા અને મર્યાદાની પરખ કરી એમને સહાયક માર્ગદર્શન પૂરું પાડીને એમને ગતિશીલતા અને ઊર્ધ્વીકરણ માટે પ્રેરક બની શકે. તેઓ પ્રેરણા અને પ્રોત્સાહનના સ્રોત છે. તેઓ શિષ્યને મહેનતપ્રદ કામકાજ કરીને વિકસવા માટે દરેક પ્રકારે પ્રોત્સાહન પૂરું પાડીને ટ્રેક પર રાખી શકે.

વાલીઓ અને શિક્ષકોએ સાથે મળીને બાળક માટે નિસ્બત દર્શાવવી જોઈએ જેથી બાળક માટે શું જરૂરી છે તેની સ્પષ્ટ સમજણ કેળવાશે. આમ કરવાથી દિવ્યાંગ બાળકની જરૂરિયાતોને સમજી, એમની ફિકર ચિંતાને હળવી કરી, એને જરૂરી પ્રવૃત્તિ માટે પ્રોત્સાહન આપવામાં સરળતા થશે. ધીરજ અને કુમાશભરી માવજત

પરિસ્થિતિને સંભાળવામાં સહાયક બનશે જેથી બાળક કેટલીક ચોક્કસ બાબતો સારી રીતે સમજી શકશે. મૈત્રી અને વિશ્વાસસભર વલણ બાળકને પોતાની સમસ્યાઓને વાચા આપવા માટે સહાયક બનશે.

સહાધ્યાયીઓ પણ વિશાળ હ્રદય રાખીને દિવ્યાંગ બાળકોને પોતાની સાથે સામેલ કરીને સહાયક બની શકે કે જેથી તેમને એકલવાયું ન લાગે.

સંસ્થાઓ પાસે અનુભવી અને કેળવાયેલા શિક્ષકો હોવા જોઈએ જે દિવ્યાંગ બાળકોને સમજીને જરૂરિયાત પ્રમાણે વ્યક્તિગત શિક્ષણ આપી શકે. સંવેદનશીલ વિવિધ સૂચક પ્રક્રિયાઓ શિક્ષણ માટે ઉપયોગી નીવડી શકે. સામાજિક કૌશલ્ય કેળવણી વિદ્યાર્થીને સમવયસ્કો અને મોટેરાં સાથે જુદા જુદા સંજોગોમાં અનુકૂલન માટે સહાયક બનશે. સંસ્થાએ દિવ્યાંગ બાળકો માટે સમાનતાપૂર્ણ વાતાવરણની ઉપલબ્ધતા પૂરી પાડવી જોઈએ. જ્યારે સામાન્ય બાળકો જેવો જ વ્યવહાર થતો તેઓ અનુભવશે ત્યારે એમનો આત્મવિશ્વાસ પ્રબળ બનશે.

દરેક બાળક પોતાની રીતે અનન્ય છે. કેટલાક પ્રાણવાન કે કેટલાક નીરસ હોઈ શકે. આવી ભિન્ન ક્ષમતા છતાં દરેકને સમાન રીતે પોતાની ક્ષમતા વિકસિત કરવાનો હક્ક છે, સર્વસમાવેશક અને ખાસ જોગવાઈ હેઠળ અપાતું વર્ગશિક્ષણ દિવ્યાંગ બાળકના અધિકારનું સંરક્ષણ કરીને અન્ય સહાધ્યાયીઓ સાથે સમરૂપ થવામાં સહાયક નીવડી શકે. અનેક પરિબળોમાંનું એક એ નિશ્ચિત કરે છે કે સામાજિક અને સાંસ્કૃતિક પરિવેશને અનુલક્ષીને જોઈએ તો પરિવારનો સહયોગ અને સામેલગીરી બાળકના શિક્ષણ પર મહત્ત્વનું પ્રભાવક પરિબળ છે.

○ *તમારા બાળક માટે સમય કાઢો.*

હું હમેશાં મારા દર્દીના વાલીઓને કહું છું," બાળકો સાથે જેટલો સમય મળે તે ગાળો અને ખુશ થાઓ કારણ કે સમય તો ઊડી જ જશે અને સમય આવે એટલે બાળકો પણ..."

સંશોધન કહે છે કે બાળકો સાથે પસાર કરેલો ગુણવત્તાસભર સમય એમનાં શૈક્ષણિક અને જ્ઞાનાત્મક પરિણામો માટે સકારાત્મક નીવડે છે. કાર પુલ્સ (વાહનમાં સહમુસાફરી), લંચબેગ્સ, શાળાના સમય બાદની પ્રવૃત્તિઓ, ડિનર (રાતનું ભોજન), હોમવર્ક (ઘરકામ), બાથ ટાઈમ (સ્નાનનો સમય), બેડ ટાઈ'મ (સૂવાનો સમય)- આ બધું કામકાજ પછી કે ઉપરાંત જે હોય તે પરંતુ વાલીપણાની જવાબદારી છે. આ બધી જવાબદારીના ભારવહનની શક્તિ ખર્ચીને તમે પથારી ભેગાં થાઓ છો જેથી ફરીથી સવારે વહેલાં ઊઠી રોજિંદા કામે લાગી શકાય. નાનાં બાળકો સાથે દરેક દિવસ અઠવાડિયું અને દરેક અઠવાડિયું મહિના જેવું લાગે.

છતાં દરેક જન્મદિન પસાર થાય એટલે વર્ષો વીંટળાઈને વહી રહ્યાં હોય તેવું લાગે. પાંચ મહિનાનું બચ્ચું પાંચ વર્ષમાં તો આંખના પલકારામાં મોટું થઈ જાય અને તેવી જ રીતે પંદર વર્ષનું પણ. સમયની આવી અસાધારણ ફ્રૂચ નાનાં બચ્ચાંને બાળપણથી તરુણાવસ્થા અને યુવાનીમાં લઈ આવે એ યુવાન દંપતી માટે બીજું બાયાલોજિકલ ક્લૉક (જૈવિક ઘડિયાળ) પરિવર્તન છે. દરેક દિવસ નવ્ય ઊર્ધ્વીકરણ, નવાં માઈલસ્ટોન્સ અને નવાં આક્ષર્યો લઈ આવે પણ વાલી તરીકેનું પડકારભર્યું જીવન આપણને બાળકનાં નાજુક જાદુઈ જીવનના આનંદ અને કલશોરને માણવાથી વંચિત રાખે છે.

આપણે સ્લો પેરન્ટિંગ, એટેચમેન્ટ પેરન્ટિંગ અને ટાઈમર મૉમ્સ વિશે સાંભળ્યું છે, જો કે મારા ત્રીસ વર્ષનાં કાર્યકાળ દરમિયાન દરેક વાલીને સંલગ્ર ફિલસુફીનું એક તારણ આ છે: તમારાં બાળકો તમારી સાથે અર્થપૂર્ણ સમય ગાળી શકે એ જરૂરી છે. તમે કોણ છો અને કેવી રીતે જિંદગી જીવો છો એ જાણવું-સમજવું એમને માટે જરૂરી છે. પછી બદલામાં તેઓ તમને સારી રીતે અનુભવ કરાવશે કે તમે કોણ છો.

તમારું સંતાન ડે કેર સેન્ટર, સ્કૂલ, ઊંઘવામાં, મિત્રોનાં ઘરે, બેબીસીટર્સ સાથે, કેમ્પમાં અને ઈતર પ્રવૃત્તિઓમાં પસાર કરે છે તેની ગણતરી કરો તો તમે એમાં હોતાં નથી; તેથી બાકીની દરેક ક્ષણ મૂલ્યવાન હોય છે, બાળકનાં જન્મ અને કોલેજકાળ પૂરો થાય તે દરમિયાન ફક્ત ૯૪૦ શનિવાર આવે છે. સાંભળવામાં તો એ ઘણું લાગે પણ તમે એનો કેટલો ઉપયોગ કર્યો? બાળક પાંચ વર્ષનું થાય ત્યાં સુધીમાં ૨૬૦ શનિવાર તો નીકળી ગયા. જેમ જેમ તેઓ મોટાં થાય તેમ તેમ વધારે સમય મિત્રો સાથે અને ઈતર પ્રવૃત્તિમાં વહી જાય. એવું જ રવિવાર માટે. તો પછી બાકીના દિવસોનું શું? તમારાં બાળકોની ઉંમર અને તમારું ઘરબહાર કામકાજ કરવું આ બે વચ્ચે અઠવાડિયાને અંતે માંડ એક-બે કલાક એમની સાથે ગાળવા માટે મળતા હશે.

જો કે બાળકો સાથે દિવસના અંતે કેટલી મિનિટ્સ ગાળી એની ફિકર કરવાના બદલે એ ક્ષણોને યાદગાર બનાવવા માટે ધ્યાન કેન્દ્રિત કરો. ઘણીવાર વાલીઓ આવો મૂલ્યવાન સમય ગુણવત્તાસભર બને એ માટે પ્રયત્નશીલ રહે છે. કુદરત સાથે બે કલાક, બપોર પછી ફિલ્મો જોવી, રેસ્ટોરન્ટ્સમાં ડિનર વગેરે કાર્યક્રમ યાદીમાં આવે. સાચું એય છે કે ગુણવત્તાભર્યો સમય તો તમે બિલકુલ અપેક્ષા ન રાખી હોય ત્યારે પણ આવી જાય— હા, કુદરત માટે અનામત સમયની વાત બરાબર પણ એ તો સ્કૂલે જતાં કારમાં કે આરામગાહી સહેલમાં કે એમની સાથે કોઈ કામ વગરની વાતચીતમાંયે આવી જાય.

જો કે સમયની ગતિ કેવી રીતે ધીમી પાડી શકાય તે તો હું જાણતી નથી, તો પણ બાળકો સાથે કેવી રીતે આશાસ્પદ સમય ગાળી શકાય તે માટે મારી પાસે કેટલાક વિચારો છે— જ્યારે તેઓ પથારીમાં પડ્યાં હોય અને તમે સુવા જવાનાં હો ત્યારે એમની સાથે ગપસપ કરી શકો.

બાળકો સાથેનો દરેક દિવસ કાંઈ સંપૂર્ણ આદર્શરૂપ જ હોય એવું તો નથી પણ સફળ વાલી તરીકે અને એમની સફળતા માટેના પ્રયાસરૂપ વચ્ચે વચ્ચે એકાદ દિવસ તો સંતોષકારક અને ખુશીસભર બનાવી શકાય જે ગહન રીતે અર્થપૂર્ણ હોય.

તરુણાવસ્થાની સમસ્યાઓ

બાળપણની યાત્રાનો સૌથી અજાણ્યો માર્ગ એમની તરુણાવસ્થાનો છે. આ પ્રકરણમાં હું તૃણમૂળથી વાલીઓની ભૂમિકાની ચર્ચા કરીશ જેમાં માતા-પિતાનું ડહાપણ બાળકને વયસ્કતા તરફ પ્રેરક બની રહે તે મુદ્દા સામેલ કરીશ.

મારે મોટીબહેન છે. નસીબજોગે અમે બન્ને એક જ શહેરમાં રહીએ છીએ. એક રવિવારની સાંજે મારી બહેનનો પરિવાર મારે ત્યાં રાત્રિભોજન (ડિનર) માટે આવનાર હતો. અમે સામાન્ય રીતે મહિને એક વાર તો સપરિવાર ભોજનનું આયોજન કરીએ જ. હાલમાં જ 'માતૃદિન' ગયેલો એટલે એની દીકરીનો વિચાર હતો કે આપણે આજે એની ઉજવણી કરીએ. રિયા પંદર વર્ષની પાતળી પરંતુ આકર્ષક તરુણી છે.

એ મૂડી (મિજાજમાં ચડઉતરવાળી) પરંતુ લાગણીવાળી છે. એકાંશ હંમેશાં એની મશિયાઈ મોટીબહેનને મળવા ઉત્સુક હોય છે. એ એની રોલ મોડેલ (પ્રેરણામૂર્તિ) છે. એ માતૃદિનનો શુભેચ્છાપત્ર બનાવી રહી હતી જેમાં એણે એકાંશને પણ સામેલ કરેલો એટલે એ આસપાસ ઉત્તેજનાપૂર્વક ઘૂમતો હતો.

અમે બહેનો અમારું બાળપણ યાદ કરી રહી હતી કે ત્યારે તો આવા કોઈ માતૃદિનનું ઉજવણું થતું ન હતું પરંતુ સમય જતાં કેટલું બદલાઈ ગયું, માની ભૂમિકા તો બદલાઈ જ સાથે સમાજ સતત પરિવર્તનશીલ બની રહ્યો હતો.

સામાજિક સંચારમાધ્યમોએ (સોશિયલ મીડિયા) પારિવારિક સંબંધોનાં સમીકરણો બદલી નાખ્યાં હતાં સાથે તરુણો માટે વિશ્વદર્શન સરળ અને સહજ બની

રહ્યું હતું. માતાઓ એમનાં બાળકોનાં પ્રોજેક્ટ્સ, એસાઈનમેન્ટ્સ, એક્ટિવિટિઝ, પ્રેઝન્ટેશનસ્ અને સબમીશનની તારીખો સાચવવા માટે ફ઼િકર ચિંતા કરતી થઈ ગઈ હતી જ્યારે સંતાનો નચિંત અને બેફ઼િકરાં થઈ હળવાશ અનુભવતાં થઈ ગયાં હતાં કારણ કે એમનો ભાર એમની માતાઓનાં માથે હતો.

મારી બહેને રિયાની બહેનપણી સાચીનો અનુભવ વર્ણવ્યો કે એ ટ્રેન્ડી વેશભૂષા સ્વીકારતાં અચકાતી હતી એટલે એનાં સહાધ્યાયીઓ એની પજવણી કરતાં હતાં. આવી પજવણીથી એની બહેનપણી ખાસ્સી પરેશાન થતી હતી એટલે એ સ્કૂલે જવા પણ માગતી ન હતી. આ તો ભયાવહ વિચાર હતો. મને લાગ્યું કે આ તો જાણે આપણા સમાજનું જ પ્રતિબિંબ છે, જે હોવું જોઈએ એનાં કરતાં ખાસ્સું ઓછું સાનુકૂળ હતું,

"આ તો મહત્ત્વની સમસ્યા છે", હું મોટેથી બોલી.

રિયા અને એકાંશે અમને ઉત્સાહપૂર્વક સરસ રીતે તૈયાર કરેલો અભિવાદન પત્ર ભેટ આપ્યો. અમે કેક કાપીને ઉજવણી કરી. સેલ્ફીઓ પણ લીધી અને રિયાએ તરત જ એના ઈન્સ્ટાગ્રામ એકાઉન્ટ અને સ્ટોરીઝ પર પોસ્ટ કરી. અમારી એ સાંજ ખૂબસૂરત બની રહી, મેં એ નોંધ્યું કે રિયા સતત એને મળેલાં લાઈક્સ અને પ્રતિભાવ પર નજર રાખી રહી હતી.

અમને બન્ને બહેનોને લાગ્યું કે સવાલ જ ઊભો થતો નથી કે અમારાં સંતાનો એવી દુનિયામાં મોટાં થઈ રહ્યાં હતાં જે ઝડપી હતી છતાં વધારે જોડાયેલી હતી પણ વધારે જટિલ હતી, આપણે મોટાં થયાં હતાં તે કરતાં વધારે પ્રગતિશીલ હતી-છે. એ સાથે સમસ્યાઓ લાવી હતી અને એ કાંઈ સારું ચિહ્ન લાગતું નથી.

લેખો

○ સોશિયલ મીડિયા અને એના પર રમાતી રમતોનું વળગણ.

સોશિયલ નેટવર્કિંગ વેબસાઈટ્સનાં કારણે દુનિયાના કોઈપણ છેડે રહેતાં નિકટનાં સ્વજનોનો મેળાપ કરી શકાય છે તેથી આપણું જીવન ખાસ્સું સરળ બની ગયું છે. ફેસબૂક, વોટ્સએપ, ટ્વિટર ઉપરાંત ડઝનબંધ વેબસાઈટ્સનાં ઉપયોગનાં કારણે બાળકો કે વયસ્કોની ક્રિયા-પ્રતિક્રિયા (ઈન્ટરએક્શન) દિવસે દિવસે સહજ બની ગઈ છે. જો કે, સોશિયલ નેટ વર્કિંગ સાઈટ્સનો ઉપયોગ જ્યારે લોકોનાં વાસ્તવદર્શન, એની રોજબરોજની જિંદગીનાં વર્તનવ્યવહાર અને પ્રત્યાયન (કોમ્યુનિકેશન) પર પ્રભાવક બની જાય છે ત્યારે એ મુદ્દા પર બોલવું જરૂરી બની રહે છે. જ્યારે એ કોઈને માટે પણ વળગણ બની શકતું હોય ત્યારે એટલી ખાતરી તો છે જ કે એનો પહેલો ભોગ તો બાળકો જ બનવાનાં છે.

અહેવાલો મુજબ ૧૩-૧૭ વર્ષનાં ૯૨% તરુણો-તરુણીઓ દરરોજ ઓનલાઈન રહે છે, એનાં ૭૫% મોબાઈલ પર ઈન્ટરનેટનો ઉપયોગ કરે છે, મોટાભાગનો તરુણવર્ગ સરેરાશ નવ કલાક ડિજિટલ મીડિયા પર ગાળે છે, ૭૧% તરુણો એકથી વધારે મીડિયાનો ઉપયોગ કરે છે.

ઓનલાઈન મલ્ટિપ્લેયર મોબાઈલ ગેઈમ્સ જે ગ્રૂપ બનાવવાના વિકલ્પ સાથે વર્ચ્યુઅલ વર્લ્ડ આઈલેન્ડ પર (કાલ્પનિક દુનિયાના ટાપુ) રમતમાં સહભાગી થનારાંને ગન્સ અને દારુગોળો ઉપલબ્ધ કરાવીને સામી વ્યક્તિના હુમલાથી બચવા પ્રયત્નશીલ જે તે વ્યક્તિના આત્મવિશ્વાસ પર સીધું નિશાન તાકે છે જેણે ભારત પર વાવાઝોડાં જેવી અસર કરી છે.

આવી ફિકર કરવી પડે તેનાં કારણો શું હોઈ શકે?

હું કહીશ કે વાલીઓ અને તરુણો બન્ને જવાબદાર છે. સાથે આ જ માપદંડમાં સમાજને પણ ઉમેરીશ. આગલી પેઢીનાં વાલીઓ અને સંતાનો વચ્ચે આટલો

ખળભળાટ કે મૂંઝવણ ન હતી. દિવસે દિવસે લોકો આળસુ થઈ રહ્યાં છે અને એમને સહેલાઈથી બધું મેળવી લેવું છે. વાલીઓ પોતાનાં બાળકોને બહાર લઈ જઈને એમનાં ઘડતરની મહેનત કરવા માગતાં નથી, એ કામ મોબાઈલ કરે છે, બાળકોને પણ માતાપિતાની આસપાસ વળગવાનું પસંદ નથી, જ્યાં સુધી મોબાઈલ હાથવગો છે ત્યાં સુધી તેઓ રાજીના રેડ છે તેથી પરિવાર સાથે બહાર જવું કે અન્ય પ્રકારે મનોરંજન માટે ઘરબહાર રહેવું પસંદ કરતાં નથી.

મોબાઈલ ફોનની 4G સુધી ઈન્ટરનેટ સ્પીડ હાથવગી થઈ છે. પ્લેસ્ટેશનથી વિસંગત કેટલીક ખાસ રમતોનાં સાધનો મોબાઈલ પર ઉપલબ્ધ રહે છે. જે ડિવાઈસ (ઉપકરણ) હાથવગું અને ક્યાંય પણ લઈ જઈ શકાય એવું હોય છે. વળી વપરાશકર્તાએ ડેટા યુસેજથી વધારે ખર્ચ કરવાનો રહેતો નથી.

અહીં કેટલીક ચેતવણી સંકલિત છે જે તમને તમારાં તરુણ બાળક/બાલિકાનાં સોશિયલ મીડિયા અને ગેમિંગના વળગણ વિશે સજાગ કરી શકે.

(૧) તમારું સંતાન વધારે પડતો સમય મોબાઈલ પર ગાળે અને પોતાનું સમયપત્રક એની આસપાસ જ બનાવે.

(૨) પોતાની રોજબરોજની જવાબદારીના ભારથી છટકવા માટે સોશિયલ મીડિયાનો ઉપયોગ કરવો.

(૩) જ્યારે સ્ક્રીન ટાઈમ મર્યાદિત હોય છે ત્યારે તમારું બાળક અસ્વસ્થ અને ચીડિયું થઈ જાય છે.

(૪) સોશિયલ મીડિયાનાં કારણે અભ્યાસ અને ઘરકામ પછીતે ધકેલાય છે અને એનાં ગ્રેડ પર નબળી અસર થાય છે.

અહીં કેટલાક ઉપાય બતાવ્યા છે જેથી વાલીઓ ધીમે ધીમે તરુણો સાથે વધારે સમય પસાર કરીને ઈન્ટરએક્શન વધારી શકે.

- એની સાથે બેસીને સોશિયલ મીડિયા સાથે સંબંધિત ન હોય એવી એને ગમતી દરેક પ્રવૃત્તિની યાદી બનાવો. જ્યારે પણ એની પાસે સમય હોય ત્યારે પેલી યાદીમાં સમાવિષ્ટ પ્રવૃત્તિઓ માટે એને પ્રોત્સાહિત કરો.

- એના ઈન્ટરનેટ ઉપયોગ માટે સમયપત્રક નક્કી કરો. શક્ય હોય ત્યાં સુધી એની સાથે કમ્યુનિકેશન વધારીને એ મોબાઈલ અને કમ્પ્યુટર પર સમય ઘટાડે એનું ધ્યાન રાખો. તમે આ વ્યૂહરચના અપનાવશો તો યાદ રાખજો કે પહેલી પ્રતિક્રિયા તરીકે તમારાં સંતાનને એ નહીં ગમે. તમે એનાં એટલું ધ્યાન રાખવું જરૂરી છે, તમે નિયંત્રણમાં છો અને એ જ કરી રહ્યા છો જે તમારાં સંતાનના હિતમાં છે.

- પોતાનો સ્ક્રીન ટાઈમ નિયંત્રિત કરવા બદલ તમારાં સંતાનની કદર કરો. એ દરેક અઠવાડિયે કે મહિને ફેસબૂકનો યોગ્ય ઉપયોગ કરે, ત્યારે એને કોઈ પુસ્તક, ફિલ્મ, પિકનિક, રમતગમત કે અન્ય રીતે નવાજીને પ્રોત્સાહિત કરો. જેથી સોશિયલ મીડિયા અને ગેમિંગથી અલગ સારી ટેવો પડશે જે એને માટે ઉપકારક હશે.

સંશોધનો દર્શાવે છે કે બાળકો કેટલો સમય ઓનલાઈન રહે તે સામે એ કેટલો ગુણવત્તાભર્યો છે તે જાણવું અગત્યનું છે. નિષ્ક્રિયતા કરતાં સામાજિક જોડાણને પ્રોત્સાહક સર્જનાત્મક પ્રવૃત્તિઓ વધારે આવશ્યક છે.

વાલી તરીકે તમારી ફરજ છે કે આવા વળગણની એમની પરાધીનતાને દૂર કરવા સક્રિય બનો. તરુણાવસ્થા તો ઉત્તેજક અને તકોથી ભરપુર હોવી જોઈએ. તમારા સંતાનને તરુણાવસ્થામાં કોઈપણ વળગણ કે વ્યસનનો ભોગ ન બનવા દો અને એવી રીતે વિકસિત થાય તેનું ધ્યાન રાખો જેથી એ પુખ્ત વયે તંદુરસ્ત અને ખુશ રહે.

○ અતિસંવેદનશીલ વર્તણૂકમાં ચડાવ-ઉતરાવ અને એના ઉપાય.

નેશનલ ઈન્સ્ચિટ્યુશન ઓફ હેલ્થના મંતવ્ય મુજબ, ૧૩-૧૮ વર્ષનાં વયજૂથમાં ત્રણે એક તરુણ ફિકર ચિંતાના વ્યાધિનો અનુભવ કરે છે. આ આંક ધીમેધીમે વધી રહ્યો છે. નગર, મહાનગર કે ગ્રામીણ વિસ્તાર દરેક સરહદ કે ઉંમરને અતિક્રમીને માનવજાતિ સંવેદનશીલતા પર કાબુ ગુમાવી રહી છે.

દરેક વ્યક્તિ માટે કોઈ ચોક્કસ કારણ માટે લાગણીવશ કે ભયભીત થવું કુદરતી લક્ષણ છે, ખરેખર ડરાવનારી પરિસ્થિતિમાં ચેતાતંત્રની સક્રિયતાના ફળરૂપે એ સામસામા પ્રતિકાર કે રક્ષણ સાથે સંબંધિત છે.

કોઈ ઠગ તમારા પર ગલીમાં હુમલો કરે, તમને અત્યંત બીક લાગશે, પછી તમે બચવા માટે ભાગશો કે એનો સામનો કરશો. આમ ભયભીત કરનાર વસ્તુ કે પરિસ્થિતિ સાથે એ સંવેદના જોડાયેલી છે, એની અસર રૂપે હ્રદયના ધબકારા વધી જવા કે પરસેવો છૂટી જવો જેવાં લક્ષણો દેખાય. આમ બને પછી હુમલાના ડરે જો તમે ઘરની બહાર નીકળી ન શકો તો એ ફિકર ચિંતા (એન્ક્ઝાઈટી) છે. આમ કરીને તમે ભવિષ્યને વધારે ભયાનક દેખાડી રહ્યાં છો.

સામાન્ય રીતે કામના ભારની પ્રતિક્રિયારૂપે ચિંતાતુરતાનો જન્મ થાય છે. આમ તો આપણને એ બેફિકરાઈથી બચાવીને આકસ્મિક હોનારત સામે રક્ષણ આપે છે. જો તરુણોને એમની પરીક્ષાની ફિકર ન હોય તો તેઓ ભણે નહીં. પરંતુ એ ફિકર જ્યારે વિકરાળ બને અને પરીક્ષાખંડમાં નર્વસબ્રેક ડાઉનનાં કારણે બધું ભૂલી જવાય અને લખી ન શકાય ત્યારે એ આપત્તિરૂપ છે. તરુણો દ્વારા આત્મહત્યાના પ્રયાસમાં હોસ્પિટલમાં દાખલ થવાના દશકા પહેલાંના અને આજના આંકડા જોઈએ તો એ બમણાં થઈ ગયા છે જે ખાસ્સા સવાલો ઊભા કરે છે.

આપણને ચોક્કસ ખબર નથી તો પણ આનાં અનેક પાસાંઓ છે. જિનેટિક્સ (વંશ પરંપરાગત કે આનુવંશિકતા), મગજના રાસાયણિક સ્રાવો, વ્યક્તિત્વ અને જન્મજાત ઘટનાઓ ઉપરાંત આપણે માટે આ બાબતો પણ વિચારણીય છે:

▪ સફળતા માટે ઊંચી અપેક્ષાઓનું દબાણ:

આગલી પેઢીઓ કરતાં આજનો યુવાવર્ગ સફળતા માટે અનેક રીતે વધારે દબાણ અનુભવે છે. અગાઉના સમય કરતા આજનો તરુણવર્ગ દરેક બાબતે વધારે ઉત્તેજના અને આવેશ અનુભવે છે. બાળકો વહેલી ઉંમરે જ પાર્ટી-પિકનિક, ડ્રિન્ક્સ (વ્યસન) અને સમવયસ્કોની હોડમાં સલવાઈ જાય છે.

▪ એ દુનિયા ભયાવહ અને પડકારભરેલી છે:

સામાજિક માહોલમાં હિંસા અને અનિશ્ચિતતા તરુણો અને બધાંનાં મનમાં જ ડર અને ધમકીનું દૃઢિકરણ કરે છે. દેશ-દુનિયાના સતત હિંસક અને ડરામણાં સમાચારો વાંચીને કે જોઈને નકારાત્મક વાતાવરણ ઊભું થઈ રહ્યું છે.

▪ સોશિયલ મીડિયા (સંચાર માધ્યમો):

આજનો તરુણ-યુવાવર્ગ સતત સોશિયલ મીડિયા સાથે જોડોયેલ રહે છે. આમ દુનિયાદારી અને આત્મવિશ્વાસનો સંબંધ એમની સોશિયલ મીડિયા પોસ્ટ્સ પર અપાતી પ્રતિક્રિયા સાથે સંબંધિત રહે તેમાં કોઈ આશ્ચર્ય નથી. એને કારણે એમને માટે સોશિયલ મીડિયા પર થતી રજૂઆતથી પ્રભાવિત ન થવાનું, અલગ રહેવાનું કે સરખામણીમાં ન પડવાનું મુશ્કેલ બની રહે છે.

વારંવાર આવતા દુઃખદ હુમલા ક્રોનિક એન્ક્ઝાઈટી (ફિકરચિંતાનાં જડમૂળ દૃઢિકરણ) તરફ લઈ જાય છે.

જેથી ગંભીર માનસિક સમસ્યાઓ ઊભી થાય છે— જેનાં કારણે ધ્યેયનિષ્ઠા અને શૈક્ષણિકક્ષમતા પર અસર થાય છે. શાળામાં ઊભા થતા પ્રશ્નો જીવનભર અસરકર્તા રહે છે. એનાં કારણે માથાનો દુઃખાવો, ઉલાળા આવવા (નોઝિયા- નોસિયા), પાચન સમસ્યા, પ્રસંગોપાત્ત ચક્કર આવવા કે બેભાન થઈ જવા જેવી શારીરિક મુશ્કેલીઓ પણ ઊભી થઈ શકે છે.

એન્ક્ઝાઇટી અને ડિપ્રેશન એસોસિયેશન ઑફ઼ અમેરિકાના મંતવ્ય મુજબ એંસી ટકા બાળકો નિદાન થયાં છતાં સારવાર પામી શકતાં નથી.

વાલીઓએ શું કરવું જોઈએ?

- બાળક સાથે સંભવિત તનાવો વિશે ચર્ચા કરો. એમની દુનિયાદારીની રીતો ચકાસી જુઓ— પરિસ્થિતિના પરિપ્રેક્ષ્યમાં જોવા-સમજવાનું શીખવો.

- બાળકો-તરુણો માટે તમે રાખેલી અપેક્ષાઓ માટે સતર્ક રહો. ઊંચી અપેક્ષાઓ એમને ધ્યેયપ્રાપ્તિ માટે સહાયક બની શકે પરંતુ એમને વાસ્તવિકતાની સભાનતા પણ હોવી જોઈએ. ફક્ત એટલું જ નહીં, યાદ રાખો કે એમને આરામની, રમવાની અને મિત્રો સાથે રહેવાની પણ જરૂરત હોય છે— આ બધું એમની શારીરિક-માનસિક તંદુરસ્તી માટે જરૂરી છે. આપણે બધાંએ જ યાદ રાખવું જોઈએ કે પ્રાપ્તિ કરતાં જિંદગી મહત્ત્વની છે.

- બાળકને સલામતીનો અહેસાસ કરાવો અને પુષ્કળ ધરપત-હૂંફ઼ આપો. સોશિયલ મીડિયા એમની જિંદગી પર કેવી અસર કરે છે તે વિશે સંતુલિત વિવેકબુદ્ધિપૂર્ત઼ વલણો વિકસાવવાના પાઠ ભણાવતા રહો.

- નિયમિત કસરત, પોષક આહાર અને ઊંઘ એમને જરૂરી યોગ્ય ઊર્જા અને શક્તિના પુન: સંચારનો (રિચાર્જ) અહેસાસ કરાવશે. ઘરમાં તંદુરસ્ત જીવનશૈલી જાળવો.

એન્ક્ઝાઈટી ડિસઓર્ડરની સારવાર વ્યાવસાયિક મનોચિકિત્સક દ્વારા કરાવી શકાય છે. સારવાર કરનાર તજજ્ઞને જે તે વ્યક્તિનાં લક્ષણોનો ખ્યાલ આવશે, એનું ચોક્કસ નિદાન કરશે અને રાહત માટે યોગ્ય સહાયક આયોજન કરશે.

ખાસ પ્રકારની વાતચીત અને સંવાદની રીતોની અજમાયશનો ઉપયોગ વારંવાર કરવામાં આવે છે જેને કોગ્નિટિવ બિહેવિયર થેરપી (સીબીટી) કહેવાય છે. એ કારણે વ્યક્તિ ફિકર-ચિંતા કેમ થાય છે તે અને ચોક્કસ પરિસ્થિતિમાં દબાણમુક્ત રહેવા માટે વિચારવાની નવી નવી રીતો અને વર્તનવ્યવહાર શીખે છે. કેટલીકવાર દવાઓ પણ કામ લાગે છે.

બાળકો સાથે ધીરજવાન અને સકારાત્મક રહેવાનો પ્રયાસ કરો. બીકનો સામનો કરવો અને સારું થાય તે માટે સમય જઈ શકે પરંતુ ચિંતાની ઉપરવટ જવાથી આંનદ અને સુખાકારીનો અવકાશ રહે છે.

○ **આજકાલનાં કિશોર-કિશોરીઓને સ્પર્શતા મુદ્દા. તેઓ કેવા કેવા મુદ્દાઓનો સામનો કરી રહ્યાં છે.**

થોડા દશક અગાઉ, તરુણો માટે બે મુખ્ય મુદ્દા હતા એક કારકિર્દીનો માર્ગ શોધવો અને બીજો કુટુંબની શરૂઆત કરવી. ખરેખર તો, ૧૯૨૦ સુધી 'તરુણ' જેવો શબ્દપ્રયોગ પણ ચલણી ન હતો. આજે તરુણો કેટલાક વિશિષ્ટ પ્રશ્નોનો સામનો કરી રહ્યાં છે.

૧૩-૧૮ વર્ષની ઉંમરનો વિકાસ એમને માટે રોજબરોજનાં જીવનમાં પણ વિચિત્રતાઓ લઈને આવે છે. આ દરમિયાન તેમની સામે બહારની દુનિયા અને આંતરિક દુનિયાનો જબરજસ્ત સંઘર્ષ ઊભો હોય છે. સમાંતરે એમને હોરમોનલ ચેઈન્જ, તરુણાવસ્થા, સામાજિક અને વડીલશાઈ દબાણો, કામ અને સ્કૂલનો ભાર અને ગેરસમજનો ભોગ બનવાની લાગણીઓ સામે ઝઝૂમવું પડે છે.

જ્યારે હું મારા ક્લિનીકમાં તરુણોનાં વાલીઓને જોઉં છું, ત્યારે એમની ખાસ ફરિયાદ તરુણોને મોટાં કરવાની અને એમનાં ત્રાગાંને (ગુસ્સા) ઝીલવાની હોય છે. આપણે વાલી તરીકેની સ્પષ્ટ ભૂમિકા અને આપણાં કિશોર-કિશોરીઓ કોનાં જેવાં છે તે જાણી લેવું જોઈએ.

(૧) સ્વીકાર:

અતિ આત્મવિશ્વાસુ વ્યક્તિએ પણ સમય સમયે સ્વીકૃતિ માટે સંઘર્ષ કરવો પડે છે. જો કે કિશોર/ કિશોરીઓ માટે એ ખાસ કરીને એમની ઓછી સમજણ અને પરિપક્વતાનાં કારણે મુશ્કેલ હોય છે.

એનો શ્રેષ્ઠ માર્ગ છે કે આપણે વાલી તરીકે સહયોગ આપી શકીએ. તાજેતરનો અભ્યાસ કહે છે કે બાળકોનાં માનસિક અસંતુલન અને માતાપિતાની અસ્વીકૃતિ વચ્ચે ખાસ કડી હોય છે. કાંઈપણ હોય, તમારાં કિશોરવયનાં સંતાનોને અતૂટ પ્રેમ અને માર્ગદર્શન આપી વિશ્વાસ અને સ્વીકારનો અનુભવ કરાવો.

(૨) દબાણ:

ભાર સ્કૂલ, વાલીઓ અને સહાધ્યાયીઓની અપેક્ષા અને એમનાં તરફથી આવતા દબાણનો તરુણવર્ગે સતત સામનો કરવો પડે છે ત્યારે એ ભારેખમ્ સાતત્યભરી શૈલી બની જાય છે. આનાં કારણે બીજી નિસ્બત આવી જાય છે: રોજિંદી જિંદગીનાં બદલે ઘરે બેસવાનો વારો આવી જાય છે ત્યારે એમને તનાવ સામે સકારાત્મકતાનું વલણ શીખવવું ખાસ જરૂરી થઈ જાય છે.

(૩) ડિપ્રેશન અને એન્ક્ઝાઈટી:

આજે પહેલાં કરતાં વધારે કિશોરો/કિશોરીઓ ડિપ્રેશન અને એન્ક્ઝાઈટીનો સામનો કરે છે. કેટલાક અભ્યાસ કહે છે કે એનો સીધો સંબંધ સોશિયલ મીડિયા સાથે છે. માતાપિતા માટે ચેતવણીની ઘંટડી એ છે કે એમણે ડિપ્રેશન અને એન્ક્ઝાઈટીની ભયાવહ નિશાનીઓ પર ખાસ ધ્યાન રાખવું જરૂરી છે.

(૪) જાતહાનિ:

કમનસીબે, આજનાં યુવાનવર્ગ સામે અકલ્પનીય આકર્ષણો છે જે આપણે માટે સ્વપ્રવત્ હતાં. તેઓ ફક્ત ડ્રગ્સ કે આલ્કોહોલથી જ આકર્ષાતાં નથી પણ વારંવાર જાતહાનિ પણ કરી બેસે છે. માતાપિતાએ આ મુદ્દા પર પણ નજર રાખવી અતિઆવશ્યક છે.

(૫) નુકસાનકારક ટીખળખોરી:

ગુંડાગર્દી કિશોરવર્ગ એમનાં બળવાન સહાધ્યાયીઓ દ્વારા રોજેરોજ ટીખળખોરી કે ગુંડાગર્દીનો ભોગ પણ બને છે, વાલીઓએ ખાસ નજીકથી ધ્યાન રાખીને જોવું જોઈએ કે સ્કૂલ, ક્લબ અને કાર્યસ્થળ પર ગુંડાગર્દી સામે રક્ષણાત્મક પગલાં લેવાય છે.

(૬) અસંવેદનશીલતા:

સેક્સ, ડ્રગ્સ અને હિંસા ઘણા દશકોથી તરુણ સંસ્કૃતિનો હિસ્સો બની રહ્યાં છે. ગમે તે રીતે આજનાં તરુણો ભયાનક રીતે અસંવેદનશીલ બની રહ્યાં છે. સમજવું જરૂરી છે કે

તેઓ કેમ ડ્રગ્સ તરફ વળે છે, તે રીતે હિંસા અને સેક્સનું વળગણ બંધ કરવાના રસ્તા શોધવા જોઈએ. છેલ્લા કેટલાક સમયમાં સેક્સ માટેની ભયાનક વૃત્તિ પણ વધેલી દેખાય છે. વાલીઓ માટે તરુણો સાથે વાતચીત એ જ મુખ્ય ચાવી છે. જોકે આ પ્રકારની ચર્ચાઓ કરવી મુશ્કેલ છે પરંતુ એકવસમી સદીની એ અનિવાર્યતા છે.

(૭) અસભ્યતા-અનાદર:

તરુણો એમનાં ફિલ્મી નાયકો અને રમતવીરોને માનભેર જુએ છે અને એમના વિરોધાભાસી અનધિકૃત સંદેશા પણ ઝીલે છે. તરુણવર્ગની ઘડાયેલી માન્યતાઓ માટે સાથે ઊભા રહેવું અને એમને સભ્યતા શીખવવી બન્ને ખાસ જરૂરી છે. વાલીઓની પ્રાથમિક જવાબદારી એમની સામે સભ્યતાનું ચિત્રણ જ નથી પરંતુ અપેક્ષિત છે કે એમનાં બાળકો એને લાયક બને.

(૮) વિશ્વાસ:

આજનાં કિશોર/કિશોરીઓ માટે વિશ્વાસનો મુદ્દો સંઘર્ષકારક છે. એમનાંમાંથી અનેકને પોતાનાં માતાપિતા પાસે સલાહ લેવાનું ગમતું નથી. આ બાબત એમને અતિ સંવેદનશીલ બનાવે છે. આ મુદ્દે તેઓ જેમનાં પર વિશ્વાસ રાખતાં હોય તેવાં વડીલો પાસે જઈને વાતચીત કરે તે માટે પ્રોત્સાહિત કરવાં જોઈએ.

(૯) પ્રેરણા:

એવું બને કે કિશોર-યુવાવર્ગ નોકરી શોધવી, કાર લેવી કે પોતાની જિંદગીનું ઘડતર કરવા બાબતે રાહ જોઈ શકતાં નથી. જોકે આજનો તરુણવર્ગ આગળ વધવા માટે આત્મવિશ્વાસ અને પ્રેરણા માટે સંઘર્ષ અનુભવતો હોય તેવું લાગે છે. એનું મુખ્ય કારણ એ લોકો પોતાની આભાસી કે કાલ્પનિક દુનિયામાં ખોવાઈ ગયાં છે અથવા વાલીઓ એમની સ્વતંત્રતાને પોષક પ્રોત્સાહન આપવામાં સક્રિયતા દર્શાવી રહ્યાં નથી. જે કારણ હોય તે, આપણે એમને પ્રેરણા આપીને પોતાનાં ભવિષ્યનાં ઘડતરનો નિર્ણય લેવા માટે સહાયભૂત્ બની શકીએ.

આપણે વાલી તરીકેની ફરજ ચૂકી ન શકીએ. ભલે એ લોકો એમની તરુણાવસ્થામાં છે, તેઓ બાળક હતાં અને આપણી હૂંફની જરૂર રહેતી તેવી જ જરૂર હજુ એમને છે. તેઓ મોબાઈલ ફોન્સ, કમ્પ્યુટર્સ અને બીજાં ગેજેટ્સ (ઉપકરણો) પર એમનો સમય ગાળે છે પરંતુ એ કાંઈ જોઈતું પાલનપોષણ કરી શકે નહીં. કામકાજ, હોમવર્ક, ડ્રાયવિંગ, ડેટિંગ, સેક્સ, ડ્રગ્સ, આલ્કોહોલના ઉપયોગ વિશે એમની સાથે ચર્ચા કરો અને નિયમો બનાવો. આ મુદ્દાઓ પર વાતચીત ચાલુ જ રાખો.

સાથે એટલું પણ ધ્યાન રાખો કે એમને જાણ રહે કે તમારી પાસે એમનાં બધા સવાલોનાં જવાબો નથી અને તમે હંમેશાં સાચા જ છો એવું નથી. એમનાં મંતવ્યો પણ સાંભળો અને જરૂર હોય ત્યારે સહાયક બનો. આભાર માનવા બાબતે કે કદરદાની માટે ઉદારતા દાખવો અને દરેક પ્રસંગે શક્ય એટલો પ્રેમ વરસાવતા રહો. તરુણોને શિક્ષા કરવી ક્યારેય ઉપકારક નથી પરંતુ શિસ્ત જરૂરી છે. એટલું ધ્યાન ચોક્કસ રાખો કે તમારી રીતિનીતિ સહાયક હોય અને તેઓ દુભાય નહીં. એમના મંતવ્યો સાંભળવાં માટે ઈચ્છુક બનો. હડધૂત કરતાં પહેલાં એક પ્રોત્સાહક અને ટેકારૂપ સારો વિચાર આપો જે વલણ લાંબા સમય માટે ઉપકારક બનતું હોય છે.

તનાવ, દબાણ, બેધ્યાનપણું, ખાવાપીવામાં બેકાળજિ, બાહ્ય અને અંગત સ્વચ્છતા માટે દુર્લક્ષ, ઊંઘમાં વધઘટ, સામાજિક પ્રવૃત્તિમાંથી રસ ઓછો થવો આવું કોઈપણ લક્ષણ દેખાય તો એમની સાથે તરત વાત કરો. તમારું બાળક જરાપણ દબાણ કે તનાવનું લક્ષણ દર્શાવે તો એમને સહાયક પગલાં તરત જ લો.

સૌથી અગત્યનો મુદ્દો છે કે એમને અહેસાસ કરાવો કે તમને નિસ્બત છે અને તમે એમની કાળજી લો છો!

○ બાળકોમાં સંતુલિત વલણો કેળવવાનું મહત્ત્વ.

સંતુલન કે સ્થિતિસ્થાપકતા શું છે? મુશ્કેલીઓ કે તકલીફોનો સામનો કરી એમાંથી બહાર આવી ફરીથી મૂળ સ્થિતિ-સંજોગોનું સ્થાપન કરવાની ક્ષમતા એટલે સંતુલિત વલણ.

જ્યારે બાળકોમાં સંતુલન વિશે વાત કરીએ ત્યારે બાળપણના અનુભવોમાંથી પેદા થતા પડકારોનો સામનો કરીને એમાંથી સાંગોપાંગ પાર ઉતરીને જીવનના ચડાવઉતરાવને સમજવાની અને સામનો કરવાની ક્ષમતા વિશે વિચારીએ છીએ.

બાળકોની સમસ્યાઓ શું હોય તો જેમ કે નવા ક્લાસરૂમમાં પ્રવેશ અને સ્વીકાર, સહાધ્યાયીઓ દ્વારા ટીખળ અને કનડગત, ઘર બદલાવું કે ઘરમાં હડધૂત થવું, માતાપિતાનાં અલગાવ-છૂટાછેડાનો સામનો કે સ્કૂલ બદલવી, પરીક્ષાની તૈયારી કે કોઈ નિકટની વ્યક્તિનું અવસાન થવું.

બાળકોમાં સંતુલન કેળવવાનું વલણ વિકસાવવું એટલે ફક્ત રોજબરોજની તાત્કાલિક તકલીફો કે મુશ્કેલીઓનો સામનો જ નહીં પરંતુ ભવિષ્યની તરુણાવસ્થા કે વયસ્ક ઉંમરની જિંદગીમાં આવનારા પડકારોનો સામનો કરવાની પાયાની સહાયક કેળવણી.

પ્રતિકૂળતા સામે સકારાત્મક વલણો કેળવવાનો ખ્યાલ વાસ્તવમાં તો મનુષ્ય પોતાનાં વર્તનવ્યવહારની પ્રતિક્રિયામાંથી જ શીખ્યો છે. રેઝિલિયિન્સ (સંતુલન કે સ્થિતિસ્થાપકતા) અંગ્રેજી શબ્દનો મૂળ લેટિનમાંથી જન્મ થયો જેનો અર્થ થાય છે પાનખર પછી વસંતનું આગમન કે સંતુલન જાળવી ફરી કૂદકો મારોને પાછા જે તે સ્થિતિમાં આવો, છેલ્લી સદીમાં બીજી વધારાની અંશત: રોગનિવારક વિભાવના એવી આવી જે પેથોલોજીથી લઈને સહાયક ક્રિયાઓની તક સુધીનાં સંશોધન પર ધ્યાન કેન્દ્રિત કરે છે. સ્વાભાવિક છે કે એનો સહજ ઉદ્દેશ સમાજ અને કુટુંબને એમના સભ્યોની વ્યક્તિગત સંતુલનશક્તિનું સંવર્ધન કરવાનો જ હોય. સંશોધન દર્શાવે છે કે પ્રતિકૂળતાઓ સામે સકારાત્મક વલણોને વેગવંત બનાવવાની જે જરૂર છે તે વ્યક્તિ

ઉપરાંત- સ્વજનો, પરિવાર, સમુદાય, સમાજ અને સંસ્કૃતિ અને વાતાવરણમાંથી ઉદ્ભવે છે. સંશોધન આગળ વધતાં દર્શાવે છે કે પ્રતિકૂળતાઓનો સામનો કરવાનું વિકસેલું વલણ સંતુલનનું પુન:સ્થાપન કરીને ગળથૂથીમાં પીધેલી એ જન્મજાત લાક્ષણિકતા અંતર્ગત યોગ્ય રીતે જાગૃત રહેવાની આવશ્યકતાનું દર્શન કરાવે છે.

સંતુલિતતાની આકૃતિ અંશત: જન્મજાત વ્યક્તિગત લાક્ષણિકતાઓ જનીન, સ્વભાવ, વ્યક્તિત્વ) અને અંશત: ઉછેર દરમિયાનના આસપાસના વાતાવરણમાંથી આકાર લે છે— જેમાં પરિવાર, સમુદાય, બૃહદ્ સમાજનો ફાળો હોય છે. કેટલીક બાબતો છે જે આપણે બદલી શકતાં નથી જેમ કે શારીરિક બાંધો પરંતુ કેટલીક એવી છે જે બદલી શકાય છે.

સારા સમાચાર એ છે કે સ્થિતપ્રજ્ઞતા કેળવી શકાય છે.

પ્રતિકૂળતા, આઘાત, દુર્ઘટના, ઈજા, ધમકીઓ કે પછી ચોક્કસ પ્રકારના દબાણનાં લક્ષણો— આ તમામનો સ્વીકાર આપણાં સંતાનોને તનાવ, દબાણ, અનિશ્ચિતતાઓનો સામનો કરવાની ક્ષમતા કેળવવામાં સહાયક બને છે. સ્થિતપ્રજ્ઞતાનો અર્થ એવો તો નથી જ કે એમને મુશ્કેલી કે તકલીફનો અનુભવ ન જ થાય. જ્યારે કોઈ મોટો આઘાત કે વ્યક્તિગત ખોટ પોતાની હોય કે બીજાની અથવા મોટા પડકારનો સામનો કરવાની વેળા હોય ત્યારે ભાવનાત્મક પીડા, ઉદાસી, ફિકર ચિંતાની તીવ્રસંવેદનાની અનુભૂતિ સહજસામાન્ય છે.

- સક્રિય અભિગમ: સ્થિતપ્રજ્ઞ વ્યક્તિઓને પોતાનું સકારાત્મક વાસ્તવિક મૂલ્ય અને કાર્યક્ષમતાની જાણ હોય છે, જેઓ એ સ્તરે પહોંચ્યા હોય છે તેઓ સફળતાને સક્ષમતાની ફળશ્રુતિ માને છે. બાળકોને બીજાને સહાયક બનતાં શીખવવું એ જવાબદારીવહન, આત્મવિશ્વાસ અને સહાનુભૂતિ દ્વારા સ્થિતપ્રજ્ઞતાની કેળવણી છે.

- સ્વ-નિયમન: સક્રિય અભિગમની સફળતા માટે મહત્ત્વની પાયાની બાબત એ છે કે સ્વનિયમનમાં સફળતા મેળવવી. એનો વિકાસ રોજબરોજની પ્રવૃત્તિમાં પણ કરી શકાય છે.

- જોડાવું અને સંલગ્ન રહેવું: પરિવાર અને મિત્રો સાથે જોડાયેલાં અને સંલગ્ન રહે એવી ઈચ્છા એ માનવજાતિની પ્રાથમિક જરૂરિયાત છે. સમવયસ્કો, પરિવાર અને સમાજના અનુભવી વડીલો સાથે સામાજિક સાનુકૂળ અને સકારાત્મક સંબંધોથી જોડાયેલાં રહેવું એ બાળકની જિંદગીના ભારણોને સ્વીકારવાની શક્તિ સાથે નોંધપાત્ર રીતે સંબંધિત બાબત છે. બાળકો માટે મૈત્રીગઠન એ સર્વોચ્ચ પ્રાથમિકતા છે. ફક્ત એક મૈત્રીસંબંધ પણ બાળકની અનુકૂળ થવાની વૃત્તિને સુધારશે. જેને પોતાનામાં રસ છે એવી એક પ્રભાવક અને અગત્યની વ્યક્તિનો પોતાનાં જીવનમાં હોવાનો અહેસાસ બાળક માટે નોંધપાત્ર બાબત છે.

સંતુલન કેળવણી માટે આ સૂચનો સહાયક બનશે:

- બાળકો અને પરિવારને સમસ્યા ઉકેલની રીતો શીખવો.

- બાળકોને સકારાત્મક અને નકારાત્મક લાગણીઓની અભિવ્યક્તિ માટે પ્રોત્સાહિત કરો.

- બાળકોને સ્કૂલમાં કે બહાર સકારાત્મક ઇતરપ્રવૃત્તિ કરતાં જૂથો સાથે જોડો.

- બાળકોમાં આત્મવિશ્વાસ અને સકારાત્મક વિચારો કેળવાય એવા પ્રયત્નો કરો. ખાસ કરીને નકારાત્મક ઘટનાઓને લાંબો સમય ધ્યાનમાં રાખે એનાં કરતાં ટૂંકા ગાળામાં ભૂલે તે જરૂરી છે.

- રાહતદાયક અને આરામ આપે એવી કાયમી ઉપચારપદ્ધતિ સામેલ કરો.

- ઊંચી પરંતુ વાસ્તવિક અપેક્ષાઓ રાખો.

સ્થિતપ્રજ્ઞતા આંતબર્બાહ્ય પરિબળોનો સમન્વય છે. આંતરિક રીતે એ વર્તનવ્યવહાર, વિચારો અને કર્તવ્ય સાથે સંલગ્ન છે જે કોઈપણ કેળવી શકે. વાલીઓએ જાણવું જરૂરી છે કે ઘરમાં કે બહાર બાળકો સાથે સલામત, સ્થાયી, પોષક સંબંધો અને વાતાવરણથી સંતુલન જાળવી શકાય છે અને એમને સંતુલિત રહેવાની કેળવણી આપી શકાય છે.

○ બાળકના સંતુલિત ઉછેર પર અતિસુખસગવડ નુકસાનકારક થઈ શકે?

વાલીપણાની શૈલીની બાળકના વર્તનવ્યવહાર અને વિકાસ પર ખાસ્સી અસર થતી હોય છે.

વધારે પડતી સુખસગવડ અને/અથવા આળપંપાળ અનેક પ્રકારની હોઈ શકે. દા.ત. તમારા કિશોર/ કિશોરી સંતાનનો વિજ્ઞાન પ્રકલ્પ પૂરો કરવાનો છે, એમનું હોમવર્ક કરવાનું બાકી છે, માંગણી પહેલાં બધી જરૂરિયાત પૂરી કરવી અને એમની શૈક્ષણિક કે અંગત નિષ્ફળતાનો સામનો કરવા માટે આગોતરાં સંરક્ષણાત્મક પગલાં લેવાં જેવી દરેક બાબત તમારી નિસ્બત દર્શાવે છે. સંશોધનો દર્શાવે છે કે આવું વલણ સંતાનોનાં વિકાસમાં આડખીલીરૂપ છે.

'આળપંપાળ છોડો'નો અર્થ શું કરીએ છીએ તેની વ્યાખ્યા કરીએ. આપણે પ્રેમ, સ્નેહ અને સંલગ્નતાની વાત નથી કરતાં. બાળકને આલિંગન આપવું એ આળપંપાળ નથી. વખાણવું એ આળપંપાળ નથી, એને માનવું એ આળપંપાળ નથી.

બાળકો સ્વતંત્ર રીતે જે જાતે કરી શકે તે પોતે કરી આપવું એ આળપંપાળ છે. પ્રેમને નામે થતી આળપંપાળ એ ભૂલ છે. બાળકો જ્યારે એવું માનવા લાગે કે એમની બધી જરૂરિયાતો બીજા સંતોષે ત્યારે એ એમની નબળાઈ બની જાય છે. તમારા બાળકને લાગવા માંડે કે 'હું કરી શકું છું' તો એ એને તમે આપેલી સૌથી મોટી ભેટ હશે. જિંદગીમાં આવતા ચડાવઉતરાવને પોતે ખમી શકશે એવું બાળક સમજે ત્યારે તેને પોતાનાં શક્તિ-સામર્થ્યનો અહેસાસ થાય છે.

આપણને બધાંને ખબર છે કે જે બચ્ચું કહે છે, "હું એ કરીશ!" ઘણાં વાલીઓ કહે છે, "ના, તું નાનો/નાની છે, જા રમ." પછી જ્યારે તેઓ મોટાં થાય અને આપણે ઈચ્છીએ કે મદદ કરે ત્યારે જો એ જવાબ આપે,'ના, હું રમવા જાઉં છું.' ત્યારે નવાઈ ન લાગવી જોઈએ!" લાડકાં બાળકોને સમજાતું નથી કે કદરદાની કે વખાણ વગર પોતે કોઈ કામ કેવી રીતે પાર પાડી શકે.

તાજેતરનાં સંશોધનો દર્શાવે છે કે બાળકોને જોઈએ તે કરતાં વધારે આપો, વહેલું આપો તો તેઓ સ્વાર્થી અને આત્મકેન્દ્રી તરુણ કે વયસ્ક બનાવશે જેઓ પોતાનાં કામની જવાબદારી લેવા તૈયાર જ નહીં થાય.

જ્યારે વાલીઓ એમને પોતાના ઓરડાની સફાઈના બદલામાં, રમતગમતમાં ઈનામ જીતવા માટે કે સ્કૂલમાં સારા માર્ક્સ માટે કંઈક કદરદાની કરવા ઈચ્છે તેને માટે માનસશાસ્ત્રીઓ ચેતવે છે કે ઉજવણી માટે તમારો હાથ હંમેશાં તમારા વોલેટ તરફ ન લઈ જાઓ. ખરેખર તો એનું પરિણામ ઊંધું પણ આવી શકે છે.

જ્યારે પુખ્તતા ગંભીર જવાબદારીઓથી ઘેરાયેલી હોય છે ત્યારે બાળપણ કાંઈ દબાણમુક્ત હોતું નથી. બાળકો પણ અનેક કસોટીનો સામનો કરે છે જેમ કે નવી નવી માહિતી મેળવે છે, સ્કૂલ બદલે છે, પાડોશ બદલાય છે, માંદા પડે છે, બ્રેસિસ પહેરે છે, સહાધ્યાયીઓની કનડગતનો સામનો કરે છે, નવા મિત્રો બનાવે છે અને પ્રસંગોપાત્ત એમના તરફથી મળતી નારાજગીનો અનુભવ કરે છે.

બાળકો આવા પડકારોનો સામનો કરવાનું સંતુલન કઈ રીતે મેળવી શકે? સંતુલિત બાળકો સમસ્યાનિવારક કે તેનો ઉકેલ કરનાર હોય છે. તેઓ અણધારી કે કઠિન પરિસ્થિતિનો સામનો કરીને યોગ્ય ઉકેલ મેળવવાનો પ્રયાસ કરી શકે છે. આ સ્થિતપ્રજ્ઞતા જન્મજાત આવતી નથી શીખવવી પડે છે.

બાળકોને હરહંમેશ જરૂરિયાત કરતાં વધારે પૂરું પાડવાં કરતાં ઓછું આપવાથી કે વંચિત રાખવાથી એમને નકારાત્મક લાગણીઓ સામે ઝઝૂમવાની તાલીમ મળે છે. આવનારાં વર્ષોમાં આ પાઠ એમને ખૂબ લાભદાયક નીવડે છે. દરેક પડકારમાં લાભ શોધવાની તક મળે છે. માતાપિતાએ લાડઘેલાં કરેલાં બાળકોની વર્તણૂંક સમસ્યારૂપ જ દેખાતી હોય છે. કમનસીબે, તેઓ બગડેલાં વયસ્ક તરીકે મોટા થાય છે- જેઓ અસંતુષ્ટ, સતત ફરિયાદ કરનારાં, વાંરવાર ધ્યાન આકર્ષીને માલિકીભાવ ધરાવનારાં બની જાય છે. નાનીવયથી જ સંતુલન શીખવવાથી આવી લાક્ષણિકતા ટાળી શકાય છે.

વાલીઓએ બાળકોનું સતત નિરીક્ષણ કરીને એમની લાક્ષણિકતાઓની પરખ કરીને એમને શક્તિશાળી બનાવવાં જોઈએ. જ્યારે ખોટું થઈ રહ્યું હોય છે ત્યારે સ્થિતપ્રજ્ઞતા એમાંથી ઉગરવા માટે સહાયક બને છે. કેટલીકવાર તો એ તમને પહેલાં કરતાં પણ વધારે મજબૂત બનાવે છે.

સંતુલિત બાળવિકાસ માટે મૂલ્યવાન સૂચનો:

૧: બધી ઈચ્છાઓ પૂરી ન કરો:

વાલીઓએ બાળકોને અનિશ્ચિતતાઓનો સામનો કરતાં શીખવવું જોઈએ. સંરક્ષણાત્મક વલણ એમની એન્ક્ઝાઈટીને પ્રદીપ્ત કરે છે.

૨: બધાં જોખમોથી બાળક દૂર રહે એ સ્થિતિને ટાળો, એમને ભૂલ કરવા દો:

બાળકોને બધું વેરવિખેર કરવા દેવાનું વાલીઓ માટે મુશ્કેલ અને પીડાદાયક હોય છે. પરંતુ એ બાળકોને પડવા-આખડવાથી બચવાનું અને બીજી વાર યોગ્ય નિર્ણય લેવાનું શીખવે છે. વયને અનુરૂપ યોગ્ય પ્રમાણમાં સ્વતંત્રતા એમને પોતાની મર્યાદા બાંધતાં પણ શીખવે છે.

૩: સમસ્યાનો ઉકેલ શોધતાં શીખવો:

પોતે કેટલા પડકારો ઝીલી શકે છે તે નક્કી કરવા માટે એમને વધારે ને વધારે વ્યસ્ત રાખો જેથી કેટલું શક્ય છે અને કેટલું અશક્ય છે તેનો એમને ખ્યાલ આવે.

૪: સંવેદનાઓ પર કાબુ રાખતાં શીખવો:

સંતુલિત વલણ કેળવવાની ચાવી સંવેદનાઓ પર કાબુ રાખવો એ છે. એને શીખવો કે દરેક લાગણીઓ વાજબી છે જેમ કે રમતમાં હારી જવું કે કોઈ તમારું આઈસક્રીમ ખાઈ જાય ત્યારે ગુસ્સો આવવો. એ પણ શીખવો કે એમાંથી કેવી રીતે બહાર આવી આગળ વધવું.

૫: આદર્શ સંતુલન:

બાળકો પોતાનાં વાલીઓનાં વર્તનવ્યવહાર જુએ જ છે. શાંતિ અને સાતત્ય જાળવવાનો પ્રયાસ કરો. તમે જ્યારે કાબુ ન રાખી શકો ત્યારે બાળકોને સંવેદનાઓ પર સંતુલન રાખવાનું કેવી રીતે શીખવી શકશો?

સંતુલન બાળકોને તરુણ અને યુવાવસ્થાની ટાળી ન શકાય તેવી તકલીફોનો ઉકેલ અને એમાં સફળતા હાંસલ કરવાનું શીખવવામાં સહાયરૂપ બને છે. સંતુલિત બાળકો છેવટે જિંદગીના અનિવાર્ય દબાણોને શિકસ્ત આપતાં સ્થિતપ્રજ્ઞ નાગરિકો બને છે.

○ **કિશોર-કિશોરીઓને નીતિ-નિયમોમાં જકડી કાઢવાના બદલે એમને માર્ગદર્શન આપો.**

પરાવલંબી બાળકમાંથી ઉત્ક્રાંત થઈને એ સ્વાવલંબી તરુણાવસ્થામાં પ્રવેશે છે, તેઓ વધારે ને વધારે સ્વતંત્ર નિર્ણયો લેવા ઉત્સુક હોય છે, એમાં મળતી સફળતા એમનો આત્મવિશ્વાસ વધારે છે.

બાળપણનાં શરૂઆતનાં વર્ષોમાં, વાલીઓ પોતાનાં બાળકોને દરેક નાનીમોટી બાબતોમાં સિદ્ધિ માટે માર્ગદર્શન અને સહયોગ પૂરો પાડે છે. જેમ જેમ તેઓ મોટાં થાય અને એમની ક્ષિતિજો વિસ્તરતી જાય તેમ તેમ એમને જિંદગી પોતીકી રીતે જીવવાનું ગમે છે તેથી તેઓ માતાપિતાની સલાહને અવગણે છે. કેટલીકવાર વડીલોને વિમાસણ થાય છે કે બાળકોની વર્તણૂક એકાએક બદલાઈ કેમ ગઈ? એમને લાગે છે કે બાળકો ભટકી ગયાં છે અને વાતમાં કોઈ ભલીવાર નથી. તરુણાવસ્થાની શરૂઆતમાં એમને લાગે છે કે પોતે મોટાં થઈ ગયાં છે અને મિત્રો હજી બાળપણની રમતો રમે છે અને માતાપિતાની વાતો ડાહ્યાંડમરાં થઈને સાંભળે છે અને માને છે. તરુણવર્ગ વાલીઓ પાસે સ્વતંત્રતાની અપેક્ષા રાખે છે સામે સમાજ અને પરિવાર એમની વયનાં કિશોર/કિશોરીઓ પાસે ખાસ્સી અપેક્ષા રાખે છે એટલે એમના સંબંધોમાં ગૂંચવણ ઊભી થાય છે.

કિશોરીઓનો શારીરિક અને ભાવનાત્મક વિકાસ એમની ઉંમરનાં કિશોરો કરતાં બેત્રણ વર્ષ વહેલો થાય છે. જાતીય પુખ્તતાની પ્રક્રિયા, શારીરિક સભાનતા અને સામાજિક મૂલ્યો સમેત સ્વીકૃતિ વિષયક સમવયસ્કોનો પ્રભાવ એમનાં મનમાં ભારે ગૂંચવણો પેદા કરે છે. આ પરિવર્તન કાળ દરમિયાન તરુણવર્ગને પોતાનાં માતાપિતાનાં પીઠબળ અને પ્રેમની ભારે જરૂર રહે છે.

ઘણા લોકો માને છે કે બાળકો તરુણાવસ્થામાં પ્રવેશે એટલે એમને પરિવારની જરૂર રહેતી નથી. પરંતુ આ સાચું નથી. એમને માટે તો વડીલો અને કુટુંબ પ્રેમ અને કાળજીના સ્રોત હોય છે. પરિવાર એમને તનમનધનથી સહયોગ પૂરો પાડે છે. હજી

પણ કેટલાક તરુણ/તરુણી પરિવાર સાથે વિચારવિનિમય અને આનંદપ્રમોદ માટે સમય ગાળવા ઈચ્છતાં હોય છે.

તરુણવર્ગ માટે મૂડી (મિજાજમાં ઉતરાવચડાવ) અથવા વાતચીતમાં અતડાપણું સહજ છે, તો પણ એમને તમારી જરૂર છે. તમારું સંતાન તમને ચાહે છે અને પોતાની જિંદગીમાં તમારો સાથ ઝંખે છે પછી ભલે એમનું વલણ, વર્તણૂક કે શારીરિક હાવભાવ અલગ દેખાય.

ખાસ કરીને વાલીઓ પોતે જ અંગત સંબંધો માટે પુખ્તસમજ ધરાવતાં હોતાં નથી ત્યારે સંતાનો સાથે પ્રતિકૂળ અનુકૂલન સહજ સામાન્ય હોવાનું શક્ય છે તે કારણે તરુણવર્ગનો વાલીઓ સાથેનો સંબંધ તંદુરસ્ત રહેતો નથી. માતાપિતા સંતાનોમાં આવતાં પરિવર્તનગાળાને બરાબર સમજે સાથે એનું નિરીક્ષણ કરીને જરૂર લાગે ત્યારે એમના માર્ગદર્શક બને તે અગત્યનું છે.

બાળકો સાથેના મજબૂત સંબંધની સમજણ અગત્યની છે, અનુસરવા યોગ્ય કેટલીક જરૂરી ટીપ્સ:

૧: સતત વાતચીત ચાલુ રાખો:

એમને મિત્રવત્ સમજો અને એમનાં દૃષ્ટિકોણને મહત્ત્વ આપી એમની વાતો સાંભળો. તકલીફના સમયે તમે હરહંમેશ એમની પડખે છો તેની ધરપત આપો. નિયમિત રીતે સાથે જમવું અને હરવુંફરવું, વીતેલી કે આવનારી ઘટનાઓની રસપ્રદ ગપસપ થકી પોતાની લાગણીઓનું આદાનપ્રદાન કરવું એ સંતાનો

સાથેના સંબંધોના જતન માટે મોટી તક છે.

૨: સમાન લક્ષ્ય અને ધ્યેય નક્કી કરો:

એમની જરુરિયાત અને એનું કારણ સમજો. અસંમત હો તો શાંતિથી સમજાવો. મગજમારી કે માથાઝીંક વખતે જરૂર લાગે તો તમારા મંતવ્ય વિશે પુન:વિચાર કરીને યોગ્ય નિર્ણય લો. વાલી તરીકે એટલું સમજો કે એમના ભાવનાત્મક વિકાસના પાયામાં તમારા વર્તનવ્યવહારની અસર રહેશે. એમના પર મૂકવાં ધારેલાં નિયંત્રણો માટેના અનુમાનિત માળખાં વિશે અરસપરસ સંમતિ સંતાનોમાં સલામતીની ભાવના પેદા કરશે. એમને થોડી ઘરેલુ જવાબદારીઓમાં સામેલ કરો જેથી એમને લાગશે કે તેઓ કુટુંબજીવનમાં કંઈક મહત્ત્વનું પ્રદાન કરી રહ્યાં છે. આમ તેઓ કુટુંબના જવાબદાર સભ્ય બનશે.

૩: અન્યોને આદરમાન આપો અને સંતાનો માટે રોલ મોડેલ (આદર્શ) બનો:

તરુણવર્ગ બીજાંનું જોઈને ગ્રહણ કરે છે એટલે તમને અન્યને માનપાન આપતાં જોશે તો જ તેઓ સમજશે અને શીખશે. એમની સાથે કે બીજાં સાથે વાતચીતનો રણકો માનસૂચક, મૃદુ અને સૌમ્ય રાખો. તેઓ ખોટાં હોય તોયે અન્ય કોઈપણ બાળકનું અપમાન ન કરો કે એમને અપશબ્દ ન કહો. તમારાં પોતાનાં વર્તનવ્યવહાર દ્વારા તમારાં તરુણ સંતાનોને પોતાની લાગણીઓનું નિયમન કરતાં શીખવો.

૪: સાથે મળીને નિર્ણયો લો:

'કારણ કે તમે એમ કહેલું' કહી ક્યારેય નીતિનિયમો થોપો નહીં. એ હંમેશાં કામ લાગે એમ નથી. સાદીસીધી અને ચોક્કસ વિનંતીઓ પસંદ કરો. વાંક કાઢવા કરતાં એ વધારે સારી છે. અપેક્ષાઓ રાખો ત્યારે વાસ્તવિક બનો. બન્ને પક્ષ પૂરતા શાંત હોય ત્યારે સાથે બેસીને ઉકેલ શોધો અને રેશનલ નિર્ણયો લો.

મોટાભાગે યુવાન દંપતી અને એમનાં કુટુંબ વચ્ચે કેટલાક ચડાવઉતરાવ આ વર્ષો દરમિયાન આવે છે પરંતુ તરુણાવસ્થાના અંતે બાળકો વધારે પુખ્ત થાય એટલે પરિસ્થિતિ સુધરે છે અને સંબંધો સારી રીતે મજબૂત અને ગાઢ બને છે.

તમારાં સંતાનો જે જગત સામે સન્મુખ થયાં છે તેને તમે બદલી શકવાનાં નથી. તેમણે જે રસ્તો અપનાવ્યો છે તેમાં તમે પ્રભાવક માર્ગદર્શક બની શકો.

⬥⬥⬥

○ **આ પેઢી વધારે બુદ્ધિશાળી અને ઓછી ડાહી/શાણી બની રહી છે.**

તમારા હાથમાં રહેલા સ્માર્ટફોનથી તમે વીડિયો ઉતારી, એડિટ કરી એને દુનિયાભરમાં વાયરલ (મોકલી) શકો. તમારા ફોનથી તમે શહેરો સુધી પહોંચી શકો, કાર ખરીદી શકો, તમારી જરૂરિયાત પ્રમાણે સૂત્રોને ટ્રેક કરી શકો કે બીજાં હજારો કામો કરી શકો. આ બધી ટેકનિકલ બાબતોની ચોક્કસ રીતો શીખવી પડે અને એ મેળવવા માટે જરૂરી સ્રોતો ઉપલબ્ધ રાખવા પડે.

૧૯-૩૨ વર્ષની વયનાં યુવાવયસ્ક જૂથ અંતર્ગત એક સંશોધન પ્રમાણે જેઓ સોશિયલ મીડિયાનો ઉપયોગ કરતા ન હતા તેમના કરતાં જેઓ સોશિયલ મીડિયાનો વારંવાર ઉપયોગ કરતા હતા તેઓ ત્રણ ગણી વધારે એકલતા અનુભવતા હતા. સોશિયલ મીડિયાના વધારે પડતા ઉપયોગથી કુટુંબના સભ્યો સાથેના ક્વોલિટી ટાઈમ પર કાપ મુકાય છે અને સંબંધો પણ વણસે છે.

એકવીસમી સદીમાં પ્રવેશેલા મોટાભાગના લોકો જટિલ પ્રકારના મોબાઈલ ફોન્સ અને ટેકનિકલ સાધનો પર ખાસ્સી હથોટી મેળવી લે છે. પરંતુ સામાજિક અનુભવ પ્રમાણે ઊંચો બુદ્ધિઆંક કાંઈ દેશદુનિયાના પ્રશ્નોનો ઉકેલ લઈને આવ્યો નથી— જેમ કે આર્થિક અસમાનતા, વિશાળ પ્રમાણમાં ફેલાયેલી ગરીબી, ક્લાયમેટ ચેન્જ, પ્રદૂષણ, હિંસા અને ડ્રગ્સ-દારૂ જેવાં વ્યસનોનાં કારણે થતી પાયમાલી.

વાસ્તવમાં બૌદ્ધિકતાએ તો આપણને વધારે સર્જનાત્મકતા તરફ વાળવા જોઈએ પરંતુ સમયાંતરે વ્યક્તિગત રીતે એવાં ખાસ સર્જનાત્મક કે વૈચારિક ઉદાહરણો જોવા મળ્યાં નથી, તેમ આંકડાશાસ્ત્રીય જ્ઞાનમાં શક્યતાઓ અને જોખમો ઉઠાવવાની રેશનલ સમજ માટે જરૂરી ઊંચ્ય બુદ્ધિઆંક ધરાવવાની ખામી પણ નજરે ચડી છે.

અતિ હોશિયાર લોકો પણ 'ટેમ્પરલ ડિસ્કાઉન્ટિંગ'ના (ટૂંકા ગાળાના ફાયદા સામે ભવિષ્યમાં સારા વળતરની અપેક્ષિત ગણતરી) પરીક્ષણમાં સારો દેખાવ કરી શકતા નથી. તમારા ભવિષ્યની સલામતી અને સગવડ માટે લાંબા ગાળાનો ફાયદો

જોવાની જરૂર તો છે જ. ભવિષ્યની નીતિ નિર્ણાયક વ્યૂહરચના માટે ઊંચો બુદ્ધિઆંક કામ લાગે જ એવું નથી. ત્યાં કોઠાસૂઝ ઉપયોગી થઈ શકે.

નિષ્ફળતાઓ અને દુ:ખના અનુભવથી ડહાપણ આવે છે. વિવિધ બાબતો પર કલાકો સુધી ઈન્ટરનેટ સર્ચ કરવાથી એ મળતું નથી. બનાવટી મિત્રો અને બનાવટી અનુભવોથી પણ એ મળતું નથી.

આજની પેઢી લોકોને પોતે કેટલાં સ્થિતપ્રજ્ઞ અને શાંત છે તે બતાવવા લાખો વાનાં કરશે ઉપરાંત લોકોને પ્રભાવિત કરવા સતત દબાણ હેઠળ રહીને સોશિયલ મીડિયા પર પોતાનાં ફોલોઅર્સ વધારશે.

પોતાના આર્થિક-સામાજિક સ્ટેટસ માટે કમાણી કરવામાં લોકો સતત પોતાની દુનિયામાં જ ડૂબેલાં રહે છે.

વાલીઓ પાસે બાળકો સામે કથાવાર્તાઓ વાંચવાનો કે રમવાનો સમય હોતો નથી. બાળકોને જુદા જુદા કેન્દ્રોમાં રખા-રખેવાળની દયા પર એમને ભરોસે છોડી દેવાયાં છે, બાળકોને માટે જરૂરી છે છતાં તેઓ કાંઈ હંમેશાં પ્રેમ અને ધ્યાન આપશે જ એ શક્ય નથી, ખરેખર જરૂરી છે કે પેઢી દર પેઢી ડહાપણનો દોર અક્ષત રાખવો. વડીલોએ પોતે જ 'ડિવાઈસ હેબિટ' છોડવી પડશે અને બાળકોનાં તંદુરસ્ત સામાજિક વિકાસ માટે ટેકારૂપ બનવા એમને આપેલ સ્ક્રીન ટાઈમ ઘટાડવા પ્રયાસ કરતા રહેવું પડશે.

અમને દાદા કે પપ્પા કરતા તે દરેક કથાવાર્તાઓ યાદ છે. ફેમિલી ટાઈમ હંમેશા હૂંફાળો રહેતો, બૃહદ્ સંયુક્ત કુટુંબમાં રજાઓ ગાળવાથી જુદા જુદા પરિવારોનો સામાજિક રીતે પરિચય થતો. એમનાં સુખદુ:ખનો ખ્યાલ આવતો પરંતુ આજે તો દરેક બાળક સ્માર્ટફોન અને ટેબ્સ સાથે વ્યસ્ત રહે છે, આપણને વિકાસશીલ બાળક તરીકે જરાય ભાન ન હતું તેવી સાયન્સ ટ્રીક્સ એમને ખબર હોય છે પરંતુ એમને લંગોટિયા દોસ્તારો સાથે શુદ્ધ હવામાં કાદવમાં ગલોટિયાં ખાવાનો કે રિસામણાં-મનામણાંનો આનંદ મળતો નથી. એમનું જ્ઞાનવિજ્ઞાન ચોક્કસ જ પ્રશંસનીય ગણાય પરંતુ પોતાને

માટે જિંદગીમાં ડહાપણભર્યા નિર્ણયો લેવાનો વખત આવશે ત્યારે તેઓ લઈ શકશે કે કેમ તે વિશે મને શંકા છે.

શરૂઆતમાં સ્કૂલો બાળકો માટે આનંદિત સ્થળ રહેતું જે એમનાં સર્વાંગી વ્યક્તિત્વ વિકાસ માટેનું દ્યોતક હતું. વિદ્યાર્થીઓ/વિદ્યાર્થિનીઓને સારા પગારની નોકરીઓ માટે ઢગલાબંધ માર્ક્સ (ગુણ) લાવવાનાં કારખાનાઓમાં મોટાં કરવામાં આવતાં ન હતાં. બાળકો અઢળક પ્રેમ સાથે શિસ્તબદ્ધ રીતે કૌટુંબિક પરંપરાગત મૂલ્યવાન સાંસ્કૃતિક જતન સાથે મોટાં થતાં હતાં. હવે જેમ બને તેમ વહેલેરું બાળકને સ્કૂલમાં દાખલ કરવામાં આવે છે, ટ્યુશન અને સ્કૂલ વચ્ચે દોડધામ કરે છે, ભારેખમ પરીક્ષાઓ આપે છે, એમએનસીમાં જાય છે; અને માપબહાર વખણાય છે, આમ બાળક માનતું થઈ જાય છે કે જિંદગીમાં આવી યંત્રવત્ સિદ્ધિઓથી વિશેષ કાંઈ નથી. પ્રયોગશીલતા, નિષ્ફળતા, સર્જકતા, ડહાપણ કે સમજદારી માટે કોઈ અવકાશ જ નથી.

વ્યક્તિગત રીતે, આપણે ક્યારેય નો'તા એટલાં વધારે ને વધારે ટેકનોલોજિ પર નિર્ભર છીએ— અને અગાઉ કરતાં વધારે કરી શકીએ છીએ. સામૂહિક રીતે, ટેકનોલોજિએ આપણને વધારે ને વધારે સ્માર્ટ (હોશિયાર) સક્ષમ, ઉત્પાદક બનાવ્યા છે, ટેકનોલોજિએ શું શું નથી કર્યું, એનો તો ડહાપણદાહ્યા બનાવ્યા છે.

❈

પુખ્તાવસ્થા અને ગતિશીલ જીવનશૈલી

હું માનું છું કે સંતાનોને શીખવવું જરૂરી હોય છે કે જિંદગીમાં દરેકને મુશ્કેલીઓનો સામનો કરવો પડે છે. પછી ભલે તેઓ ગમે ત્યાં જાય કે રહે-કરે, એનાથી ભાગવાથી ક્યારેય પણ પ્રશ્ન કે સમસ્યાનું નિરાકરણ આવતું નથી. એમને શીખવવું જરૂરી છે કે મુશ્કેલીઓનો સામનો કરો અને ઉકેલ શોધી એમાંથી બહાર નીકળો પછી એ સ્કૂલમાં, કામમાં કે અંગત જિંદગીમાં પડકાર બનીને આવી હોય. એમણે પ્રતિકૂળતાઓને ટાળવાના બદલે એનો સામનો હિંમતથી કરવો જોઈએ.

એ અલગ ઢબની સોમવારની સવાર હતી. કોરોનાકાળ દરમિયાનનાં બે વર્ષના લાંબા ઓનલાઈન ક્લાસ પછી એકાંશ પહેલી વાર સ્કૂલેથી પાછો ફર્યો હતો. એકાંશ બીજા ધોરણમાં છે, હવે થોડા મહિના પછી આ શૈક્ષણિક વર્ષ પૂરું થશે.

ઘરથી દૂર સ્કૂલમાં પૂરો દિવસ રહેવાનું મળ્યું એટલે એકાંશ ખાસ્સી ઉત્તેજના અને આતુરતા અનુભવતો હતો. મારે પણ એ સ્વીકારવાનું હતું કે હવે ઘરમાં એની ગેરહાજરી વર્તાશે અને એકલતા લાગશે. મને ખાતરી જ હતી કે સ્કૂલો હોમવર્કનું (ગૃહકાર્ય-ઘરકામ) ભારણ વધારશે અને અમારે એ દબાણ ફરીથી સહન કરવું પડશે.

મેં મારી બહેનને પણ પૂછી જોયું કે એને ત્યાં કેવા હાલહવાલ છે.

એણે કહ્યું, "તને તો ખબર છે કે રિયાએ ટૂંક સમયમાં એનાં બારમાં ધોરણની બોર્ડની પરીક્ષા આપવાની છે, એને જુનિયર કોલેજનાં નિર્ણાયક કહેવાય એવાં અગત્યનાં બે વર્ષો ગુમાવ્યાં છે. વધારે મહત્ત્વનું એ છે કે એને કેન્ટિનથી માંડી

દાઈદોસ્તારો સાથે હસીખુશી-રખડવું, જુદા જુદા ઈવેન્ટ્સમાં સહભાગી થવું જેવી અનેક બાબતોમાં બધી મોજમસ્તીથી દૂર રહેવું પડ્યું છે! હવે એનો સમય એ બધી મસ્તીમજાક વગરનો અને કટોકટ ભણવાનો રહેશે. મને એવું લાગે છે કે એણે જિંદગીના કેટલાક અંતરંગી અનુભવો ગુમાવ્યા છે. એ પણ એનાં સહાધ્યાયીઓનાં મિલન માટે થોડી નર્વસ (અસ્વસ્થ) લાગે છે. જોઈએ, શું થાય છે." હું એને માટે શુભેચ્છા સાથે આશા રાખું છું કે રિયા સરસ રીતે અનુકૂળ થઈ જશે."

તે દિવસે હું રોજ કરતાં વહેલી ઊઠી અને ચા પીતાં પીતાં છાપું વાંચતી હતી. એમાં બાવીસ વર્ષના કોલેજિયનની આત્મહત્યાના પ્રયાસના સમાચાર હતા.

પોલીસના કહેવા મુજબ, વાણિજ્યના આ યુવાન વિદ્યાર્થીએ એના નોર્થવેસ્ટ દિલ્હીના આર. કે એપાર્ટમેન્ટ્સના ઘરમાં આત્મહત્યાનો કથિત પ્રયાસ કર્યો હતો કારણ કે એના મિત્રો એની પાસે ખંડણી માગીને એને અંગત ફોટોગ્રાફ્સ માટે બ્લેકમેઈલ કરતા હતા. એ દુઃખદ સમાચાર હતા. આમ પણ લોકો મુશ્કેલ સમયનો સામનો કરી રહ્યાં છે. કોવિડ-૧૯ નાં કારણે સમાજના દરેક ક્ષેત્રે દરેક માટે પડકારો વધી રહ્યા છે. પરિણામે આર્થિક તકલીફોમાં વધારા સાથે એન્ક્ઝાઈટી અને ડિપ્રેશન પણ ખાસ કારણ બની રહ્યાં છે.

પોલીસને જ ચિઠ્ઠી મળી તે પ્રમાણે કોલેજનો વિદ્યાર્થી લખે છે કે હું જૂઠ્ઠો નથી અને ગણવેશધારી વ્યક્તિને આજીજી કરે છે કે મને બ્લેકમેલ અને હેરાન કરનારાને યોગ્ય સજા થાય તે જોજો.

જેવા આઠ વાગ્યા કે મેં એ વિચારને પડતો મૂક્યો કારણ કે એ સમય એકાંશને ઉઠાડવાનો હતો. ઘણા સમય પછી મિત્રોને મળવાનો હતો એટલે એ ખૂબ ઉત્તેજના અનુભવતો હતો. એને સ્કૂલે ઉતારીને હું ઑફિસ જવા નીકળી. કામની દૃષ્ટિએ મારે માટે એ સારો દિવસ હતો. પાછાં વળતાં મેં કેટલુંક કરિયાણું ખરીદ્યું અને એકાંશને સ્કૂલેથી લીધો.

સાંજના ખાણાં સમયે, અનુરાગ થોડા ઢીલા લાગ્યા. મેં એકાંશની સામે કાંઈપણ પૂછવાનું ટાળ્યું. એકાંશ સૂઈ ગયો પછી અનુરાગે પોતાના સહકર્મચારી શશીની દીકરીની કરમકહાણી વર્ણવી કે નિકટના કુટુંબના સગાંએ એ નાની હતી ત્યારથી કેવી રીતે એનું શોષણ કર્યુ હતું અને શશીને એની ખબર છેક હમણાં જ પડી. શશી અને એની પત્ની શર્મીલાને તેનો ખૂબ જ આઘાત લાગ્યો હતો અને એમને સમજાતું ન હતું કે આવી પરિસ્થિતિને કઈ રીતે કાબુમાં લેવી. અમે એ કુટુંબના લાંબા સમયથી પરિચયમાં હતાં, એ હ્રદયવિદારક સ્થિતિ હતી.

જિંદગીના દરેક સ્તરની પ્રવાહિતા (ડાયનેમિક્સ-ગતિશીલતા) વિશે વિચારવા અમે મજબૂર થઈ ગયાં હતાં. ખાસ તો એકાંશના ઉછેર વિશે પણ સચિંત અને સતર્ક થઈ ગયાં હતાં.

❖

લેખો

○ **કિશોરાવસ્થામાં દારૂ, ડ્રગ્સ કે ધુમ્રપાન જેવાં વ્યસનો કઈ રીતે કે શા માટે સહેલાઈથી પગપેસારો કરે છે.**

તાજેતરમાં ભારતમાં ક્યારેય ન હતી એટલી વધારે સંખ્યામાં કિશોર વર્ગ ડ્રગ્સ જેવા વ્યસનમાં ફસાઈ ગયો છે, ૨૦૧૮માં આઠથી બાર ગ્રેડર્સમાંથી ૨૭% ગેરકાયદેસર ડ્રગ્સ લેતા હતા. ૨૯% ડ્રગ્સ વાપરીને હતાશાની ગર્તામાં ધકેલાતા હતા, દસકાઓ અગાઉ જાહેરમાં સિગારેટના કશ મારવાની બડાશથી વધારે ભારતીયોમાં બાટલી મારવી, માદક દ્રવ્યો સૂંઘવા કે રક્તવાહિનીઓમાં ઈન્જેક્શન્સ લેવા જેવી હરકતોનું પ્રમાણ સતત વધી રહ્યું છે.

કિશોર વયના નક્કર પોતનો દુરુપયોગ અનેક કારણોસર સમસ્યારૂપ છે. કિશોરવર્ગમાં આજે પણ મહત્ત્વની જીવનકૌશલ્યતા માટે મહેનત, ઓળખની મથામણ, ગમાઅણગમા દેખાય છે. જો તરુણો મિત્રો સાથે સાનુકૂળ થવા કે વધારે મિત્રો બનાવવા માટે ડ્રગ્સનો પ્રયોગ કરે, તો તેઓ જાણેઅજાણે પોતાની જિંદગીની સંભવિત બરબાદી માટે કુટેવ પાડે છે અને નિવારણ માટે કટોકટ સ્થિતિ ઊભી કરે છે. ઘણા કિશોરો/યુવાનો-કિશોરીઓ/યુવતીઓ માટે ધારેલાં પરિણામો પહેલાં કોઈક રીતે પ્રગતિનો પ્રેરક વિકલ્પ પણ પસંદ કરાયો હોય છે. કલ્પના કરો, કિશોર/યુવાવયમાં સ્કૂલમાં એ ઊચ્ચ ગુણાંક માટેના પાઠ પચાવી રહ્યો/રહી હોય છે તે પહેલાં નાની વયે બાળપણમાં એનિડ બ્લિટનની નવલકથા કે છેલ્લામાં છેલ્લા કાર્ટૂન શોની એને આદત પડી ચૂકી હોય છે. ટૂંકમાં બાળપણમાં વાંચેલું સાહિત્ય કે જોયેલા ટીવી શો એને કિશોરાવસ્થામાં પ્રગતિ માટે પ્રેરણારૂપ પણ બને છે.

માનવમગજના કેટલાક સંશોધનમાં તરુણાવસ્થાનાં પરિવર્તનોના ચોક્કસ નિર્દેશ માટે પ્રયાસો કરવામાં આવ્યા છે. હેલ્થ રિસર્ચર્સ (આરોગ્ય સંશોધકો) દ્વારા તારણ આવ્યું છે કે તરુણ/કિશોરાવસ્થામાં શારીરિક અને બૌદ્ધિક વિકાસમાં નાટકીય ઢબે ઉછાળો આવે છે. મગજમાં પરિવર્તન આવે છે ત્યારે એમાં થતા બદલાવના દરેક પ્રકારનું

પ્રમાણ અલગ અલગ હોય છે, કિશોરવયમાં જોખમનો અંદાજ કાઢી લેવા જોઈતા નિર્ણયો માટેની શક્તિ કરતાં આનંદપ્રમોદ કેન્દ્ર વધારે સક્રિય થઈ જતું હોય છે.

સામાન્ય રીતે એની શરૂઆત ખાસ્સી નિર્દોષિતાથી થાય છે, બાળકનાં બાળપણમાં માતાપિતાના પ્રભાવના કારણે થતા વિકાસ પર એ જ્યારે કિશોરાવસ્થાથી પુખ્તવયનો થાય છે ત્યારે સમવયસ્કોના પ્રભાવની અસર થાય છે અને માતાપિતાનો પ્રભાવ ઘટે છે. યુએનનાં મંતવ્ય મુજબ દુનિયાના ૨૪૭ મિલિયન અંદાજિત ડ્રગ્સ વ્યસનીઓમાં ભારતના દસ મિલિયન છે. હાલમાં કોઈ રાષ્ટ્રીય સ્તરનો ડેટા ઉપલબ્ધ નથી જેથી આ સમસ્યાની તીવ્રતાનું માપ નીકળી શકે પરંતુ ડોક્ટરો પાસે આવતા કેસોમાં થયેલો વધારો સૂચક છે. ડ્રગ્સ એડિક્ટેડ યુવાવર્ગ પર કરવામાં આવેલા એક સંશોધન પ્રમાણે, "ભારતમાં મોટાભાગના ડ્રગ એડિક્ટ્સ એમના મિત્રોનાં કારણે રવાડે ચડ્યા હતા." અભ્યાસ જણાવે છે કે વધારાના ૩૫%ની મુલાકાતના તારણ મુજબ તેઓ કુતૂહલ અને આનંદ મળવાથી ખેંચાયાં હતાં. એવું પણ સૂચિત થયું છે કે કિશોર/યુવાવર્ગમાં ધૂમ્રપાનનાં વધેલાં પ્રમાણનું કારણ વજન નિયંત્રણનો હેતુ હોઈ શકે.

આ વર્ગમાં વિવિધ વ્યસનનું વધતું પ્રમાણ એમ પણ સૂચવે છે કે તેઓ તૂટતા સંબંધો, નાદુરસ્ત તબિયત, કંઈક ગુમાવ્યાનું દુ:ખ, ખોટ, આઘાત, મિત્રો ન બનાવી શકવાની પીડા, આત્મવિશ્વાસના અભાવનાં પરિણામે ઊભી થતી ભાવનાત્મક અને માનસિક કટોકટીથી ઉદ્ ભવતી એન્ક્ઝાઈટી અને ડિપ્રેશનનો સામનો કરવા ડ્રગ્સનો આશરો લે છે. અલબત્ત, આમાંથી કેટલીક પરિસ્થિતિ ટૂંકાગાળા માટે પણ હોઈ શકે પરંતુ એની અસર જીવનભર રહે છે.

એવી તો અનેક નિશાનીઓ દર્શાવે છે કે ક્યા તરુણો/યુવાનો ડ્રગ્સ લે છે, ડ્રગ એબ્યૂઝ અને ડ્રગ એડિક્સનનો ફરક પણ સમજવો જોઈએ. ઘણા કિશોર-યુવાનો ડ્રગ્સનો પ્રયોગ કરે છે પણ તેઓ વ્યસની નથી. આ ઉંમરની પીડા અને ખરેખર ડ્રગયુઝના ભેદની વ્યાખ્યા કરવી મુશ્કેલ છે પરંતુ વાલીઓ પોતાનાં સંતાનો સાથે વાતચીત કરીને સમજાવટ માટે સક્રિય થઈને એમની હકીકત જાણી શકે.

ડ્રગ એબ્યૂઝર સંતાનની પરખ કેવી રીતે કરશો:

- એના મૂડમાં અચાનક બદલાવ આવે, ચડાવ ઉતરાવ જણાય, વારંવાર વિચિત્ર કે ચીડિયાપણું દર્શાવે.

- અપૂરતો ખોરાક અને ઊંઘ લે, પેટ અપસેટ થવું.

- આંખેઆંખ મેળવી વાતચીત બંધ થઈ જાય અને પોતાની દુનિયામાં ખોવાયેલું જણાય.

- મિત્રવર્તુળમાં ફેરફાર આવે. ઘરે પાછા ફરવાના સમયમાં ફેરફાર થાય.

- અસહજ લાગતી થકાવટ અને વારંવાર માંદા પડવું.

- વધારે પૈસા ખર્ચવા.

- શૈક્ષણિક ક્ષેત્રે પાછળ પડવું કે એ કાર્યમાં નબળું પરિણામ આવવું.

ડ્રગ અને આલ્કોહોલ વ્યસનીની સારવાર ઘરે થઈ શકે. એનાં નિવારણ માટે ઘરે પ્રયત્નો થઈ શકે. વાલીઓ સંતાનો સાથે એનાં ભયસ્થાનો અને પરિણામ વિશે વાત કરી શકે, સતત વાતચીતનો સંબંધ પ્રસ્થાપિત કરીને વર્ષો સુધી માર્ગદર્શક બની શકે. તકલીફ નિવારક વાતચીત સંતાનોમાં વાલીઓ માટે વિશ્વાસ અને શ્રદ્ધા પેદા કરીને એમને તાકાતવર બનાવી શકે.

જો પોતાનું સંતાન સાચેસાચ ડ્રગ એડિક્ટ છે એવું સમજાય તો વાલીઓએ વધારે પડતી પ્રતિક્રિયા આપવી ન જોઈએ. વધારે પડતી આધાતજનક પ્રતિક્રિયા કે મારઝૂડ તરુણ/કિશોરવર્ગને મોકળા મને પોતાના અનુભવની વાત કરતાં રોકી શકે. માતાપિતા તરીકે તમારે વ્યસનના વિવિધ પ્રકાર અને અસર વિશે વધારે અધિકૃત અને નક્કર જાણકારી મેળવવી જોઈએ. જેમ જેમ તમે જાણકારી મેળવો તેમ તેમ તમારા જીવનસાથી અને બાળકોને પણ કહેતા રહો. બાળક જો એ ન સ્વીકારે કે વિરોધ કરે અને વાલી તરીકે એમાં અસત્યપણું લાગે તો વ્યાવસાયિક સહાય લઈને છુપાયેલો

ડ્રગ પ્રોબ્લેમ જાણી શકાય છે. વાલીઓએ સમજાવવું જોઈએ કે એમને બાળકો અને એમના ભવિષ્ય સાથે કેટલી નિસ્બત અને કાળજી છે.

વ્યસનમુકિત કેન્દ્રો ખાસ કિશોર-યુવાવર્ગ માટે કાર્યક્રમો યોજે છે. આવી પુનવર્સનની તકો ખૂબ જ લાભદાયક નીવડે છે અને ભવિષ્યમાં બદલાતા પ્રવાહે એ સંપૂર્ણ વ્યસનમુક્તિ પામી શકે છે. તમે તમારી અને તમારાં ચાહિતાની જિંદગી બદલવાનું કેન્દ્ર શોધી શકશો.

યાદ રાખો, તમે એકલાં નથી. સહાય પ્રાપ્ય છે— તમારે ત્યાં સુધી પહોંચવાનું છે.

○ **બાળપણના પ્રતિકૂલ અનુભવોની અસર જીવનપર્યંત રહી શકે પરંતુ એમ ન થવું જોઈએ.**

ઘરેલુ જીવનમાં અઢાર વર્ષની વય પહેલાં થયેલા બાળપણના કેટલાક અનુભવોની પ્રતિકૂલ અસર (એસીઈ) થઈ શકે છે જેમ કે-

- શારીરિક ત્રાસ, મારઝૂડ.

- ભાવનાત્મક દબાણ.

- સતત જાતીય શોષણ.

- દારૂ અને ડ્રગ્સથી ઘરમાં જ પેદા થતી ત્રાણ.

- ઘરના કોઈ સભ્યનું કેદ/જેલમાં રહેવું.

- ઘરમાં કોઈ સભ્ય સતત ડિપ્રેશનમાં હોય, માનસિક રીતે અસ્વસ્થ હોય, એને સંસ્થામાં રાખ્યા હોય કે આત્મહત્યાની વૃત્તિ હોય.

- ઘરેલુ હિંસાનો ભોગ.

- માતા અથવા પિતાનું ન હોવું અથવા બન્નેનું ન હોવું.

- શારીરિક-માનસિક-ભાવનાત્મક ઉપેક્ષાનો ભોગ બનવું.

બાળપણના પ્રતિકૂલ અનુભવોની અસર (એસીઈ) પર ૧૯૯૫-૯૭ દરમિયાન સેન્ટર ફોર ડિસિઝ કન્ટ્રોલ એન્ડ કૈસર પરમેનેટ દ્વારા થયેલા સંશોધન અને અભ્યાસ થકી પ્રકાશ પડ્યો. આ અભ્યાસે બાળપણનાં ઘરેલુ કામકાજના પડકારો, શોષણનું ફલક અને પુખ્તવયના મૃત્યુના કેટલાક અગ્રિમ કારણો માટેનાં બહુવિધ જોખમોનાં પરિબળો વચ્ચનો સંબંધ શોધી કાઢ્યો છે. આ અભ્યાસ એડવર્સ ચાઈલ્ડહૂડ એક્સપિરિયન્સિસની (બાળપણનાં પ્રતિકૂલ અનુભવો) અસર તરીકે જાણીતો છે.

મારિયાનો ઉછેર ત્રણ સંતાનોમાંનાં એક તરીકે થયો. એના પિતા દારૂના વ્યસની અને માતા ડિપ્રેશનનો શિકાર હતાં. બન્ને કામકાજની શોધમાં રહેતાં અને કુટુંબ ખૂબ

ગરીબ હતું. કેટલીક વાર તો ખાવાનાં ફાંફાં પડી જતાં. બન્ને માંદાં એટલે બાળકોની પણ પૂરતી સંભાળ રાખી ન શકતાં.

શાન્તા ઘરકામ સહાયક સાથે મોટી થઈ જેણે એનાં માતાપિતાની જાણ બહાર એનું છ વર્ષ સુધી જાતીય શોષણ કર્યું. પરિણામે, શાન્તા સ્કૂલમાં ભણવામાં ધ્યાન કેન્દ્રિત કરી શકતી નહીં, તેથી એને ભણવામાં ખાસ સારા ગુણ મળતા નહીં, એ લડવાડમાં પડી જતી અને કિશોરાવસ્થામાં કોઈપણ સાથે સંબંધ બાંધતાં ડરતી.

પોતાની માતાના પુન:લગ્નનાં કારણે શ્યામ અસુરક્ષાના મૂંઝવણભર્યા સમયમાંથી પસાર થઈ રહ્યો હતો કારણ કે એ એના સાવકા પિતા સાથે અનુકૂળ થઈ શકતો ન હતો. ધીમે ધીમે એ આક્રામક અને હઠીલું બાળક બની રહ્યો. જ્યારે એને સ્કૂલમાં મુશ્કેલીનો અનુભવ થવા લાગ્યો ત્યારે કેટલીક વાર એના સાવકા પિતા એને મારતા.

જ્યારે અમન માધ્યમિક શાળામાં ભણતો હતો ત્યારે એની માતાએ આત્મહત્યાનો પ્રયાસ કર્યો, સદનસીબે એ બચી ગઈ પરંતુ અમનના પરિવારને ભારે અસર થઈ એમાં એના પિતા ઘર છોડી ગયા. વ્યસનમુક્તિ કેન્દ્રમાં અમને પોતાની કથાવટ વર્ણવેલી.

આ ઉદાહરણો સચ્ચાઈનું પ્રતિબિંબ ઝીલતાં કાલ્પનિક કથાનકો છે, વ્યાવસાયિક વ્યક્તિઓ તરીકે સમાજના સામાજિક-આર્થિક રીતે જુદા જુદા વર્ગના આ પ્રકારના કિસ્સા હલ કરવાનું અમારા હિસ્સે આવે છે.

આત્મહત્યા, છૂટાછેડા, ઘરેલુ હિંસા, જાતીય શોષણ, કારમી ગરીબી, પૂરતી તકોથી વંચિતો જેવાં કારણોસર કેટલાં બાળકો અસરગ્રસ્ત હશે? આ બધાં કારણો સામાન્ય રીતે એસીઈ કે એડવર્સ ચાઈલ્ડહૂડ એક્સપિરિયન્સિસ તરીકે ઓળખાય છે.

બાળશોષણ અને ઘરેલુ ત્રાસનો આઘાત બાળકો પર અકલ્પનીય અસર છોડે છે, તેનાં કારણે શરૂઆતનાં વર્ષોમાં બાળકના સામાન્ય માનસિક વિકાસ પર વિક્ષિપ્ત અસર થાય છે. આમ બાળપણના અનુભવોની પ્રતિકૂળ અસર વિવિધ શારીરિક રોગો અને અક્ષમતામાં પરિણમે છે. આ દિશાને ઓળખીને જેમ બને તેમ વેળાસર બાળકોને

પૂરતી તકો અને અવકાશ પૂરો પાડવો જરૂરી છે જેથી તેઓ ભાવિ નાગરિક તરીકે સમાજમાં યોગ્ય અને તંદુરસ્ત ભૂમિકા ભજવી શકે જેને માટે તેઓ લાયક છે.

જે લોકોએ એસીઈનો અનુભવ કર્યો છે એમને તો એની અસર વિશે જાણકારી હોવી જ જોઈએ જેથી જરૂર પડે તેઓ યોગ્ય સારવાર લઈ શકે. તેઓ જિંદગીને બહેતર બનાવવાં વ્યાવસાયિક સારવાર અને સામાજિક સહાય પણ લઈ જ શકે જેથી એમનાં સંતાનો, પરિવાર અને ભવિષ્ય સુરક્ષિત રહે. કેટલાક એસીઈ સર્વાઈવર્સે ખુદના અનુભવોથી મેળવેલી આ જાણકારી અને સમજ એમને પોતાને માટે જ બહેતર નીવડી છે.

એસીઈની વ્યક્તિગત અને સામાજિક અસર વિશે જાણકારી દરેકને હોવી જોઈએ એ અગત્યની બાબત છે.

○ **સંતાનોમાં સારાં વલણો કેળવી શકાય છે અને એનું પુનરાવર્તન પણ કરી શકાય છે.**

"અમારું પાંચ વર્ષનું નાનકું બચ્ચું અનેકવાર તોછડું, સ્વાર્થી વર્તન કરે છે ઉપરાંત તાકાત કરતાં વધારે લડાયક વૃત્તિ તો ખરી જ."

"મારું બાર વર્ષનું બાળક ભારે આળસુ. વળી અમે જો એને ટકોર કરીએ તો સામે ઢગલો દલીલબાજી કરે."

"મારી સોળ વર્ષની દીકરીને દરેક વાતે વાંધાવચકાં અને નકારાત્મક વલણની ટેવ છે."

"મારો દીકરો અઢારનો થયો અને હંમેશ જાતબચાવના રસ્તે ચાલીને એ મને અને એના પપ્પાને વળતો જવાબ આપતો જ રહે."

તમારાં સંતાનોનું વલણ આવું છે? તમને જાણ છે જ કે હું શું કહું છું— તોછડું, સ્વાર્થી, અસંવેદનશીલ, બેજવાબદાર, ઈર્ષ્યાળુ, પોતાનો જ કક્કો ખરોનુ વલણ અને આળસુ— યાદી તો વધતી જ રહેશે. કેટલાંક બાળકોને સૂર્યપ્રકાશને બદલે ઘેરાયેલાં વાદળો જ દેખાશે. ક્યારેક ને ક્યારેક આપણે સૌ પણ નકારાત્મકતાનો અનુભવ કરીએ છીએ પરંતુ દરેક સમયે સુસ્તી તથા હતાશાની લાગણી તંદુરસ્તીની સારી નિશાની નથી.

વિવિધ વલણો વિકસાવી શકાય છે. અહીં આપણે મિજાજ કે વ્યક્તિત્વની વાત નથી કરતાં. આપણે બાળકોને અવિવેકીમાંથી વિવેકી કે પછી સતત માંગણીકર્તામાંથી વાજબી માંગકર્તા કે ઊંચા તેવરનાં બદલે વધારે શાંત રહે, અવ્યવસ્થિતથી વ્યવસ્થિત અને અસ્વસ્થતાથી તંદુરસ્ત જીવનશૈલી તરફ વળે એ વિશે વાત કરીએ છીએ. મિજાજ કે વલણો છેવટે ટેવ બને છે, એમાં એવું નથી કે વર્તનવ્યવહાર વિશે ટકોર કરીએ અને તરત અસર થાય, કેળવાયેલો સારોનરસો મિજાજ કે વલણોનું દૃઢિકરણ બાળક માટે જીવનભરનું ભાથું બની જાય છે, મહત્ત્વનું એ છે કે તમારું વડીલશાઇ

ધ્યેય સંતાનોનાં વલણો-મિજાજને યોગ્ય દિશામાં વાળનારું અને તે અમલી બનાવી શકાય તેવું હોવું જોઈએ.

પહેલાં સમજીએ કે એ ક્યાંથી કેવી રીતે આવે છે? એ ઝેરી જગત, આજકાલ જેની બોલબાલા છે તે અણઘડ મિત્રો કે મીડિયાની કોપી તરીકે કે પછી સંતાનોને ક્યારેય ના ન પાડનાર અને માંગે તે હાજર કરનાર દોષિત માતા-પિતા તરફથી આવી શકે છે, એની યાદી અંતહીન છે, પરંતુ તમે આજુબાજુનાં એવાં વલણોને બદલી શકો છો.

બાળકોમાં સકારાત્મક વલણોનો વિકાસ કેમ જરૂરી છે? કારણ કે તમારી વર્તણૂક તમે જે અનુભવો છો તે તરંગમોજાં ફેલાવે છે. સકારાત્મક વલણો તમને શીખવે છે કે ઘરમાં કે બહારનાં જીવનમાં ક્રૃતજ્ઞતા કેવી રીતે કેળવી શકાય. એ જ તંદુરસ્ત જીવનશૈલીનો પાયો છે.

વલણો બાળહૃદયની વાતાયન (બારીઓ) છે, જો તમે સંતાનોને યોગ્ય વલણો કેળવતાં શીખવશો તો તેઓ સંઘર્ષ સામે ઝઝૂમીને તંદુરસ્ત જીવનશૈલી વિકસિત કરતાં શીખી શકશે.

આત્મવિશ્વાસ અને સકારાત્મક વલણો હસ્તાંતરિત હોય છે. એમની યોગ્ય કદરદાની અને વખાણ દીર્ઘકાલીન સકારાત્મક વલણોનાં દૃઢીકરણ માટે ઉપકારક બનશે.

અહીં મગજ સંતુલિત રાખીને અમલી બનાવી શકાય તેવાં કેટલાક વ્યવહારુ સૂચનો છે જે બાળકોના વલણ-વિકાસ માટે માર્ગદર્શક બની શકે:

(૧) લાગણીઓની પરખ કરો:

જ્યારે હતાશા કે નિરાશાનો દોર હોય ત્યારે પોતાની માગણી માટે કે અન્ય લાગણી વ્યક્ત કરતી વખતે કાળજીપૂર્વક શબ્દપસંદગી અને વર્તણૂક વિશે સંતાનને કેળવો. એને કહો," તું થાક્યો/ થાકી હો કે સંજોગોનુસાર અપસેટ પણ હોય ત્યારે તને જ

લાગ્યું હોય તે બોલે એ જરૂરી છે. તારી રીત વિવેકસભર હોવી જોઈએ અને શાંત રહેવાનો પ્રયત્ન કર."

(૨) પ્રભાવક પરિબળો:

નિષ્ણાતો સંમત થાય છે કે આપણાં વ્યક્તિત્વનાં કેટલાક પાસાંઓ વંશાનુગત છે છતાં કેટલાક પર આસપાસનાં વાતાવરણનો પ્રભાવ પણ છે. જો તમારું સંતાન સકારાત્મક રહેવાને બદલે વધારે નકારાત્મક કે નિરાશાવાદી બને છે તો પહેલાં તમારે તમારાં વલણો તપાસવા પડશે, એ વિશે તમને ખબર ન પણ હોય એટલે પહેલાં તમારે જાતતપાસ કરવી પડશે કે તમારા સંતાનનાં ખરાબ વલણો ક્યાંથી આવ્યાં. બની શકે કે એ કોઈ બીજાની વર્તણૂકની નકલ પણ કરતું હોય— વાલીઓ, ભાઈબેનો, મિત્રો કે ફિલ્મી-ટીવી પાત્રો જેઓ સતત ફરિયાદ કે ટીકા કરનારાં જ હોય.

(૩) વલણો પર અંગૂલિનિર્દેશ:

વિચારવલોણુંની દિશા ખોટી તો નથી ને તેના પર સતત ધ્યાન રાખો અને બદલો, બહારની તટસ્થ વ્યક્તિ તરીકે તમે આંતર્દૃષ્ટિની સમજ આપી શકો. દાખલા તરીકે, તમારાં બાળકનો દિવસ ખરાબ ગયો હોય અને એ નાનાંમોટાં ભાઈબેનો પર પોતાનો ગુસ્સો કે બળાપો કાઢે ત્યારે એને પોતાની લાગણીઓ પર સંતુલન અને યોગ્ય અભિવ્યક્તિની જરૂર હોય છે, વર્તણૂકની આરપાર જઈ મૂળ કારણ સમજવાની કોશિશ કરો.

(૪) વલણોને પડકારો:

જો તમારું બાળક સ્કૂલનાં હોમવર્ક કે ખાવાપીવામાં ફરિયાદ કરે તો એનું નિરાકરણ શોધી વલણ બદલવા પ્રેરિત કરો. કંઈક સારું પરિણામ લાવવા માટે પ્રેરણા પૂરી પાડવી એ જ સાચું વલણ છે.

(પ) નકારાત્મક થપ્પાથી દૂર રહો:

કોઈ બાળક તરવરાટથી સભર તો કોઈ અવસાદથી ભરેલું પરંતુ ક્યારેય તમારાં બાળકોને એ

પોઈન્ટ આઉટ ન કરો, બાળકો એને અંગત રીતે તરત જ મન પર લઈ લે છે.

(૬) પ્રગતિની ખાતરી કરો:

જ્યારે તમે સંતાનોમાં સકારાત્મક બદલાવ જુઓ છો ત્યારે એમને વખાણો અને કહો કે તમને એમના પર ગર્વ છે. એમને બળવંત બનાવવા તેઓ પોતાની પ્રગતિમાં ધ્યાન કેન્દ્રિત કરી શકે તેવો પ્રોત્સાહકરૂપ સાથો અને યોગ્ય પ્રતિભાવ આપો.

સમાપનમાં સંક્ષેપ રૂપે આટલું કે નિરાશ થયા વગર યાદ રાખો કે આપણે સંતાનોને સંતુલિત, સકારાત્મક વલણો કેળવવાનું શીખવી શકીએ છીએ. તેથી તેઓ દુષ્પ્રેરક વલણોને પોતાનાં પર હાવી નહીં થવા દે અને પોતાનું વ્યક્તિત્વ ઘડતર બળકટ અને બળવંત બનાવશે.

○ *તમારાં સંતાનોની માનસિક અને ભાવનાત્મક તંદુરસ્તી સમજો.*

એક યુવાન તબીબે આત્મહત્યાનો પ્રયાસ કર્યો, કોઈકે હઠીલી માંદગીનાં કારણે પોતાના ચહેરાની રોનક ગુમાવી અને તેઓ અનુકૂલન સાધી નથી શકતાં, ઉચ્ચ ગુણવત્તા ધરાવનાર વ્યક્તિએ કાર્યસ્થળે ભારે બોજ વહન કરી ન શકવાનાં કારણે આર્થિક રીતે સમાધાન કરવું પડ્યું હોય- જ્યારે મને આવા સમાચાર મળે ત્યારે ચોક્કસ જ આઘાત લાગે.

આજના ઝડપી અને ગળાકાપ સ્પર્ધક સમય સાથે પગલાંમાં પગલું ભરવાની મથામણ કરતાં રહેતાં આપણે સંતાનોની ભાવનાત્મક માવજત માટે સાચેસાચ કેટલો સમય આપી શકતાં હોઈશું એ મારા માટે મહત્ત્વનો વિચારણીય મુદ્દો છે. શું આપણે એમની સાથે બેસીને વિચારી ન શકીએ કે સાચી સફળતાના માપદંડમાં પોતાની ભાવનાત્મક પરિપક્વતા અને તંદુરસ્તીનો વિચાર પહેલો આવવો જોઈએ?

૧૮-૨૫ વર્ષની વયનાં મોટાભાગનાં લોકો પરિવર્તનકાળમાંથી પસાર થતાં હોય છે જેને માનસશાસ્ત્રીઓ 'વિસ્તૃત કિશોરાવસ્થા' તરીકે ઓળખાવે છે. આ સમય કિશોરાવસ્થાના વિકાસમાં આવતા ઝડપી બદલાવની પ્રક્રિયાનો આ પૂછડિયો હિસ્સો છે. આ પરિવર્તનકાળમાં મગજ, હોરમોન્સમાં આવતા ફેરફાર ભાવનાત્મક ચડાવઉતરાવ અને શારીરિક-માનસિક તંદુરસ્તી બાબતે જીવન સાથે સંબંધિત છે.

લગભગ ૭૦% માનસિક નાદુરસ્તી ૨૫ વર્ષ પહેલાં શરૂ થાય છે છતાં સેંકડો કિશોર-કિશોરીઓ નિદાન અને ઉપચારથી વંચિત રહે છે. નિશાનીરૂપ ચેતવણીના આ લાલ ધ્વજ તરફ અનેક કારણોસર દુર્લક્ષ સેવાય છે તેમાં માનસિક સમસ્યાઓ માટે જાગૃતિનો અભાવ કે નકારાત્મક બદનામીનો ડર મુખ્ય છે.

આવાં કેટલાક પૂર્વસૂચક પરિબળો તમારાં તરુણ-યુવાન સંતાનોની માનસિક તંદુરસ્તી માટે અસરકર્તા નીવડી શકે:

- **વાલીઓ દ્વારા તરછોડાવું:** માતાપિતા કે વડીલો દ્વારા શારીરિક કે માનસિક અત્યાચાર અથવા અપૂર્ણ સંબંધોની ત્રાણનો સામનો કરવાની અક્ષમતા, જાત પ્રત્યે

સહાનુભૂતિ કે લગાવનો અભાવ, હાથવગી વસ્તુઓનો દુરુપયોગ ભવિષ્યમાં આવનારી ગંભીર માનસિક બીમારીઓનાં લક્ષણો તરફ દોરી જાય છે.

- **પોષક આહાર:** કુપોષિત, અનારોગ્યપ્રદ આહારશૈલી પણ ત્રાણ અને અસુરક્ષાની લાગણીનું એક કારણ છે. ફક્ત કુપોષણ જ કારણ નથી, ખોરાકમાં ગળપણનો માપ વગરનો ઉપયોગ પણ ભાવનાત્મક સંઘર્ષનું કારણ બની શકે એટલે માતાપિતાએ એનું પણ ધ્યાન રાખવું જોઈએ.

- **હાથવગી વસ્તુઓનો દુરુપયોગ:** કેટલીક વાર યુવાવર્ગ અજાણપણે લાભાલાભ જાણ્યા વગર જાતે જ હાથવગી દવાઓ કે દારૂ જેવી હાનિકારક ચીજવસ્તુઓનો ઉપયોગ શરૂ કરે છે જે ખરેખર દુરુપયોગ છે જે વિકસતાં મગજ માટે બધી રીતે નુકસાનકર્તા છે.

ખાસ કરીને સંવેદનશીલ પુખ્ત યુવાવર્ગ માનસિક અને ભાવનાત્મક બીમારીમાં વધારે તણાઈ જાય છે. કમનસીબે, ઘર છોડીને બહારની દુનિયામાં પ્રવેશે છે ત્યારે તેઓ હંમેશાં માનસિક આરોગ્યના પડકારો વિશે જાણકાર કે સચેત હોતા નથી. આવી જાણકારી આપવી કે એમને સજાગ અને સચેત રહેવા ટીપ્સ આપવાથી તેઓ પોતાની જાતનું નિયમન કરી શકશે.

તરુણ સંતાનો માટેનો તમારો નિર્વ્યાજ પ્રેમ જ એમને આ સમય દરમિયાન સ્વસ્થ અને તંદુરસ્ત રહેવા માટે સહાયરૂપ બની શકે. પોતાનાં માતા-પિતાના પ્રતિભાવો કે પ્રતિક્રિયાના અનુભવની અનુભૂતિના આધારે જ સંતાનો પોતાની જાત વિશે વિશાળ પરિપ્રેક્ષ્યમાં વિચારતાં હોય છે. તેથી વાલીઓએ હંમેશાં સંતાનો સારી, સાચી અને સુરક્ષિત લાગણીઓ અનુભવે એવા પ્રયત્નો કરવા જોઈએ.

તમે આ પ્રમાણે કરી શકો:

(૧) એમનાં આત્મવિશ્વાસ અને જાત પ્રત્યેની સભાનતાનું નિર્માણ:

એમના વખાણ કરો— એને માટે ચોક્કસ રહો. એમને સ્પષ્ટ કહો કે તમે એમની કઈ બાબતે પ્રભાવિત છો અને કેમ ગર્વ અનુભવો છો. એમની સાથે સમય ગાળો. એમને લાગવા દો કે તેઓ તમારા માટે સૌથી ખાસ અને મૂલ્યવાન છે.

(૨) ભાવનાત્મક રીતે પીઠબળ બનો:

તમારી સાથે વાત કરવા એમને પ્રોત્સાહન આપો. એમને સાંભળો, એમની લાગણી સમજો અને એમનું પીઠબળ બનો.

(3) એમને સલામતી અને સુરક્ષા આપો:

એમને તમારા નિર્વ્યાજ પ્રેમની અનુભૂતિ કરવા દો. રોજિંદી ચર્યા તરીકે એનું પાલન કરો જેથી તેઓ સુરક્ષા અનુભવે. એમને લાગવા દો કે ઘર સલામતીનું સ્થાન છે.

(૪) સ્થિરતા અને સંતુલિતતાની કેળવણી:

કઠિન પરિસ્થિતિમાં સ્થિર અને સંતુલિત કેવી રીતે રહેવું એની કેળવણી આપો. પરિવર્તન, પડકારો અને હારજીતનાં દબાણોમાં સંતુલન અને પીછેહઠ સામે તટસ્થ વલણ કેળવતાં શીખવો.

તમારા જીવન વિષયક મૂલ્યો વિશે એમની સાથે વાતચીતનું મહત્ત્વ છે. એમને અપેક્ષા અને મર્યાદાની સમજ આપતાં રહો. એમાં પ્રામાણિકતા, સ્વનિયમન, અન્ય માટે આદરનો સમાવેશ થઈ શકે. કોઈક વાર, તમારાં સંતાનોને પણ અવકાશ આપો અને એમને માટે પોતીકા પણ બનો.

તરુણવર્ગનાં માતા-પિતા ક્યારેક પ્રશ્નો અને સમસ્યાઓથી જ ઘેરાયેલાં હોય તેવું વર્તે છે. તેઓ હંમેશાં નકારાત્મક પ્રતિભાવ-પ્રતિક્રિયા અને ટીકા કરતાં જ જણાય છે. તરુણવર્ગને પ્રતિભાવની જરૂર છે પરંતુ તેઓ સકારાત્મક પ્રતિભાવ સામે સારી પ્રતિક્રિયા આપે છે. યાદ રાખો કે યોગ્ય વર્તણૂકની કદર જરૂરી છે. આ વલણ તમારાં

કિશોરવયનાં બાળકોને સંપૂર્ણતાનો અહેસાસ કરાવશે અને એમનાંમાં સંચિત પારિવારિક જીવનમૂલ્યોને જીવંત રાખશે.

આવાં સખળડખળ તારુણ્યનાં વર્ષોમાં શરૂઆતથી જ પાંગરેલા પ્રેમાળ સંબંધો તમને અને તમારા બાળકને સહાયભૂત બનશે. એમને ખ્યાલ હોવો જોઈએ કે માનસિક તંદુરસ્તી માટે સૌની એક સરખી સારવાર હોતી નથી. એમને ધરપત આપો કે સહાય શક્ય છે. જે કેટલાક કિસ્સામાં સફળ પુખ્ત જીવન માટે નિર્ણાયક પણ બને છે.

ટૂંકમાં વાલીપણું દરેક સ્તરે સંબંધિત છે.

"તમારા વિચારોનું નિરીક્ષણ કરતાં રહો; એ જ શબ્દવાણી બનશે, એ જ કર્મ બનશે અને પછી એની જ આદત પડશે, એનું નિરીક્ષણ કરતાં રહો તો ચારિત્ર્ય ઘડતર થશે. ચારિત્ર્યનું નિરીક્ષણ કરતાં રહો એ જ તમારી નિયતિ હશે." લાઓ ત્સે.

○ 'તેં મને ચાહતાં / પ્રેમ કરતાં શીખવ્યું' મા - દીકરીના સારા સંબંધો પ્રસ્થાપિત કરો.

કુદરતે માતા-પિતા માટે ખાસ ભૂમિકા નક્કી કરી છે. માતા-પુત્રી વચ્ચેના પ્રેમસંબંધોથી વિશેષ આંતર્દર્શન બીજું કાંઈ હોઈ શકે નહીં. એ વાલીત્વથી ઓછું અને મૈત્રી આધારિત વધારે છે. માતાપુત્રીના સંબંધની કેટલીક અમૂલ્ય ક્ષણો અંતે સંપૂર્ણત: પ્રેમનાં અતૂટ અને અનન્ય ગઠબંધનમાં પરિણમે છે.

- જ્યારે તમે બાળમંદિરમાં પ્રવેશો છો તે પહેલાંથી એ તમારી ગુરુ હોય છે.

- જ્યારે એ તમને પ્રોત્સાહક શબ્દોથી પ્રેરણા પૂરી પાડે છે.

- જ્યારે એ તમને પોતીકી રીતે રીતેભાતે સૌંદર્યવાન રહેવાની કલા શીખવે છે.

- જ્યારે એ પહેલી વાર તમને સાડી પહેરતાં શીખવે છે.

- જ્યારે એને ચોક્કસ ખાતરી થાય છે કે હવે તમે પગભર થઈ ગયાં છો.

- જ્યારે હ્રદયભંગ થાય છે ત્યારે સંતુલિત રહી આગળ વધવાનું શીખવે છે.

- જ્યારે તમે સ્કૂલમાં પહેલીવાર ઈનામ જીતો છો અને એને તમારા પર ગર્વ થાય છે.

દીકરી/પુત્રીની માતા પાસે શી અપેક્ષા હોય છે?

(૧) ગાઢ મૈત્રીસંબંધ:

માતા એની દીકરી માટે સરસ સાથીદાર હોવી જોઈએ. કારકિર્દી કે ઘરની ચર્ચા હોય એણે દીકરીને પ્રોત્સાહિત કરી ટેકો આપવો જોઈએ. ઉંમરે મોટી થયેલી દીકરીઓ સામાન્ય રીતે માતાનો વિશ્વાસ પહેલાં કરે છે. એમને કેટલાક મુદ્દે પિતા કરતાં માતા સાથે વારંવાર ચર્ચા કરવાનું વધારે ફાવે છે.

(૨) યોગ્ય રોલ મોડેલ (આદર્શ- પ્રેરણા સ્રોત):

દીકરીની સામે સતત એના પિતાની ટીકા કે ફરિયાદ ન કરો. તમારા જીવનસાથી સાથે તંદુરસ્ત સંબંધનું નિર્માણ કરો અને દીકરીને પણ એનું મહત્ત્વ સમજાવો. તમને જે ગમે તે કરો પણ એટલું ધ્યાન રાખો કે એનાથી કોઈ દુભાઈ ન જાય. તમારા રસ્તા પર જ નજર રાખોને બીજાના અભિપ્રાય પર સ્વમૂલ્યાંકન ન કરો.

(3) તમારી દીકરીને ટેકો આપો:

મા-દીકરીનો સંબંધ પરસ્પર પ્રેમ અને વિશ્વાસના પાયા પર ટકવો જોઈએ. એને કહેતાં રહો કે કાંઈપણ બને છતાં વાલીઓ તરીકે તમે એની પડખે ઊભાં રહેશો. એની કારકિર્દીની પસંદગીને માટે સહયોગ આપશો. એનાં મૈત્રીવર્તુળનાં સર્જન માટે સહાયક બનવું જરૂરી છે.

(૪) એને શીખવજો કે દરેક વ્યક્તિ સુંદર છે:

માતાએ જિંદગીના દરેક મહત્ત્વના તબક્કે દીકરીઓને જરૂરી અને યોગ્ય સલાહ-સૂચનો આપતાં રહેવું જોઈએ અને ધરપત આપવી જોઈએ કે કાંઈપણ બને અમે તમારી સાથે છીએ. દેખાવ અને સુંદરતા તો કામચલાઉ છે જે સમય જતાં ઝાંખાં પડશે. એને સમજાવતાં રહો કે બાહ્ય દેખાવ અને ટાપટીપ કરતાં જિંદગીમાં ઘણું વધારે કરવાં જેવું અગત્યનું કામ છે, 'સંપૂર્ણ દેહાકૃતિ' જેવું કાંઈ નથી, ભલે સમાજમાં એવું સૂચિત હોય. નાનકાં બચ્ચાં દરેક કદ અને આકારમાં હોય- કોઈક વહાલેરું, કોઈક બદમાશ- અને પરિપક્વ. શ્રેષ્ઠ દેખાવું સારું છે પરંતુ યાદ રાખો કે સુંદર ચહેરા કરતાં આંતરિક સૌંદર્ય વધારે ધ્યાનાકર્ષક બાબતો છે. તમારી દીકરીને શીખવો કે ફક્ત સુંદર દેખાવ જ અગત્યની બાબત નથી. કપડાંનાં કદ પર નહીં તમારી તંદુરસ્તી પર ધ્યાન આપો.

(૫) દરેક પરિસ્થિતિમાં સકારાત્મકતા જુઓ:

દરેક પરિસ્થિતિમાં કંઈક સારું જોવાનો પ્રયાસ કરો. ખરાબ દિવસો પણ સારું શીખવે છે, તમને વિકસિત અને મજબૂત અને ડહાપણડાહ્યા થવામાં સહાયક બની શકે. નિષ્ફળતાથી ડરવું નહીં. એના વગર તમે આગળ વધી શકો નહીં કે શીખી શકો નહીં.

આઘાતજનક હોય છતાં નિષ્ફળતા અમૂલ્ય છે. જિંદગીના આવા પાઠ આનંદપ્રદ નહીં હોય છતાં એ તમારું ઘડતર કરે છે.

દીકરી માને માટે શું કરશે?

વખત આવે દીકરી માનાં માટે વળતરરૂપે શું કરશે એવું વિચારીએ તો એ માને એવું શીખવી શકે જેની એને જાણ ન હોય જેમ કે જુદી જુદી એપનો ઉપયોગ, નવા સોશિયલ મીડિયા મંચનો પરિચય, એમને ગમતી પ્રવૃત્તિમાં પ્રોત્સાહન, ઘનિષ્ઠ સંભાળ માટે સંવેદનશીલ બનાવવું- એવા મુદ્દા જે વિશે તે અન્ય સાથે ચર્ચા કરવા માટે અનુકૂલન સાધી શકે. ઈન્ફોસિસનાં સુધા મૂર્તિએ અસંખ્ય વાર પોતાની દીકરીને જિંદગીના અમુક પ્રસંગે અને મુદ્દે લક્ષ્ય નક્કી કરવા માટે જાગૃતિ અને માર્ગદર્શન માટે જશ આપ્યો છે. મેં પોતે પણ અનુભવ્યું છે કે જ્યારે માસ્ટર્સ પ્રોગ્રામની પરીક્ષા વખતે મારો આત્મવિશ્વાસ ખૂટતો હતો ત્યારે મારી દીકરી મને કઈ રીતે પ્રોત્સાહિત કરતી હતી.

અલબત્ત, અનેક લાભો હોવા છતાં સ્ત્રી તરીકે સંપૂર્ણ હોવાનાં દબાણ અને કઠિન કાર્યનો સામનો કરવો અને દીકરીનાં મનમાં સુંદર દેખાવનું ભૂત સવાર હોય ત્યારે એને મોટી કરવાનો પડકાર ઝીલવો પણ જરૂરી છે.

બધી જ મમ્મી, દીકરી, દાદી-નાની ઉપરાંત આ આપણાં બધાં જ માટે છે. કેટલીક બાબતો સંતાનોને પેઢી દર પેઢી શીખવતાં રહેવાની જરૂર છે જે એમને એમનાં આવનારાં વર્ષોમાં સુખી, આનંદિત, તંદુરસ્ત, પ્રેમાળ અને આત્મવિશ્વાસથી ભરપૂર રાખે.

○ **સંતાનોને સ્ત્રી દાક્ષિણ્ય-આદરમાન આપતાં શીખવો.**

દેશભરમાં આઠ માર્ચ 'આંતરરાષ્ટ્રીય નારી દિન' તરીકે ઊજવાય છે. હું માનું છું કે સ્ત્રીઓને સમર્પિત આ દિવસની ઉજવણી થવી જરૂરી છે કારણ કે હજી સમાજમાં અસમાનતા છે, બાળપણથી જ બધી જ સ્ત્રીઓને આદરમાન આપવાની કેળવણી જરૂરી છે.

મા તરીકે આપણે પરિવર્તન માટે કેટલાક સાદાસીધાં પગલાં લઈ શકીએ, જાગૃત અને સશક્ત સ્ત્રી તરીકે દીકરા માટે એટલી ખાતરી તો આપી જ શકીએ કે તેઓ કોઈપણ સમયે અને સ્તરે સ્ત્રીદાક્ષિણ્ય માટે પીછેહઠ ન જ કરે. બધી સ્ત્રીઓ કાંઈ મા ન હોઈ શકે પરંતુ દરેક પૃથ્વીવાસી સાથે સન્માનપૂર્વક વર્તી શકાય છે.

પહેલું પગલું એ છે કે બાળકને સભાન કરવું જોઈએ કે ઘરકામ પણ અન્ય કામ જેટલું જ અગત્યનું અન મૂલ્યવાન છે, દીકરા-દીકરી બન્નેએ એમાં સહભાગી થવું જોઈએ. માતાએ પરંપરાગત, બીબાંઢાળ લિંગભેદ સંપૂર્ણ રીતે નાબુદ કરવો જ રહ્યો. એવું વાતાવરણ પેદા કરવું જ રહ્યું કે સ્ત્રી-પુરુષ ઈચ્છે તે પ્રમાણે મુક્ત રીતે કારકિર્દી-વ્યવસાય અપનાવી શકે. સ્ત્રીઓ ગૃહિણી અને પુરુષો કમાણી કરી લાવે એવી રૂઢિગત સામાજિક માન્યતા સ્ત્રી-પુરુષ અસમાનતાનું દૃઢીકરણ કરે છે. દરેકને પોતાનો વ્યવસાય પસંદ કરવાની સ્વતંત્રતા હોવી જોઈએ.

દરેક સ્ત્રી પ્રત્યે આદરમાન દાખવવું જરૂરી છે:

જેમ જેમ બાળકો મોટાં થાય છે તેમ તેમ સામાજિક જવાબદારી અને રીતભાત શીખવવી જરૂરી બને છે. જેમ કે દરેક સ્ત્રીને આદરમાન આપવું, નાનાં બાળકો ઘરમાં રહીને જુએ છે અને ગ્રહણ કરે છે. તેઓ પોતાના પરિવારની રીતિનીતિને પ્રતિબિંબિત કરે છે, જ્યારે તમે ઘરકામસહાયકો સાથે દુર્વ્યવહાર કરો છો અને તમારા સંતાનોને એમ કરવા દો છો ત્યારે તમે આવી શિખામણ ન આપી શકો. પહેલાં વડીલોએ સારી રીતે વર્તવું જોઈએ તો બાળકો શીખે.

કશું જ છુપાવ્યા વગર મુક્ત ચર્ચા કરો:

જ્યારે પોતાનાં શારીરિક પરિવર્તનનો અનુભવ કરે છે ત્યારે બાળકો સ્ત્રી-પુરુષના શારીરિક ભેદભાવને સમજતાં થઈ જાય છે. મજાક-મશ્કરીથી કે બીજી રીતે વિચિત્ર પરિસ્થિતિ ઊભી ન થાય તેથી પરસ્પરનાં શારીરિક પરિવર્તન વિશે જાણકારી આપવાનો આ યોગ્ય સમય છે. અન્યથા બાળકો તો કોઈપણ રીતે જરૂરી માહિતી મેળવી જ લે છે. જો તમે ઘરમાં સેક્સને સૂગનો કે વર્જિત મુદ્દો ગણાવશો તો તેઓ મિત્રો પાસેથી કે ઈન્ટરનેટ પરથી વિકૃત માહિતી મેળવશે.

પિતાએ ઉદાહરણરૂપ બનવું જોઈએ:

આ પરિપ્રેક્ષ્યમાં પિતા પ્રેરણારૂપ નાયક બની શકે છે. તમારાં સંતાનો ખાસ કરીને પુત્ર આસપાસની સ્ત્રીઓ સાથેનો તમારો વર્તનવ્યવહાર અને ક્રિયાપ્રતિક્રિયા જુએ છે અને એની નકલ કરતા શીખે છે.

જાતીય શોષણને મામૂલી ન ગણો:

સ્ત્રીને જોઈને સિસોટી વગાડવી, એને એકટશ જોયા કરવું એ જાતીય હિંસાનો જ પ્રકાર છે. જે રીતે સ્ત્રીની ઈચ્છા વિરુદ્ધ ચુંબન કરવું, ભેટવું, સ્પર્શ કરવો, અણછાજતી કમેન્ટ્સ કરવી કે અશ્લીલ ફોનકોલ્સ કરવા.

"જાતીય હિંસાચાર એ આક્રમક અને શોષણકારક વર્તણૂક છે જે ત્રાણ, પીડા અને આઘાતજનક છે. કોઈપણ રીતે કે નામે એને ઓળખાવો પરંતુ હિંસાચાર એ હિંસાચાર જ રહે છે." જાતીય હિંસા પર જાણકારી દરેક વાલી અને વયસ્કને હોવી જ જોઈએ. છોકરાઓ-છોકરીઓએ આમ કરવું અને તેમ ન જ કરવું (ડઝ અને ડોન્ટ્સ) તેવી વિચારણામાં હિંસા-ત્રાસ અને મજાક-મસ્તી સુધી સ્પષ્ટ વાત કરવી જોઈએ."

સચેત રહો અને વેળાસર અસ્વીકૃત વર્તનનો વિરોધ કરો:

કોઈપણ દિવસ તમારા બાળકની અશ્લીલ ભાષા-બોલી સાંભળી લેવી નહીં કે એવું વર્તન ચલાવી લેવું નહીં. તે રીતે એને શીખવો કે કોઈપણ વ્યક્તિ સાથે આક્રમક રીતે

વર્તન ન કરવું. તરુણવયમાં વિરુદ્ધ જાતિ (તરુણીઓ) સાથે વિખવાદ શક્ય છે. તમારા દીકરાને સામે ચાલીને કહો કે પોતાની સમસ્યાની વાત કરે, એને સાંભળો અને તરુણીઓ માટેની એની લાગણી એ સમજે તે વિશે સહાયભૂત બનો. સકારાત્મક વલણને પ્રોત્સાહિત કરો અને નકારાત્મકતા દૂર કરવાનો પ્રયાસ કરો. વિસંવાદ કે વિખવાદ દૂર કરવાનો વિકલ્પ હિંસા કે દુર્વ્યવહાર નથી એ સમજાવી બીજા રસ્તા પણ બતાવો.

ડિજિટલ મીડિયા દ્વારા આચરવામાં આવતા દુર્વ્યવહાર માટે પણ સચેત રહો:

આજે દુર્વ્યવહાર ફક્ત ગલી-મહોલ્લા કે જાહેરમાર્ગ પર જ રોકવાની વાત રહી નથી; એણે ડિજિટલ ટેકનોલોજી દ્વારા આપણાં ઘરોમાં પણ પગપેસારો કર્યો છે. આપણાં બાળકો માટે એ એમની રોજિંદી જિંદગીનો અને અંગત સંબંધોનો હિસ્સો બની રહ્યો છે. ઉપરાંત એ જ ટેકનોલોજી દુર્વ્યવહારની સાંકળ બની રહી છે જેના પર કાબુ રાખવો મુશ્કેલ છે. યુવાવર્ગને એનું ભાન હોય કે એમને ન સમજાય પણ ડિજિટલ દુર્વ્યવહારમાં વણજોઈતા મેસેજ, વારંવારના અશ્લીલ ફોનકોલ્સ સમાવિષ્ટ છે. અંગત રહેવાના અધિકારનું ઉલ્લંઘન જેમ કે ઈમેઈલ, સોશિયલ નેટવર્કિંગ એકાઉન્ટ હેક થવા કે નગ્ન તસવીરો-વીડિયો મોકલવાનું દબાણ કરવું. જરૂર પડે તો તમારા સંતાનને આ પ્રકારના દબાણોનાં પરિણામો વિશે સમજાવો. સાથે સાથે દુર્વ્યવહાર અને મજામસ્તીનો ભેદ પણ સ્પષ્ટ કરો. ચાલો, જે સ્વીકાર્ય છે અને અસ્વીકાર્ય છે તેની સ્પષ્ટતા સાથે શરૂઆત કરીએ.

૦ વી પેઢીના માર્ગે પડકારો અને યુવાવર્ગના સકારાત્મક વિકાસની પરિપાટી.

આજના તરુણાવર્ગને જોઈને એ કહેવું સરળ છે કે તે લાડકો, અતિલાગણીશીલ અને અધિકાર માટે સજાગ છે. કેટલીક બાબતે એ નિરીક્ષણ સાચું હશે પરંતુ મને લાગે છે કે વાસ્તવિકતાના મૂલ્યાંકન માટે જરા થોભવું જોઈએ. જો મને આજે કે ત્રીસ વર્ષ પહેલાં તરુણાવસ્થાની પસંદગીની તક મળી હોત તો હું પળભરમાં બીજો વિચાર કર્યા વગર ત્રીસ વર્ષ પહેલાંની પસંદગી કરી લેતે. ૧૯૮૦ ના મધ્યમાં કિશોર-કિશોરીઓનાં ઉછેરમાં મહદ્ અંશે વર્તનવ્યવહાર અને વિકાસ તેમાં પણ ખાસ કરીને એમના શારીરિક વિકાસ અને પારિવારિક સાંસ્કૃતિક પરિવેશ પર ધ્યાન કેન્દ્રિત રહેતું. થોડું ધ્યાન બાળકોની દિનચર્યા પર રાખવામાં આવતું.

આજે, બાળકોની આસપાસના વાતાવરણનો પ્રભાવ ખાસ્સો વધ્યો છે જ્યારે પાયાનાં મૂલ્યોનું સિંચન હાંસિયામાં ધકેલાઈ ગયું છે. તરુણ/કિશોરવર્ગ જિંદગીના દરેક તબક્કે જાતને પુરવાર કરવાનાં સતત દબાણો હેઠળ રહે છે. આંકડા કહે છે કે યુવાવર્ગમાં બેકારીનો દર ૧૩% થી વધારે છે, ઉચ્ચ શિક્ષણનો ખર્ચ ઝડપભેર અને સતત વધી રહ્યો છે, જેને એક અહેવાલમાં 'વયસ્કતા' માટે કહેવાયું છે કે ઓછા પગાર સાથે પરવડે એવાં રહેઠાણનો દુકાળ અનેક પુખ્ત યુવાનોને અનિચ્છાએ માતાપિતા સાથે રહેવા મજબૂર કરે છે. ઉપરાંત કારકિર્દીનો ઊંચો આંક રાખવાનો અવિરત પ્રયાસ વર્ગખંડમાં ભારે દબાણ ઊભું કરે છે. પરંપરાગત રીતે યુવાનીનો સમયખંડ ખાસ ઈર્ષ્યાપાત્ર રહે છે જે હવે ઊંડો, પડકારયુક્ત અને ક્યારેક અપ્રિય લાગે છે.

જીવનનૈયાને પાર ઉતારવા માટે યુવાનવર્ગ આજકાલ ભારે મુશ્કેલ પડકારોનો સામનો કરવો પડે છે. આપણા જમાના કરતાં આજે તેઓ એક અલગ દુનિયામાં વસે છે અને આપણે આપણા તારુણ્યના અનુભવોના આધારે એમને અસરકારક માર્ગદર્શન આપવા અક્ષમ છીએ.

આજનો યુવાવર્ગ વિવિધ મુદ્દાઓનો સામનો કરી રહ્યો છે:

- ખૂબ ઝડપભેર વિકાસ.

- સ્કૂલોમાં હિંસા અને સાઈબર દાદાગીરી.

- સમયપત્રક પ્રમાણે દિનચર્યા સંભાળવાનું દબાણ.

- સામાજિક અને રાજકીય મુદ્દા.

- ભૌતિકવાદ.

- શરીરની જાડાઈ અને બેડોળપણું.

- શૈક્ષણિક અસમાનતા.

પડકારોનો સામનો કરવાની મુશ્કેલીનાં કેટલાક કારણો:

- **સતત ઝીણી નજર હેઠળ રહીને હંમેશાં નોંધાઈ જવાનો ડર:**

ઈન્ટરનેટે કાયમી રીતે બધું જ જગજાહેર કરી દીધું છે જે નિર્દયી રીતે નિર્ણાયક પરિબળ બને છે. અંગતતાના અધિકાર જેવું રહ્યું જ નથી. મોટાભાગે સમવયસ્ક મિત્રો સાથે હોય છે જેઓ તમામ ગતિવિધિ અને વાતચીત પર સતત નજર રાખતા હોય છે. આપણે આવાં દબાણો હેઠળ જીવતાં ન હતાં એટલાં નસીબદાર.

- **અંતહીન દુન્યવી પરિચય-સંપર્ક: (નેવર એન્ડિંગ એક્સપોઝર):**

એમની દુનિયા ઈન્ટરનેટ છે જ્યાંથી માહિતીની અખૂટ ધારા વહી આવે છે. તેઓ ત્યાં જ રહે છે અને એમનું મગજ આકસ્મિક મળતું સકારાત્મક-નકારાત્મક બધું ઝીલે છે. બાળકો માટે કનડગતથી બચીને છેવટે ઘરભેગાં થવું જ સ્વર્ગ જેવું સલામત સ્થળ શોધવા બરાબર છે. જોકે સાયબર બુલિંગથી બચવા માટે કોઈ સ્થળ સલામત નથી. પોતે શું જોઈ રહ્યાં છે તે સમજ્યાં વગર તેઓ નાની ઉંમરથી જ હિંસા અને અશ્લીલ સાહિત્યથી પરિચિત થતાં રહે છે. પરિણામે મોટાભાગનાં કિશોરો-કિશોરીઓ

તરુણવયથી જ અશ્લીલતાના વ્યસની બની જાય છે. પરિપક્વ વયસ્કતા ખાસ્સી દૂર હોય છે ત્યારે જ બાળપણ અને નિર્દોષતા ગાયબ થઈ જાય છે.

■ **અનારોગ્યપ્રદ અપેક્ષાઓ:**

સમસ્યા એ છે કે આપણે તરુણવર્ગ પાસે ટૂંકાગાળામાં ઘણું બધું કરવાની અપેક્ષા રાખીએ છીએ. આવી અંતહીન દોડમાં એમને અસ્તિત્વ ટકાવવાનો પ્રશ્ન ઊભો થઈ જાય છે. આજના તરુણવર્ગ માટે સમગ્ર વર્ષ દરમિયાન રમતગમત માટેની પ્રતિબદ્ધતા કોઈ વ્યાવસાયિક રમતવીર જેવી ફરજિયાત થઈ ગઈ છે. દરેકને માથે એડવાન્સ્ડ પ્લેસમેન્ટ કોર્સ લેવાનો ભાર રહે છે. સંસાધનોની કમી સાથે સફળ થવાના પડકારનો સામનો કરવાના કાર્યભાર સાથે તેઓ ઝઝૂમે છે. પોતાનો પ્રોફાઈલ સારો દેખાડવા એમણે સતત કાર્યરત રહેવું પડે છે. સ્ટેજ પર્ફોર્મર બની રહો, ઈતર પ્રવૃત્તિમાં રત રહો. ઉચ્ચ સ્તરે બધું જ પાર પાડવાનો એમની પાસે સમય હોતો નથી. છેવટે એ થકવી દે છે. આજે પૂછતાં ખબર પડે કે એમની પાસે ફક્ત મનોરંજક પ્રવૃત્તિ માટે સમય નથી. કેવો દર્દનાક સિનારિયો!

યુવાવર્ગ જ્યાં સમય પસાર કરે છે એ સ્થળ-વ્યક્તિઓ સામાન્ય રીતે- ઘર, મિત્રો, સ્કૂલ, કાર્યસ્થળ, ટેલિવિઝન-સિનેમા-અન્ય માધ્યમો, પાસપડોશી વગેરે હોય છે- તેઓ એમના વિકાસ પર ભારે પ્રભાવ પાડે છે. તંદુરસ્ત તારુણ્ય વિકાસ શારીરિક, માનસિક, ભાવનાત્મક, સામાજિક, જાતીય ઓળખ અને આધ્યાત્મિક જ્ઞાન સાથે સંબંધિત છે.

વડીલો એમને સમજાવી શકે કે તરુણાવસ્થાના વિકાસ દરમિયાન દરેક પરિવર્તન કેવી રીતે થાય છે, શું કામ થાય છે, તેની શું અસર હોય છે. આ સમજણ કેળવાય તો એ વડીલો અને સંતાનોના જીવનના આવનારા દસકા આનંદપ્રદ અને સુખમય બની રહે છે.

સકારાત્મક યુવાવિકાસ માટે પાંચ બાબતો જણસ સમાન છે:

ક્ષમતા:

- **કાર્યકુશળતા** માટે સારી તક મળવાથી યુવાન કે યુવતીને પોતાની ક્ષમતાનો ખ્યાલ આવે છે અને તે નવું નવું શીખે છે.

- **આત્મવિશ્વાસ:** સુયોગ્ય તકોનાં કારણે સફળતા માટે જરૂરી આત્મવિશ્વાસ વધે છે.

- **સંલગ્નતા:** વડીલો, સ્વજનો, સમવયસ્ક મિત્રો, શિક્ષકો સાથે સંબંધોનું નિર્માણ.

- **માવજત અને ચારિત્ર્ય:** જો યોગ્ય માવજત મળે તો યુવાવર્ગ કાળજી લેતાં શીખે છે, સ્વનિયમન થકી ચારિત્ર્ય નિર્માણ કરી શકે છે.

સકારાત્મક કેળવણી અને અનુભવો યુવાજગતના ભવિષ્યને આકારિત કરે છે.

માતૃત્વ - પિતૃત્વનું વર્તુળ

વાલીઓ અને બાળકો વચ્ચેનો સંબંધ મ્યુચ્યલ ફંડ જેવો છે; તમે રોકાણ કરતા જાઓ અને તમને વળતર મળતું રહેશે. ભારતીય સમાજમાં હજી એ પરંપરા છે કે વડીલો સંતાનો વતી નિર્ણય લે છે. આવનારાં પરિવર્તન અને પડકારો સામે નવી પેઢીએ પગલામાં પગલું મેળવવું અને પરસ્પર સમજણ કેળવવી જરૂરી બને છે. જ્યારે તમારાં સંતાનો મોટાં થાય છે અને તમને પૌત્ર-પૌત્રી/ દોહિત્ર-દોહિત્રીની ભેટ આપે છે ત્યારે વાલીત્વનું વર્તુળ પૂરું થાય છે.

◄━◆━►

ધીમી અને સ્થિર ગતિએ બધું સામાન્ય બનતું જાય છે. સ્કૂલમાં એસાઈનમેન્ટ સમયસર નોંધાવી દીધાં છે. એકાંશને સારા ગ્રેડ મળી રહ્યા હતા. શિક્ષકો ખુશ હતાં અને ઓપન હાઉસ મિટિંગ સંતોષપ્રદ રહી હતી. ઉનાળુ રજાઓ આવી રહી હતી અને અમે અનુરાગનાં વતનમાં જવાની તૈયારી કરી રહ્યાં હતાં. એકાંશ માટે રજાઓની આવી મુલાકાતો ધાર્મિક કર્મકાંડ જેવી ગણાય જ્યારે એ દાદા-દાદીને મળે, લાડકોડ અને આળપંપાળ વચ્ચે રહે, મનગમતી ખાણીપીણી અને ધમાચકડી સાથે જલસા કરે.

આ વર્ષે તો વધારે ઉત્તેજના હતી કારણ કે અનુરાગના મોટાભાઈના દીકરાનો લગ્નપ્રસગ હતો. ઘણા સમય પછી કુટુંબમાં એ પ્રથમ લગ્ન હતું. અમે બધાં અલ્હાબાદ ગયાં. એકાંશ તો રાજીનો રેડ કારણકે, મમ્મી તરફથી કોઈ ફતવો બહાર પડવાનો ન હતો કે સ્કૂલે જવાનું, દિનચર્યાના સમયપત્રકને અનુસરવાનું, કોઈ નીતિનિયોમો કે શિસ્તનો માથે ભાર નહીં, ફક્ત મજા જ કરવાની.

લગ્નના અઠવાડિયા પહેલા મહેમાનો આવવાં લાગ્યાં. અનુરાગનાં ફોઈ માલતીબુઆ અને એમનું કુટુંબ લગ્ન માટે આવી પહોંચ્યું. એમનો દીકરો અનિરુદ્ધ અને વહુ સાક્ષી બે મહિનાના દીકરાને લઈને આવેલાં. એમાં સોનામાં સુગંધ એ ભળી કે એમનાં બાળકનાં નામકરણની વિધિનો પ્રસંગ પણ ઊભો થયો.

મને હજી યાદ છે કે મારાં લગ્ન સમયે અનિરુદ્ધ કુટુંબનો પ્રથમ બાળક હતો જેનો મને પરિચય કરાવવામાં આવેલો. શશીબુઆ અને આખું કુટુંબ અમારાં લગ્ન દરમિયાન ભારે ઉત્તેજના અનુભવતું હતું. મને બરાબર યાદ નથી પણ અનિરુદ્ધ તે સમયે લગભગ એકાંશની ઉંમરનો કે બે-ત્રણ વર્ષ આમતેમ હશે. એણે અમારા લગ્નની સંગીતસંધ્યામાં પિયાનો પર સરસ ગીત વગાડેલું અને બધાંએ ખૂબ વખાણ કરેલા. ત્યાર પછી અમે અનિરુદ્ધને ઉનાળુ રજાઓમાં કે પ્રસંગોપાત્ત મળતાં. તે આનંદી, લહેરીલાલો, શિક્ષિત અને સંસ્કારી બાળક તરીકે ધ્યાનપાત્ર બને એવી રીતે મોટો થયો. એ પહેલાં વિજ્ઞાનપ્રવાહમાં અને પછી તબીબી શાખામાં ભણ્યો. આ ગાળા દરમિયાન એ ડોક્ટર સહાધ્યાયિની દેખાવડી સાક્ષી સાથે પરિચયમાં આવ્યો અને મહામારી દરમિયાન જ નાનકડાં સમારોહમાં પરણ્યો. ખાસ્સો સમય ગયા પછી સૌને મળવાનો ખૂબ આનંદ આવ્યો.

અનિરુદ્ધનો નાનો ભાઈ અમર હંમેશા ભણતર અને સામાજિક મિલન માટે સંઘર્ષરત રહ્યો. સ્કૂલમાંથી સતત આવતી નકારાત્મક ટીકાટિપ્પણીનાં કારણે એને છેવટે આત્મવિશ્વાસના અભાવે શાળા છોડી. એ હોશિયાર હતો છતાં એને સામાજિક અને ભાવનાત્મક સ્તરે ઘણો સંઘર્ષ કર્યો. અનિરુદ્ધે એને ટેકો આપવા પ્રયાસ કરેલો પણ એને ખાસ સફળતા મળી ન હતી.

દિવસ દરમિયાન જ્યારે કુટુંબ ગપસપ કરતું હોય ત્યારે શશીબુઆ અનિરુદ્ધ અને સાક્ષીનાં વખાણ કર્યા કરે. અનિરુદ્ધ મસમોટા સંયુક્ત કુટુંબમાં માતાપિતા, દાદાદાદી સાથે રહીને સમાંતર પ્રેક્ટિસ સાથે સંતુલન કરીને વિકાસ કર્યો. એને ત્રણ પેઢીના સાસાંરિક જીવન અને કારકિર્દીનું સરસ સંતુલન કરતો જોઈને આનંદ અને સંતોષ મળ્યો.

હું થોડી સ્વાર્થી થઈને વિચારવા લાગી કે એકાંશ અને એની પત્ની, નાના બાળકને હું અને અનુરાગ કેવી રીતે સાચવતાં હોઈશું. "ઓહો! એકાંશનાં બાળકનું નામ શું રાખીશું?"

હું તો સપનું જોવા લાગી હતી ત્યાં લગ્નની શરણાઈ-ઢોલના અવાજથી જાગી પડી.

લેખો:

○ બે પેઢી વચ્ચેનાં અંતરનું કારણ શું?

પરિવર્તનને રોકવું અશક્ય છે. પેઢી દર પેઢીનો બદલાવ પણ રોકી શકાતો નથી. મહામારી, લોકડાઉન અને ઘરેથી કામ કરવું, ભણવું અને ઘરમાં રહી જાતની સુરક્ષા સાથે સંભાળ રાખવાનો સમય એટલે ઘરબંધી, જેણે બે પેઢીના અંતરને ઝડપભેર ગ્રસી લીધું છે. ઉપરાંત એમાં નોંધપાત્ર વધારો પણ થયો છે.

કુટુંબનાં સભ્યોએ ફરજિયાત નાનાં-મોટાં ઘરમાં વધારે નજીક રહેવું પડે, ઘરેથી ઓન-લાઇન કામ કરવું પડે કે ભણવું પડે એવાં સંજોગોનું નિર્માણ થયું, આ કારણે પાછાં ફરીને કુટુંબનાં આંતરસંબંધોની નિસ્બત અને પ્રતિબદ્ધતાના ઉતરાવ-ચડાવને (ફેમિલી ડાયનેમિક્સ) સમજવાની તક મળી.

આ બધાંનાં કારણો શું?

પહેલું તો એ કે ખૂબ પ્રેમ કરવા છતાં મોટાભાગનાં મમ્મી-પપ્પા ખૂબ ઓછો સમય બાળકો સાથે સંવાદ સાધવા વાતચીત માટે કે એમને સાંભળવા-સમજવા માટે ગાળે છે. અનિવાર્ય કામનાં ભારણોની એમની વ્યસ્તતા અને આકસ્મિક તનાવની શક્યતાને કારણે આમ બનવું સહજ છે, તે સમયે વાલીઓને પોતાનાં સંતાનો કઈ મુશ્કેલીઓનો સામનો કરી રહ્યાં છે તેનો પૂરતો ખ્યાલ ન આવી શકે.

બીજું, વાલીઓ બાળકો પર સંપૂર્ણપણે હાવી થઈને એમને અંકુશમાં રાખવાં માંગતાં હોય. વાલીઓ પોતાનાં સંતાનોનાં મનગમતાં શોખ કે રસનાં વિષયો પર ધ્યાન આપવાને બદલે વધારે એમનાં સ્કૂલના શૈક્ષણિક દેખાવ સાથે અઢળક નિસ્બત રાખતાં હોય છે. આવા સમયે એમની દશા પિંજરે પુરાયેલાં પંખીઓ જેવી હોય છે પરિણામે એમને કાયમ એવું લાગે કે પોતાનાં વડીલો હંમેશા એમનાં મંતવ્યોનાં વિરોધી હોય છે. તેઓ બધું છુપાવે છે અને એમને કહેતાં નથી કે પોતે ક્યારે કેવી સમસ્યાઓ વેઠી રહ્યાં છે.

ત્રીજું, સામાન્ય રીતે બે પેઢીઓનાં વર્તનવ્યવહારમાં ખાસ્સો તફાવત દેખાતો હોય છે અને કેટલાક કુટુંબોમાં ત્રણ પેઢીનું અંતર પણ નજરે ચડે છે, કેટલાક વાલીઓનો ચહેરો સપાટ જ રહે છે અને વાતચીત કરતી વખતે તેઓ ક્યારેય બાળકો પ્રત્યે પોતાની લાગણી દર્શાવતાં નથી. વધારામાં, તેઓ શિક્ષા કરવા માટે સંતાનોને વારંવાર ખિજાતાં રહે છે કે ક્યારેક તો મારી પાડે છે. કિશોર-કિશોરીઓને લાગે છે કે તેઓ મોટાં થઈ ગયાં છે અને એમને માટે સ્વતંત્ર થવાનો આ શ્રેષ્ઠ સમય છે. ખરેખર તો એ ભાવના આત્મવિશ્વાસુ બનવા માટે લાભદાયક છે. આમ પરસ્પરના દૃષ્ટિકોણથી જે સમજાવું જોઈએ તે બનતું નથી. પરિણામે ગેરસમજ ઊભી થાય છે જે બે પેઢીનાં અંતરનું મૂળ કારણ બને છે.

બે પેઢીનું અંતર ઘટાડવા માટેના સેતુનિર્માણની કેટલીક સલાહસૂચનાઃ

(૧) મગજ ખુલ્લું રાખોઃ

વૈશ્વિકીકરણ અને સામાજિક પરિવર્તનનાં કારણે અનેક બાબત બદલાઈ ગઈ છે. મૂલ્યો અને ધોરણો બદલાયાં છે. મમ્મી-પપ્પા જે કરતાં તેનાથી સંતાનો અલગ રીતે વિચારે છે. ઉઘાડી આંખે એ ખાસ ધ્યાન રાખવું જોઈએ કે તમે એમની ઉંમરનાં હતાં ત્યારે જેવાં હતાં તેવાં જ તેઓ હોય એવી ધારણા બાંધી ન લેતાં. મહત્ત્વનું એ છે કે બાળકનો દૃષ્ટિકોણ સમજવો જોઈએ. દરેક પેઢી માટે આ સાચું છે.

(૨) વાતચીત-ગપસપ કરતાં રહો અને સંવાદ સાધોઃ

સંતાનો સાથે કોઈપણ પૂર્વગ્રહ વગર સંવાદ સાધવા માટે સમય કાઢવો જરૂરી છે. દિવસને અંતે પરસ્પરની કામગીરી અને અનુભવ વિશે વાતચીત કરવી બન્ને પક્ષે લાભદાયક છે જે સહેલાઈથી એકબીજાને મનની વાત મોકળાશથી સમજવા કામ લાગે છે. સંતાનો કોઈપણ બાબતે સહજતાથી વાલીઓનો સંપર્ક કરી શકે એવી પરિસ્થિતિનું નિર્માણ કરવું જરૂરી છે. અગત્યનું એ છે કે જ્યાં સુધી તેઓ કાંઈ છુપાવે નહીં ત્યાં સુધી વાલીઓ સામે આ જ બાબત માટે રાહતપૂર્ણ અને શાંતિદાયક બનશે અને ફિકર કરવા જેવું નહીં રહે. સલાહનાં પોટલાં છોડવાં કે સતત ભાષણબાજી

કરવા કરતાં જરૂરી એ છે કે સંતાનોને સાંભળો અને વળતરમાં તેઓ તમને સાંભળે તે માટે એમને વધારે ને વધારે પ્રોત્સાહિત કરો.

(3) નિર્વ્યાજ પ્રેમ:

જો સાચો નિર્વ્યાજ પ્રેમ દર્શાવાય તો એ બધી સરહદોથી પાર સંબંધને મજબૂત બનાવશે. તેથી તમારાં સંતાનોને અનુભૂતિ કરવા દો કે તમે એમને કેટલું ચાહો છો. આવું પ્રોત્સાહક પીઠબળ અને બિનશરતી પ્રેમ જ એમને તમારા માટે સામે એવી લાગણી પ્રગટાવશે અને તેઓ તમને સમજણપૂર્વક નિર્વ્યાજ પ્રેમથી ચાહતાં થશે.

(૪) સમાધાનનું વલણ:

દાદા-દાદી/આજા-આજી, માતાપિતા અને સંતાનો ગમે એટલાં નિકટ હોવાં છતાં એમની વચ્ચે મતમતાંતર હોઈ શકે. જ્યારે તમારાં સંતાનો મનમાની કરવા ઈચ્છુક હોય ત્યારે એમના પર તમારી વાત માનવાનું દબાણ કરવા કરતાં કે હાવી થવા કરતાં શક્ય એટલું સમાધાનકારી વલણ અપનાવતાં શીખો. અલબત્ત, એવો સમય પણ આવે કે તમારે નમતું મૂક્યાવગર સંતાનોને સાચું કહેવું પડે છતાં કેટલીકવાર સરમુખત્યારીથી એમનાં પર હાવી થવા કરતાં સમાધાન કરવાથી તેઓ વધારે નજીક આવશે અને બે-ત્રણ પેઢીઓનું અંતર ઘટશે.

યાદ રાખવું અને સમજવું જરૂરી છે કે એમને એમના વિચારો અને માન્યતાઓ પણ છે ત્યારે ધીરજ અને શાંતિથી પ્રેમાળ વર્તન કરવાથી બે પેઢી વચ્ચે નોંધપાત્ર પ્રમાણમાં સમન્વય થઈ જ શકશે.

○ **તરુણ અને વયસ્ક યુવાવર્ગને તંદુરસ્ત અને સહજ પ્રેમસંબંધના વિકાસ માટે માર્ગદર્શન.**

નવી પેઢી માટે યોગ્ય જીવનસાથીની પસંદગી અને શોધ કરવાનું મુશ્કેલ બનતું જાય છે કે નહીં? તેમાં પણ ગોઠવાયેલાં લગ્ન હોય તો છૂટાછેડાનો આંકડો વધતો જાય છે. આજની કહેવાતી હોશિયાર અને બુદ્ધિશાળી યુવાન પ્રજા જીવનભરની પ્રતિબદ્ધતા અને જવાબદારીથી ડરે છે. છૂટાછેડાનો દર દુનિયાભરમાં વધી રહ્યો છે. છૂટાછેડાના વધી રહેલા આ પ્રવાહમાં ઈંધણ પૂરક (આગમાં ઘી ઉમેરતાં) પરિબળો વિશે વકીલો, ચિકિત્સકો અને કેળવણીકારો વચ્ચે સ્પષ્ટ સમજણ માટે ચર્ચાઓ શરૂ થઈ ગઈ છે.

આંકડાઓ કહે છે કે તાજેતરમાં થયેલાં લગ્નસંબંધોમાંથી લગભગ ૪૦% લગ્નભંગ થાય છે. આ આંકડા લગ્નવિષયક વિચાર બાબતે આપણા મનમાં શંકા ઊભી કરે છે. દરરોજ તમને બે એવા પ્રતિષ્ઠિત કે સામાન્ય યુગલો વિશે જાણવાં મળશે કે લગ્ન કે વિવાહનાં થોડા દિવસો પછી વ્યક્તિગત રીતે તેઓ અલગ થવાનું વિચારે છે કે થયાં છે. જોકે આ વાતને હવે અટલ સંબંધરૂપે ટકાઉ અને ગંભીરતાથી જોવાતી નથી. ખરેખર તો એ ખૂબ જ ભયજનક સ્થિતિ કહેવાય! મૂંઝવણ એ છે કે ચોક્કસપણે એ આપણને સમાજ પર એની શી અસર થશે તે માટે વિચારવા મજબૂર કરે છે.

એ દિવસો તો ગયા જ્યારે સામાન્યત: એક વ્યક્તિ કમાણી કરે અને બીજું કુટુંબની સંભાળ રાખે. આજની પેઢીમાં બધું સમાનતા અને સ્વનિર્ભરતા પર સીમિત થઈ ગયું છે ત્યારે લોકો પોતાની કારકિર્દીને પ્રાથમિકતા આપતા જણાય છે પછી બાકીની બીજી પરિસ્થિતિનો વિચાર કરે. આપણી વીસી-ત્રીસીના પ્રવેશ સમયે કારકિર્દીનાં લક્ષ્યાંકો કે લગ્ન વિશે પસંદગીનો મોટો સંઘર્ષ હતો અને વ્યક્તિગત પસંદગીનો સવાલ ઊભો થાય તો લોકો ઘણે ભાગે લગ્નનો વિચાર હડસેલી મૂકતાં.

વધારે ને વધારે પ્રાપ્તિની સતત ઝંખના-ધખનાનાં કારણે તમે જેની સાથે પરણો છો તે વ્યક્તિ કે મનગમતું અંગત જીવન બેમાંથી શું શ્રેષ્ઠ તે વિશે પસંદગી કરવા વિશે

આજની પેઢી પાસે સવાલોના કોઈ જવાબો નથી. લગ્નનાં કારણે પોતે જે મેળવવું કે સિદ્ધ કરવું છે તે સપનાં સાકાર નહીં થાય તે વિચાર એમને પાગલ કરી મૂકે છે. આ બહુ આયામી પેઢીમાં લોકો એક જીવનસાથીની કલ્પનાથી ડરતાં હોય છે. થોડા સમય પહેલાં પ્રેમની જે વ્યાખ્યા હતી તે આ દરમિયાન બદલાતી જણાય છે, સ્વપંસદગી-પ્રેમલગ્ન હોય કે ગોઠવાયેલા લગ્ન (એરેન્જ મેરેજ) હોય પરંતુ હિંદુ લગ્નપરંપરાની રીતિનીતિમાં સ્વીકૃત એક જ વ્યક્તિ સાથે જીવનનભર રહેવાનો વિચાર જ એમને ડરાવનારો લાગે છે.

વાલીઓ અને સમાજ તરીકે આપણે અનેક વાર સંતાનોને નિજ જિંદગીમાં કાળજીસભર, હૂંફાળા, તંદુરસ્ત, પ્રેમાળ સંબંધોના સાતત્યપૂર્ણ અને અર્થસભર સમયખંડ વિશે સમજ આપવામાં નિષ્ફળ જઈએ છીએ. ૧૮-૨૫ વર્ષના બહુમતી યુવાવર્ગ માટેના રાષ્ટ્રીય સર્વેક્ષણ પ્રમાણે યુવાવર્ગને ભાવનાત્મક અને રોમેન્ટિક સંબંધો વિશે માર્ગદર્શનની જરૂર હોય છે, ઘણાં તરુણો-તરુણીઓને તંદુરસ્ત કે બિનઆરોગ્યપ્રદ રોમેન્ટિક સંબંધો વિશે જાણકારી કે સમજણ હોતી નથી. એમની ફિકર-ચિંતા, હતાશા-નિરાશાની ભાવના અને વાલીઓની ટીકાટિપ્પણ વિશે પણ એમને સ્પષ્ટતા હોતી નથી.

આપણા યુવાન વર્ગને પ્રેમની દીવાનગી જીવનભરનો વિનાશ નોતરી શકે છે તે સમજાવવાની અક્ષમતા અનેક પરિણામોમાં પ્રતિબિંબિત થાય છે જેમ કે છૂટાછેડા, દુર્વ્યવહાર, ઘરેલુ હિંસા અને લગ્નસંબંધી વિખવાદ-વિસંવાદ.

વાલી-વડીલ તરીકે આપણે તરુણ-યુવાનવર્ગને તંદુરસ્ત, કાળજીસભર, પ્રેમાળ સંબંધો વિકસાવવામાં કેવી રીતે સહાયભૂત બની શકીએ? આપણે તરુણ-યુવાનવર્ગને માયાળુ, નક્કર, ઉદાર વલણ કેન્દ્રિત પરિપકવ પ્રેમસંબંધો બાંધવા અને પરસ્પર સહયોગ આપી એને ટકાવવાનું ધ્યાન રાખવાની કેળવણી આપવામાં ઊણાં ઊતરીએ છીએ. તરુણવર્ગ માટે થયેલાં મોટાભાગનાં સંશોધનો કહે છે, "આપણે એ શીખતાં આવ્યાં છીએ કે સગર્ભા ન બનવું. ખરેખર તો એ શીખવવું જોઈએ કે પ્રેમ કોને

કહેવાય, એનું સ્વરૂપ કેવું હોવું જોઈએ અને પરસ્પરને આદરમાન આપી એનું જતન કેવી રીતે કરવું જોઈએ. પ્રેમ આપવો અને પામવો એનું મહત્ત્વ સમજાવવું જોઈએ."

સકારાત્મક અને નકારાત્મક કારણોસર લોકોનું ધ્યાન આકર્ષીને કેવી રીતે એમને સંડોવી શકાય છે એ મુદ્દો તમારાં તરુણ-યુવાન સંતાનોને એવા સંબંધોથી આકર્ષિત થતાં પહેલાં સમજાય તે રીતે વ્યવસ્થિત ચર્ચાવિચારણા કરતાં રહો.

તમે અરસપરસ જાણતાં હો તેવાં યુગલોના સંબંધોનાં ઉદાહરણો તરુણ-યુવાનવર્ગને આપતાં રહો. ક્યા સંબંધો તંદુરસ્ત કહેવાય અને ક્યા નુકસાનકર્તા અને કેમ તે પણ પૂછો અને જાણો. જો તમારું સંતાન કોઈ સંબંધથી જોડાયેલ હોય તો તમે એમને એમ પણ પૂછી શકો કે એમનો સંબંધ પરસ્પરનું માનસન્માન, આશા-ઉત્સાહ વધારે છે કે ઘટાડે છે, અરસપરસને કાળજીસભર અને માયાળુ બનાવે છે કે કેમ, એ સંબંધ કેટલીવાર એમને ચિંતાતુર કે હતાશ બનાવે છે? એમના સાથીના ગુણ-અવગુણ કેવા છે? તે પ્રતિબદ્ધતા અને નિસ્બત ધરાવે છે કે મુશ્કેલી ઊભી કરે છે?

તંદુરસ્ત પ્રેમાળ સંબંધો અંતર્ગત તમારા અંગત અનુભવો પછી તમે જે પણ કાંઈ પાઠ ભણ્યા હોય, કુશળતા મેળવી હોય, વલણો કેળવ્યા હોય, જે સંવેદનાઓની અનુભૂતિ કરી હોય તે વિશે એને વાત કરો. પ્રેમ અને જાતીયસંબંધો અંતર્ગત એમની નૈતિક માન્યતાઓ વિશે એમને સવાલો પૂછો, એમનું મંતવ્ય જાણો. ખુલ્લાં મનનો સંવાદ અને હકારાત્મક વલણ હંમેશ સંબંધિત બાબતે કાળજીભર્યા બની રહે છે.

❖

૦ તમારાં મોટાં થતાં સંતાનો દ્વારા થતા કંઈક અનપેક્ષિત અનુભવનો સ્વીકાર તમને હ્રદયભંગનો અહેસાસ કરાવે છે?

તમે ભલે માનો કે અઢારમાં વર્ષથી પુખ્તવયની શરૂઆત થાય અથવા ઉંમર તો ઠીક છે પરિપક્વતા મહત્ત્વની છે તો પણ વાસ્તવિકતા એ છે કે આજનો યુવાનવર્ગ ખાસ્સી અલગ દુનિયામાં જીવે છે. કોલેજ પ્રવેશ માટે લાચારી, જોબ માર્કેટમાં (નોકરી બજાર) તીવ્ર સ્પર્ધા, સારા દેખાવનું દબાણ, ત્વરિત સફળતા, સહાધ્યાયીઓ-સહકર્મીઓ કે મિત્રો સાથે સોશિયલ મીડિયા થકી સતત સરખામણી વગેરે એને પજવનારાં પરિબળો છે. આવા ઝડપભેર થયેલા બદલાવનાં કારણે પરિપક્વતા કે વયસ્કતાની નવી વ્યાખ્યા કે વિભાવનાઓ ઊભી થઈ રહી છે.

વાલી તરીકે આપણે વિચારીએ કે સંતાનો સાથે કાંઈપણ ખોટું થાય તો એમાં આપણો વાંક છે. ફક્ત આપણે જ જાતને કોસીએ છીએ એમ નથી પરંતુ બીજાં સગાંવહાલાં અને સમાજ પણ આપણો વાંક કાઢતાં એવા જ સંદેશા મોકલે છે જે દબાણ વધારે છે. પરંતુ વધારે સારું તો એમ સમજવું છે કે સંતાનોની જિંદગીમાં આવતા દરેક મુશ્કેલ પડકાર સમયે તમે જે શ્રેષ્ઠ કરી શકતાં હતાં તે બધું જ તમે કર્યું છે. કોઈકવાર વધારે અસરકારક તો કોઈકવાર ઓછું પરંતુ તમે તો થઈ શકે એટલું સારું કર્યું જ છે.

જ્યારે એવો અહેસાસ થાય કે જે બાળકોને મોટાં કરવા માટે તમે સતત મહેનત કરી છે તે પોતાની ક્ષમતા પ્રમાણે જીવી નથી રહ્યાં ત્યારે દુ:ખ થવું સ્વાભાવિક છે. વધારે દુ:ખ ત્યારે થાય કે જ્યારે તમને લાગે કે એવો ચોક્કસ હૂંફાળો સંબંધ એમની સાથે બંધાયો નથી. આવું બને ત્યારે તમને વધારે લાગે કે તમે વાલી તરીકે નિષ્ફળ ગયાં છો.

તમારાં સંતાનોની જીવનયાત્રા આ જ છે એ નરી વાસ્તવિકતા છે. પછી એ એમની કારકિર્દી, જીવનશૈલી કે જીવનસાથીની પસંદગીની વાત હોય. હવે એ વાત બદલાતી નથી કે એમને પસંદગીનો અધિકાર છે. આ હક્ક સાથે એ બધી પસંદગીની

જવાબદારી પણ આવે છે અને આ જ વયસ્કતા છે, એમાં વ્યક્તિનો સારોનરસો જેવો ઉછેર થયો હોય તેવો પરંતુ પોતાની જિંદગીની જવાબદારીઓ લેવાનો સમય આવે જ છે. જે પુખ્ત યુવાન-યુવતીને આપણી સાથે સીધી લેવાદેવા નથી તેની વાત આપણે સરળતાથી લઈએ છીએ પરંતુ જ્યારે પોતાનાં યુવાન સંતાનોની વાત આવે છે ત્યારે વાત તરત જ બદલાઈને ઘેરી (અસ્પષ્ટ-ધૂંધળી) થઈ જાય છે.

આ પડાવે, આપણું વાલી તરીકે મહત્ત્વ એ છે કે મૂંઝવણ અનુભવ્યા વગર વિચારોની સ્પષ્ટતા હોવી જોઈએ. તમારી લાગણીઓને ઓળખ્યા-સમજ્યા ઉપરાંત બે મહત્ત્વના મુદ્દા યાદ રાખવા જેવા છે, પ્રથમ એ કે તમારું સંતાન જીવનનો જે લક્ષ્યમાર્ગ પસંદ કરે છે તેના પર જોઈ સમજી શકાય તેવી શ્વેત-શ્યામ (બ્લેક એન્ડ વ્હાઈટ) નિશાનીઓ ઘણી ઓછી હોય છે. દરેક વ્યક્તિના માઈલસ્ટોન્સ અલગ હોય છે, જેમ કે બાળપણમાં જોઈએ તો- પહેલીવાર બોલતાં-ચાલતાં આવડ્યું કે શૌચક્રિયાની સ્વચ્છતા-શિસ્ત કેળવી, તે રીતે પરિપક્વ ઉંમરે પહેલી કમાણી કરી, પહેલીવાર આપબળે જીવતાં શીખાયું, પહેલો ધીરગંભીર ઠરેલ સંબંધ બાંધ્યો વગેરે. જ્યારે તમારાં સંતાનો નાનાં હતાં ત્યારે એ સમજવું જરૂરી હતું કે ગમે એટલી કેળવણી આપવાનો પ્રયાસ કર્યો હોય છતાં દરેકની પરિપક્વતા અને વિકાસની ગતિ સમાન નથી હોતી કારણ કે સમજ અને અર્થઘટનમાં ફરક પડી શકે. એ દરેક સમયનું વાસ્તવિક સત્ય છે. પુખ્ત જીવનઘડતરનાં વર્ષો પર સહાધ્યાયીઓ અને સમવયસ્કોનો પ્રભાવ તમારા નિયંત્રણમાં નથી હોતો.

આનો અર્થ એવો થયો કે અઢાર વર્ષની વય પરિપક્વતા માટે ઠરાવેલી હોવાં છતાં દરેક વ્યક્તિ ખરેખર અઢાર વર્ષની થાય ત્યારે જીવનના દરેક પડકારોનો સ્વતંત્રતાથી રીતે સામનો કરવાની પરિપક્વતા પ્રાપ્ત કરે જ એવું નથી. આવી સમજણ કેળવવી દરેક કુટુંબની અંગત પસંદગીની બાબત છે જેમાં કાંઈ સારુંનરસું હોતું નથી. તમારી પોતાની આંતરિક સૂઝસમજ અને હિંમતને ઓળખવી એ જ મુખ્ય ચાવી છે. સામાન્ય રીતે આંતરસૂઝ તમને સીમોલ્લંઘન (મર્યાદા પાર) ન કરવાનો નિર્ણય લેવામાં સહાયભૂત બને છે. જો તમને એમ લાગે કે બધું બરાબર નથી થતું તો તરત પગલાં લો.

બીજો અને ખાસ મહત્ત્વનો યાદ રાખવાનો મુદ્દો એ છે કે તમારાં સંતાનોનો સતત વિકાસ થાય છે તેથી તેઓ બદલાતાં રહે છે. તમને તમારી મહેનતની ફળશ્રુતિ હજી દેખાતી ન હોય એનો અર્થ એવો નથી કે તમને ક્યારેય સફળતા ન મળે. સંતુલિત વલણ રાખીને તમારું શ્રેષ્ઠ આપીને તમારી ફરજ બજાવો. તમારાં બાળકને પ્રેમ કરો અને આશાવંત રહો અને સકારાત્મક રહીને શારીરિક તથા ભાવનાત્મક નિકટતા જાળવી રાખો. તમારા પુખ્ત સંતાનને પણ તમારી સાથે કે બીજા સાથે દુર્વ્યવહાર કરવાનો હક્ક નથી. એમને પસંદગી માટે વિકલ્પો આપો, ફરજભાન કરાવો અને સરમુખત્યારશાહી ટાળો.

જિંદગીના કોઈપણ તબક્કે પડકારોનો સામનો કરવાનો વખત આવે ત્યારે એ વિશે સમવયસ્કો કે એ પ્રકારની પરિસ્થિતિમાંથી પસાર થયેલાં લોકો સાથે હકારાત્મક રહીને વાતચીત શરુ કરો— જરૂર પડે ત્યારે સાધનસામગ્રીથી સજ્જ માર્ગદર્શકો અને ચિકિત્સકો, મધ્યસ્થીઓ કે અન્ય વ્યાવસાયિકોનો સંપર્ક કરો— જેથી વડીલો અને સંતાનોના સંબંધમાં ઊભા થતા તનાવની પીડામાંથી સરળતાથી મુક્તિ મળે. બાળપણનાં ન રુઝાયેલા ઘસરકા અને ઘાવની પીડા દૂર કરવા માટે, ઘણા પરિવારો માટે વાલીઓ અને સંતાનોના સંબંધની જડમૂળથી, તંદુરસ્ત માવજત વિકસિત કરવી જરૂરી છે.

એક વાર તમે વાલી બન્યાં એટલે તમે હંમેશ વાલી રહેશો; તમારી પાસે સંતાનો મોટાં થાય ત્યારે એમની સાથે ગમતાંના ગુલાલ કરવા માટેના ફૂલગુલાબી પરિપક્વ સંબંધની સંચિત મૂડી હશે. નાની નાની ઉપલબ્ધિની ઉજવણી કરો. તમારી નિષ્ફળતાઓની પાર આગળ વધતા રહો. જો તમે છોડી ન દેશો તો જીતશો. આ જ વડીલો અને સંતાનોના સંબંધની સુગંધ અને ખૂબી છે.

○ **સંતાનોના સકારાત્મક વિકાસમાં માતૃત્વ-પિતૃત્વની ભૂમિકાનું મહત્ત્વ.**

બાળકોનાં જીવનમાં વડીલો માર્ગદર્શક તેજપૂંજ હોય છે જેઓ એમના પોષણ અને વિકાસમાં પાયારૂપ માવજત કરે છે. ઉપયોગી જીવનકૌશલ્ય માટે એમને સાધનસંપન્ન રાખે છે. તેઓ પોતાની વારસાઈ સમેત સતત સંરક્ષણ આપે છે અને અંતહીન બલિદાન આપતાં ત્યાગમૂર્તિ બની રહે છે.

એક સમયે વાલીત્વ તંદુરસ્ત વયસ્કતાની ફળશ્રુતિરૂપ- અનિવાર્ય- નિયતિ મનાતું હતું. એથી વધારે કાંઈ નહીં. અભ્યાસ કહે છે કે પુખ્ત ઉંમરની વ્યક્તિઓમાં થયેલ સંશોધન મુજબ એમનામાંથી એક તૃતિયાંશ યુવકો/યુવતીઓને કોઈપણ સંજોગોમાં સંતાનો જોઈતાં ન હતાં, એમનામાંથી ૩૪% ને લાગતું હતું કે સંતાનો એમના વિકાસ અને અંગત અનુકૂળતાના માર્ગમાં વચ્ચે આવે છે. એમનામાંથી ઘણાને કુટુંબજીવનના દાયરામાં રહેવું ન હતું, જીવન વિષયક આ પસંદગીથી ઊભા થતા વાદવિવાદમાં ચર્ચાનો પૂરો અવકાશ રહે છે.

વાલીત્વ કૌટુંબિક પરંપરા મનાય છે અને એની વારસાઈ પેઢી દર પેઢી ચાલી આવે છે. સમય પરિવર્તન સાથે આ માન્યતામાં પણ બદલાવ આવ્યો છે પરંતુ એનું મહત્ત્વ હજી રહ્યું છે. છેવટે, બાળકોના આ દુનિયામાં પ્રવેશમાં વાલીઓનું સ્થાન પ્રથમ છે અને તેઓ જ એમના જીવનનાં ઘડવૈયા છે.

તમારા વાલીત્વની સંતુષ્ટિ માટે કેટલીક સલાહસૂચના:

(૧) તમારાં સંતાનોનો આત્મવિશ્વાસ વધારો:

પ્રથમ અને સૌથી અગત્યની વાત. બાળકો પોતાનાં અસ્તિત્વની અનુભૂતિ પોતાનાં વડીલોની દૃષ્ટિથી કરે છે. તમારા અવાજની લઢણ, તમારા હાવભાવ (બોડી લેન્ગ્વેજ) અને દરેક ક્રિયા-પ્રતિક્રિયા તમારાં સંતાનો ઝીલે છે અને એમનાં ઘડતરમાં વણાય છે. બીજી કોઈપણ બાબત કરતાં વાલી તરીકે તમારા શબ્દો અને વર્તણૂક એમના આત્મવિશ્વાસને વિકસાવવામાં પોષક બને છે.

નાનાંમોટાં કાર્યપૂર્તિની પ્રશંસા એમને ગૌરવાનુભૂતિ કરાવશે. સ્વંતત્ર રીતે કાર્ય પાર પાડવાનો આનંદ એમને સક્ષમ અને બળવંત હોવાનો અહેસાસ કરાવશે. વિરોધાભાસી ટીકાટિપ્પણી અને અન્યો સાથે અસમાનતામૂલક સરખામણી બાળકને નગણ્યતાનો અનુભવ કરાવશે.

એટલે તમે જે શબ્દપ્રયોગ કરો તે સહ્રદયતાથી સમજી-વિચારીને કરો. તમારાં સંતાનોને સમજાવો કે દરેકથી ભૂલ થઈ શકે, તમને એમની વર્તણૂક ન ગમતી હોય તો પણ એમને લાગવા દો કે તમે એમને ચાહો છો,

(૨) સારપનું સિંચન બાળપણથી કરોઃ

તમે ક્યારેય એમ વિચારવાનું બંધ કર્યું છે કે દિવસમાં કેટલી વાર બાળકો સામે નકારાત્મક પ્રતિક્રિયા આપી છે? તમે જોશો કે કદરદાની કરતાં વધારે એમને ટકોર કરી હશે.

વધારે અસરકારક વલણ તો એ છે કે એમને કરવા જેવું કામ કરવા માટે પકડી રાખો, "આજે તેં મમ્મીને જમણનું ટેબલ તૈયાર કરવામાં મદદ કરી એ સારું થયું", અથવા "તું બેન સાથે શાંતિ અને ધીરજ રાખી રમતો હતો એ હું જોતી હતી." વારંવારની ટીકાટિપ્પણી કરતાં આવો પ્રોત્સાહિત સદ્વ્યવહાર દીર્ઘકાલીન પરિણામ આપશે.

દરરોજ કોઈ ને કોઈ સકારાત્મક પ્રતિભાવ આપતા રહો. બદલામાં કંઈક ઈનામ પણ આપો જેમ કે આલિંગન, લવ યૂ જેવા પ્રેમાળ ઉદ્બોધનો અને કદરદાનીના સારા શબ્દો ચમત્કારી નીવડશે અને સામે સરસ પ્રતિક્રિયા મળશે.

(૩) શિસ્તની ચોક્કસ મર્યાદાનો આગ્રહ રાખી તેને વળગી રહોઃ

દરેક ઘરમાં નીતિનિયમો અને શિસ્તપાલન પણ જરૂરી છે. એનો હેતુ બાળકોને સ્વીકૃત વર્તણૂક અને સ્વનિયમન માટે તૈયાર કરવાનો છે. એ લોકો તમે જે મર્યાદા બાંધી છે તે વિશે તમને મથાવશે પરંતુ જવાબદાર નાગરિક તરીકે વિકસવા માટે એ જરૂરી છે.

ઘરગથ્થુ નીતિનિયમો એમને તમારી અપેક્ષાઓને એમની ફરજો વિશે સભાન કરશે. કેટલાક નિયમો ઉમેરી શકાય જેમ કે હોમવર્ક પહેલાં કરવું અને ટીવી સમયાનુસાર જોવું, માજણ્યાં ભાઈબહેનો કે કોઈપણ સમવયસ્ક કે મિત્ર સાથે મારામારી ન કરવી, સમયસર ઘરે પાછા ફરવું વગેરે.

એમના સમય-સંજોગોનું ધ્યાન ન રાખવાની એક માતા-પિતા સામાન્ય રીતે ભૂલ કરે છે, તમે એમની સાથે એક દિવસ વાતચીત કરો અને પછી બીજા દિવસે ભૂલો કે બેધ્યાન રહો એ ન ચાલે. પરિવારના સભ્યોને તમે શીખવેલાં નીતિનિયમો, અપેક્ષિત શિસ્ત અને ગતિવિધિ પર ધ્યાન રાખવાનું પણ એટલું જ જરૂરી છે.

(૪) તમારાં બાળકો માટે સમય ફાળવો:

એવું બનવાની પૂરેપૂરી શક્યતા છે કે પરિવારનાં બધાં સભ્યો માટે સાથે મળીને ભોજન સમયને અનુકૂળ થવાનું મુશ્કેલ બને. બાળકો માટે તો સાથે મળીને જમવું જ અગત્યનું હોય છે. સવારે દસ મિનિટ વહેલા ઊઠો તો એમની સાથે નાસ્તો કરી શકો, એમની સાથે રમો અથવા વાર્તા વાંચો કે સાંજે જમીને એમની સાથે થોડું ચાલો. જે બાળકોને એમ લાગે કે વાલીઓ તરફથી પૂરતો ભાવ નથી મળતો તો સામે નકારાત્મક પ્રતિક્રિયા આપે અથવા ગેરવર્તણૂક પણ કરે કારણ કે તેઓ એવું સમજે કે આમ કરવાથી ધ્યાન ખેંચી શકાશે.

તરુણાવર્ગને પોતાનાં નાનાં ભાઈબહેનો કરતાં માતા-પિતા તરફથી ઓછું ધ્યાન મળે તો ખાસ પડેલી (આશા અપેક્ષા) હોતી નથી એનું કારણ એ છે કે એમને માટે એવી હવાબારી ઓછી જ હોય છે એટલે જ્યારે પોતાનાં તરુણાવયનાં સંતાનોને વાતચીતની કે કુટુંબની ગતિવિધિમાં સહભાગી થવામાં રસ હોય કે જરૂર હોય છે ત્યારે માતા-પિતાએ ધ્યાન રાખી સમય ફાળવવો જ જોઈએ. મનોરંજનના કાર્યક્રમોમાં સાથે જવું, રમવું કે અન્ય પ્રસંગે બાળકો સાથે રહીને સંવાદ સાધી શકાય, કાળજીનો અનુભવ કરાવી શકાય, એમનું અને એમનાં મિત્રોનું મન જાણી-સમજી શકાય એ અગત્યનો દિશાસૂચક માર્ગ છે.

(૫) સારા રોલ મૉડેલ (પ્રેરણાદાયી નાયક-નાયિકા) બનો:

નાનાં બાળકો તો પોતાનાં માતા-પિતાનાં અને વડીલોનાં વર્તનને જોઈને જ સારુંનરસું શીખે છે. જેટલાં નાનાં હોય તે જ પ્રભાવ ઝીલે. જો તમે એમની હાજરીમાં સંયમ ગુમાવી બૂમબરાડા પાડતા હો કે ગુસ્સો પ્રગટ કરતા હો તો આટલું વિચારજો: તમે એવું ઈચ્છો છો કે તમારું બાળક પણ ગુસ્સે થાય ત્યારે આમ જ વર્તે? અભ્યાસ કહે છે કે જે બાળકો મારામારી કરે છે તે આક્રમકતા ઘરમાંથી શીખીને આવે છે.

તમારાં બાળકોને માટે પ્રેરક બનવું હોય તો પહેલાં તમે સદ્વ્યવહાર કરો:

આદરમાન, મૈત્રીસભરતા, પ્રામાણિકતા, માયાળુપણું, ઉદારતા, સહનશીલતા વગેરે. નિસ્વાર્થ વ્યવહાર કરો. અન્યો પ્રત્યે પણ આભાર અને કદરદાની પ્રદર્શિત કરતા રહો. સૌથી વધારે તો એ કે બીજા તમારી સાથે કેવું વર્તન કરે તેની જેવી અપેક્ષા રાખતા હો તેવું વર્તન તમારાં સંતાનો સાથે કરો.

વાલી તરીકે, સંતાનોની ભૂલ સુધારતા રહેવી અને માર્ગદર્શક બનવું એ તમારી જવાબદારી છે. પરંતુ તમે એ જવાબદારી કેવી રીતે અદા કરો છો અને બાળક શું સમજે છે તેમાં પણ ફરક પડી શકે છે. જ્યારે તમારે સામસામે આવી જવાનું થાય ત્યારે એમનો વાંક ન કાઢો, ટીકાટિપ્પણ કર્યા ન કરો કે દોષારોપણ ન કરો જેથી લઘુતા અનુભવી એમનો આત્મવિશ્વાસ ઓછો થઈ જાય અને તેઓ ગુસ્સો પ્રગટ કરવા તરફ વળે. તેનાં કરતાં, શિસ્તબદ્ધ બને એના પ્રયત્ન વખતે પણ પ્રોત્સાહક અને પોષક બનો. એટલું યાદ રાખો કે તમે બીજી વાર એમની પાસે સારા પરિણામની અપેક્ષા રાખો છો છતાં કોઈપણ સંજોગોમાં તમે એમની સાથે જ છો અને એમને ચાહો જ છો.

"સાથે મળીને બાળકોનાં મૂળિયાં દૃઢ કરીએ અને ઉડવા પાંખો આપીએ."

○ **હું મારાં સંતાનોની રોજબરોજની જિંદગીમાં દખલગીરી ન કરું, એમને માટે સતત વળગણ રાખવું મુશ્કેલ કાર્ય છે.**

આપણે બાળકોનાં જીવન અને ચારિત્ર્યઘડતરમાં માની ભૂમિકાની વાત વારંવાર કરી છે કારણ કે એમનો મોટા ભાગનો સમય માતા સાથે પસાર થાય છે. પરંતુ શું આપણે એમનાં જીવનમાં પિતાની હાજરી અને અસર વિશે ચર્ચા કરીએ છીએ? પરંપરાગત માન્યતા પ્રમાણે પિતા સમગ્ર કુટુંબના એકમેવ કમાનાર ગણાય છે. પિતા તરીકે બાળક સાથે એમનો મેળાપ કંઈક ઓછો કે નહીંવત્ હોય છે એટલે બૃહદરૂપે એ 'માતાની જવાબદારી' ગણાયેલી છે. પરંતુ હવે સમય બદલાયો છે, સમાજમાં સ્ત્રી-પુરુષની ભૂમિકામાં પણ બદલાવ આવ્યો છે, હવે માતાઓ પણ કુટુંબમાં આર્થિક પ્રદાન માટે કમાણી માટે ઘરની બહાર જાય છે ત્યારે પિતાએ પણ ઘરેલુ કામકાજ અને વાલીત્વની ફરજ બજાવવી જોઈએ.

સંશોધન મુજબ વર્તમાન પિતા વાલી તરીકે વધારે સમજદાર અને જવાબદાર નીવડ્યા છે અને તેઓ સક્રિય ભૂમિકા ભજવે છે. બે પેઢી અગાઉના પુરુષો કરતાં તેઓ ત્રણ ગણો વધારે સમય પોતાનાં સંતાનો સાથે ગાળે છે.

સો કરતાં વધારે સંશોધનપત્રોમાં વિદ્યાર્થીઓનાં માતા-પિતા સાથેના સંબંધોના વિશ્લેષણનું તારણ એ છે કે પ્રેમાળ અને પ્રોત્સાહક પિતાનું મહત્ત્વ સંતાનોના આનંદમય જીવન, સુખાકારી, સામાજિક-શૈક્ષણિક કારકિર્દીમાં સફળતા અંતર્ગત માતા જેટલું જ છે.

સંશોધકો માટે, બાળકોના જીવનમાં પિતાની ભૂમિકા સમજવા માટે આ બદલાતો પ્રવાહ ખાસ્સો રસપ્રદ બનીને વિકસી રહ્યો છે. તાજેતરમાં પિતાની ભૂમિકાના થયેલા સંશોધનના કેટલાક નોંધપાત્ર તારણો પ્રસ્તુત છે:

(૧) પિતાનો સહભાગ સંતાનોનાં ભવિષ્ય માટે સીધો અસરકારક બને છે. પિતાનો સહયોગ બાળકોના શૈક્ષણિક અને સામાજિક અનુકૂલન સમેત સર્વાંગી વિકાસમાં, એમનો આત્મવિશ્વાસ વધારવામાં, સુખાકારી જાળવવામાં સારાં પરિણામો આપે છે.

(૨)   ખાસ કરીને પિતા માટેના નીતિગત કાર્યક્રમોનું પ્રમાણ વધી રહ્યું છે. દુનિયાના બાણું દેશો અંતર્ગત પિતૃત્વ માટે પગાર સાથે રજાઓ ન મળવાની વાસ્તવિકતામાં ભારતનું સ્થાન પણ છે. યુનિસેફનું તાજેતરનું મહત્ત્વપૂર્ણ અભિયાન 'સુપર ડેડ' છે.

(૩)   સહયોગી પિતા/ પપ્પા થકી પરિવારો સશક્ત બને છે. પિતાનું સકારાત્મક વાલીત્વ કૌશલ્ય, યોગ્ય શિસ્તપાલન, અસરકારક સંવાદ, ભાવનાત્મક ટેકો અને હતાશા સમયે યોગ્ય માર્ગદર્શન દ્વિગુણિત થઈ જાય છે જે સુખી કુટુંબ તરફ મહત્ત્વનું પગલું છે.

(૪)   પિતાઓ/પપ્પાઓને પારિવારિક સહયોગના કાર્યક્રમોમાંથી અપાર મૂલ્ય પ્રાપ્તિ થાય છે. જ્યારે તેઓ પિતૃત્વ કાર્યક્રમોમાં સહભાગી થાય છે ત્યારે એમને ખ્યાલ આવે છે અને સમજાય છે કે સંતાનોના ઉછેરમાં સહભાગી થવાનું મૂલ્ય શું છે.

પરિવારમાં બાળકો સાથે સંબંધ બાંધવા પિતા દ્વારા ઘરમાં ગોઠવણઃ
પપ્પાઓ અને એમની દીકરીઓઃ

તરુણ-યુવાન દીકરીઓ પપ્પાઓ પાસે સલામતી અને ભાવનાત્મક ટેકા માટે આધાર રાખે છે. પપ્પા જ દીકરીને શીખવે છે કે કોઈ પુરુષ સાથે સારા સંબંધનું મૂલ્ય શું છે. જો પિતા પ્રેમાળ અને નરમ હશે તો દીકરી એ ગુણો વયસ્ક થશે ત્યારે મિત્રમાં શોધશે. જો પિતા બળવાન અને શૌર્યવીર હશે તો એ એવા જ વ્યક્તિત્વથી નિકટતા અનુભવશે.

પિતા અને પુત્રોઃ

એવી અનેક વસ્તુઓ છે કે જેને કારણે તમે તમારા દીકરા સાથે ગાઢ સંબંધ વિકસાવી શકો. જ્યારે તેઓ કિશોર-યુવાન હોય ત્યારે તમે એમની સાથે મેદાની ખડતલ રમતો, બ્રિસ્ક્સ ગેઈમ્સ કે ઘરમાં રમાતી રમતો રમી શકો. પુસ્તકો સાથે દોસ્તી કરાવી શકો. એક વખત તેઓ મોટા થઈ જાય અને એમના રસના વિષયો વિશે ખબર પડી જાય પછી એમની સાથે એમની મનગમતી પ્રવૃત્તિમાં સહભાગી થાવ.

- તમારા દીકરા સાથે સેક્સ અને સંબંધોની ચર્ચા કરો. દીકરા સાથે આ પ્રકારે ખુલ્લા મને વાત કરવાથી એ સામાન્ય રીતે સંબંધો, પ્રેમ અને

સેક્સ વિશે સ્પષ્ટ સમજણ અને સારું વલણ કેળવી શકશે. દરેક બાબતે ઉંમરને અનુરૂપ વાર્તાલાપનું ધ્યાન રાખવું જરૂરી છે.

- તમારા દીકરાને વિવિધ કૌશલ્ય કેળવણીમાં આર્થિક આયોજનની સમજણ આપવી ખાસ જરૂરી છે. આ શિક્ષણ દરમિયાન બચતનું મહત્ત્વ, બજેટ અને રોકાણ વિષયક જ્ઞાન આપવું યોગ્ય છે.

- સમવયસ્કો અને સહાધ્યાયીઓ તરફથી આવતાં દબાણોનાં સંભવિત જોખમો વિશે વાત કરીને ખાસ સમજાવવું જરૂરી છે કે જો મિત્રો અણગમતી પ્રવૃત્તિઓ માટે દાબદબાણ કરે તો શું કરવું. ખાસ કરીને ધૂમ્રપાન (સ્મોકિંગ), દારૂ પીવો કે નશાની ગોળી-પડીકી (ડ્રગ્સ) લેવી. આવા દબાણો સામે વ્યવસ્થિત અને સુઆયોજિત સાધનસામગ્રી સાથે સુરક્ષા કવચ ઊભું કરી શકાય તે વિશે તંદુરસ્ત ચર્ચા કરો.

તમારા દીકરાને ધ્યાનમાં રાખીને એની સાથે સકારાત્મક સંબંધોનો ગુણવત્તાયુક્ત સમય પસાર કરો, જીવનવિષયક જરૂરી પાઠ ભણાવવા પોતાના અનુભવોની વાતો કરો, છૂટીછવાઈ લાંબી વાતચીતમાં ચુપકીદી જાળવીને એમને પણ સાંભળો અને સાંભળવા તૈયાર કરો જે તમને એમની સાથે વિકાસમૂલક, પોષક અને અર્થપૂર્ણ સંબંધ બાંધવા માટે તક આપશે. તમારા પ્રયાસો તમારા દીકરા માટે યોગ્ય વલણો કેળવીને સંસ્કારસમૃદ્ધ વ્યક્તિત્વ ઘડતર માટે ફળદ્રૂપ બનશે.

પિતૃત્વનું ઘડતર કાંઈ સહજ અને કુદરતી નથી. એ તમને તમે વિચાર્યું હોય કે હતા તેના કરતાં વધારે ધીરજવાન, ઉદારદિલ, પ્રેમાળ, ઉમદા, સહિષ્ણુ બનતાં શીખવશે. આજથી જ તમારા દીકરા-દીકરીને કહો કે તમે એમને ચાહો છો અને ત્યાં હોવા બદલ આભાર માનો!

○ શું વૃદ્ધ માતા-પિતા અને મોટાં થતાં સંતાનો મારી જવાબદારી છે?

એક વિચાર એવો છે કે દીર્ઘકાળથી જીવનચક્ર ઘૂમતું રહે છે. પારણાથી પાલખી સુધી બદલાતું ઋતુચક્ર; જે અનંત છે. સદીઓ સુધી લોકોએ આ વિભાવના અગણિત માર્ગે પ્રસ્તુત કરી. આપણે એને યથાવત્ રાખતાં રહ્યાં. જેમ આપણાં પૂર્વજ વડીલો અને સ્વજનો વૃદ્ધ થયાં તેમ આપણે પણ થયાં. બાળકોની માવજત કરતાં કરતાં આપણે વડીલોની કાળજી પણ રાખી. આમ તેઓ આપણે કઈ અને કેવી રીતે ધ્યાનપૂર્વક જવાબદારી અદા કરી તે જોઈને મોટાં થયાં.

પચાસ ટકા જેટલાં ત્રીસી-ચાળીસીનાં વયસ્કોનાં માતા-પિતા હવે સાઠ વર્ષનાં કે ઉપરનાં છે અને જેઓ નાનાં સંતાનોને ઉછેરી રહ્યાં છે કે ટેકો પૂરો પાડે છે. સંશોધન મુજબ, સાતમાંથી એક વ્યક્તિ વડીલો અને સંતાનો બન્નેને આર્થિક ટેકો આપે છે. આ બેવડી ભૂમિકા જીવનના કોઈ તબક્કે તો આવે જ છે. આ પડકાર 'સેન્ડવિચ જનરેશને (વચલી પેઢી)' ઝીલવો પડે છે.

આ તબક્કે સતત વિચારમગ્ન રહેવું પડતું હોય છે," શું હું મારાં સંતાન કે સંતાનોનું પ્રેમથી ધ્યાન રાખી શકું છું? શું મારા સંતાનો દિશાવિહીન થઈ રહ્યાં છે?" અથવા 'મારાં વડીલો સુખી છે? શું હું એમનાં તરફની જવાબદારી બરાબર અદા કરી શકું છું?"

આ બે મથાળાં હેઠળ વાલીત્વની તમામ જવાબદારી સમાઈ જાય છે.

આપણે વાલીઓને હરહંમેશ બળવંત, તંદુરસ્ત અને સક્ષમતાથી જીવંત રહેતાં જોતાં આવ્યાં છીએ. જેમ જેમ આપણે મોટાં થયાં અને તેઓ વૃદ્ધ થયાં, ત્યારે હવે એવી લાગણી થાય છે કે તેઓ આપણાં જીવનનો એ હિસ્સો છે જે ઝાંખો પડી રહ્યો છે. એમની બધિરતા, ધીમી ચાલ, ઝાંખી દૃષ્ટિ, મૂરઝાતી યાદશક્તિ આ બધું ગુસ્સો, ભય, હતાશા વધારીને એમને ચિંતાતુર પણ કરી શકે છે. તમારા માટે તેઓ જવાબદાર હતા તે સ્થિતિનો આ વિચિત્ર બદલાવ છે. હવે તમે એમની જવાબદારી લેતાં હશો ત્યારે તેઓ વખતે તમારું કહ્યું ન સાંભળે કે કરે જે તમે એમનાં સંતાન તરીકે કરતાં

હતાં. તમારે તો એવાં સંતાનો છે જે તમારા પર હાવી થવાની કોશિશ કરે છે. આમ બન્ને પેઢી તરફ તમારી બેવડી જવાબદારી છે.

ચુકાદો: વધતી વયનાં વડીલો અને સંતાનો તરફ આપણી જન્મજાત જવાબદારીઓ છે પરંતુ એની પણ કોઈ મર્યાદા હોય છે.

તમારે મજબૂતાઈથી જાતની ખાસ કાળજી રાખવાની વેળાએ જ એક સમય એવો આવશે જ્યારે તમને થશે કે હવે બસ, વધારે નહીં.

આ તબક્કે, તમારી ફરજ બજાવો, તમારું શ્રેષ્ઠ આપવાની સંતુલિત કોશિશ કરો. સાચી સફળતા, સુખાકારી પર ધ્યાન આપો પણ એ ક્યારેય ભૂલશો નહીં કે પહેલાં તમારે તમારી જાતની કાળજી લેવાની છે.

'સેન્ડવિચ જનરેશન'ના પડકારો અને એનો સામનો.

■ **દરરોજનાં કામોની વાત કરો અને પૂરાં કરવા કોશિશ કરો.**

જેટલું કામ પતાવી દેશો એટલું સરળ રહેશે. વડીલો સાથે રોજિંદી જીવનચર્યાની વાત કરતા રહેવાથી એક મજબૂત ગઠબંધન રહેશે. જ્યારે તમારે કોઈ ગંભીર મુદ્દે ચર્ચા કરવી હશે ત્યારે તમને સરળતા રહેશે.

■ **દરરોજ વાતચીત માટે કોઈને કોઈ વિષય શોધતા રહો.**

તમે ટૂંકાણમાં સામાન્ય વાતચીત કરતા રહો. તમારા ટીમવર્ક વિશે કહો. તમારાં કોઈક શિક્ષક/શિક્ષિકા શું કહેતાં તે વિશે વાત કરો. એમનાં સ્કૂલ પ્રોજેક્ટ્સ વિશે વાત કરો. રમૂજી વાતો કે ચિત્રો શેર કરો અથવા સાંજનાં જમણમાં શું હશે તેવી નાની નાની વાતો પણ તમને નજદીકીનો અનુભવ કરાવશે.

■ **બન્ને પક્ષને આનંદ આવે એવી પ્રવૃત્તિઓ સાથે મળીને કરો.**

સાથે ચાલવા જાઓ. સાથે કામ કરો. રસોઈ કરો, રમો, સંગીત સાંભળો કે ગાઓ કે પછી અમસ્તાં જ સાથે બેસી રહો.

- **શરૂઆત ક્યારેય મોડી હોતી નથી:**

જો તમારી અને તમારાં વડીલો વચ્ચે વાત વણસેલી હોય તો એને હળવી કરો. બાળક તરીકે તમે જે કરતાં તે યાદ કરાવો. સાથે બેસીને હળવી ફિલ્મ જુઓ અને ટીકાટિપ્પણ કરી હસો. નાની નજીવી વાતો નજીક આવવા માટે સૂચક બની શકે.

- **સામાજિક ભાગીદારી:**

તમારી પ્રિય વ્યક્તિઓ માટે ઘરેલુ અને સામાજિક જીવનમાં સહભાગી થવાની તકો ઊભી કરો. વૃદ્ધ વ્યક્તિઓ માટે એકલતા ભાવનાત્મક તકલીફ ઊભી કરી શકે. ધ્યાનપૂર્વક વાતચીત કરતાં શીખો અને કરો.

વહાલાં સ્વજનો સાથે અંતકાળની કઠિન વાતચીત કરતા ગભરાશો નહીં. એમને સારવાર વિશે માહિતી આપીને ક્યાં કેવી સારવાર લઈ શકાય તેની માહિતી અને સાધનસામગ્રી વિશે જાણ કરી શકો અને પૂછી શકો કે એમને શું કરવું છે.

- **તમારી જાતને કેળવો:**

વૃદ્ધોની કાળજી માટેની નવી નવી શોધખોળો અને સાધનોની જાણકારી સાથે લાંબી દેખભાળ માટેની માહિતી પણ મેળવતાં રહો.

જીવનચક્ર કાંઈ ક્લોઝ્ડ લૂપ નથી. કોઈપણ એક વર્તુળમાં સંડોવાઈ જવું એ ક્ષમતા શક્તિને સીમિત કરવા જેવું છે. તેથી કોઈપણ સીમિત કેન્દ્રમાં બંધાઈ ન રહેવાની ચોક્સાઈ રાખવી જરૂરી છે. આપણી જીવનયાત્રા લક્ષ્ય, ધ્યેય અને હેતુ સાથે સંલગ્ન રહીને વિવિધ પાસાંઓથી પરિચિત રહેવાનો આયામ છે.

જિંદગીને તમે એક યાત્રા તરીકે જોશો, દરેક વર્તુળમાં ગૂંચવાવાનું ટાળશો તો એ સવારી આનંદપ્રદ બની રહેશે.

○ સંતાનોને અંકુશમાં રાખતાં વાલી કઈ રીતે પરિપક્વ વયસ્કતામાં પ્રવેશી શકે?

વાલીત્વ કોઈ સરળ જીત નથી. દરેક અલગ વાલી માટે અલગ વાલીપણું હશે. પરંતુ સંતાનો પર હાવી રહેતાં વાલીઓ સત્તાશીલ માનસધારી કે હેલિકોપ્ટર વાલી તરીકે ઓળખાય છે, કેટલીક વાર એમનો વધારે પડતો ઘમંડી સ્વભાવ મોટાં થઈ ગયેલાં સંતાન માટે મુશ્કેલ સ્થિતિનું સર્જન કરે છે જેનો અંત સરળ હોતો નથી, તેમના પર એની સતત અસર રહે છે જે એમને માનસિક અસર કરે છે અને તે એમની વર્તણૂકમાં પણ દેખાય છે.

સંશોધકો કહે છે કે ફક્ત અભ્યાસ કોઈ કારણ કે અસરની સાબિતી આપી શકે નહીં. પરંતુ એટલું તો ઉમેરે છે કે સત્તાશીલ માનસ ધરાવતા વાલીઓનાં કારણે સંતાનો પર સારી કરતાં નુકસાનકારક અસર વધારે પડે છે. પરિવારનું નીતિનિયમવાળું માળખું જરૂરી છે પણ સમસ્યા ત્યારે ઊભી થાય છે જ્યારે વડીલો સંતાનો પર જોહુકમી ચલાવે છે ત્યારે ફક્ત શિસ્તપાલનનો આગ્રહ રાખીને જ નહીં પરંતુ ભાવનાત્મક કે માનસિક રીતે ગેરલાભ ઉઠાવીને પણ ધાર્યું કરાવે છે.

અહીં સત્તાશીલમાનસ ધરાવનારાં વાલીઓની કેટલીક નિશાનીઓ:
(૧) બાળકની નાનીમોટી દરેક બાબતમાં ટીકાટિપ્પણી અને ચંચુપાત:

એક માન્યતા મુજબ સત્તાધારી માનસધારક માતાપિતા સંતાનની દરેક પ્રવૃત્તિમાં હસ્તક્ષેપ કરતાં હોય છે પછી તે રમત દરમિયાનની, શોખની, કારકિર્દીની પસંદગી અને અન્ય કોઈપણ બાબત હોય. બાળક એમની સાથે સંમત ન થાય તો તેઓ નારાજ થઈ જાય છે. પોતાનું સંતાન શું ઈચ્છે છે તેને સ્વીકાર્યા વગર પોતે જે ઈચ્છે તેવું કરવા-કરાવવા તેઓ પ્રયત્નશીલ રહે છે.

(૨) ખરેખર અમલમાં ન મૂકી શકાય તેવાં ધોરણો અને શરતી પ્રેમ:

આ પ્રકારનાં વાલીઓ બાળકો પાસે ઊંચી અપેક્ષાઓ રાખી, પોતાનું ધારેલું કરાવવા વગર કારણે અનહદ દબાણ લાવે છે જે અપેક્ષાઓ ઘણીવાર અમલમાં મૂકી શકાય

એવી હોતી નથી. નારાજગી બતાવવા તેઓ એમની સાથેનાં પ્રેમસંબંધોનો દુરુપયોગ પણ કરી જાણે છે.

(3) જડ નિયમો અને સહાનુભૂતિ કે આદરમાનની કમી:

સંતાનો પર કાબુ જમાવવા વાલીઓ પાસે બીજો હાથવગો ઉપાય એ છે કે કોઈપણ પ્રકારની સમજણ વગર એમને જડ રીતરિવાજ કે નિયમોમાં જકડી દેવાં અને ઉલ્લંઘન કરી ન શકાય તેવી લક્ષ્મણરેખામાં બાંધી દેવાં. માનસશાસ્ત્રીઓના મતે આ વર્તણૂક એમની પોતાની ચિંતાતુરતા સંતાનોનાં માથે થોપવામાં દેખાતી હોય છે, નોંધાયું છે કે કેટલીક વાર વાલીઓ પોતાની આંતરિક ચિંતાતુરતાથી મુક્ત થવાનું વલણ (મિકેનિઝમ) બીજા પર નિયંત્રણો થોપી થોપીને કેળવી ચૂક્યાં હોય છે. એ લોકો ક્યારેય પણ સંતાનોને સહાનુભૂતિ કે વ્યક્તિગત આદરમાન આપતાં નથી. દેશી માન્યતા પ્રમાણે માણસમાં જ ન ગણે!

(૪) ભેટસોગાદ દ્વારા તુષ્ટિકરણ:

સત્તાધારી માનસ ધારક વાલીઓ ભેટસોગાદ આપી ભાવનાત્મક દુરુપયોગ દ્વારા એમનું તુષ્ટિકરણ કરીને પોતાનું ધારેલું કરાવવા ઇચ્છે છે. જેમ કે, તેઓ શિક્ષણ માટે ખર્ચમાં સહાયક બનશે પરંતુ ઇચ્છશે કે તમે ઘરની નજીકની કોલેજ પસંદ કરો કે પછી એમની પસંદગીનાં પાત્ર સાથે લગ્ન કરો તો તમને જરૂરી આર્થિક સહાય કરશે.

(૫) અપરાધી, શરમયુક્ત લાગણીઓ સાથે રમત:

આ બીજા પ્રકારનાં માનસિક તુષ્ટિકરણ દ્વારા સંતાનોનો સહજભાવે કરાતો ભાવનાત્મક દુરપયોગ છે જેમાં પોતાનું ધારેલું ન કરાનારાં સંતાનોનાં મનમાં અપરાધભાવ અને શરમ પેદા કરી રમત રમવી જેમાં આ રીતે પણ કહેવાય," હું નહીં હોઉં ત્યારે તને પસ્તાવો થશે" અથવા "ડાહ્યાં દીકરા-દીકરીઓ પોતાનાં વાલીઓ સાથે આવું વર્તન ન કરે."

આ પ્રકારની પારિવારિક પરિસ્થિતિનો સામનો કઈ રીતે કરવોઃ

જો તમે સત્તાધારી માનસધારક વાલી હો કે રહ્યા હો તો શ્રેષ્ઠ બાબત એ છે કે તમારાં સંતાનોનાં હિતમાં તમારે માનસશાસ્ત્રીય સહાય લેવી જોઈએ.

મૂળભૂત રીતે, આ પ્રકારના વાલીઓએ સમજવું જોઈએ કે તમે તમારા સંતાનનાં વ્યક્તિત્વ અને સક્ષમતા સામે ત્રાગું કરી રહ્યા છો, જેમ કે કોઈને પણ જીવનમાં ભૂલ કરવાનો અને સુધારવાનો હક્ક છે. સત્તાધારી માનસધારક વાલીઓનાં કારણે બાળકો અનુકૂલન માટે એક-બે સ્વાયત્ત કે બિનસ્વાયત્ત માર્ગ અપનાવે- ફરજિયાત પાલન અથવા વિરોધ જેમાંથી એક પણ એને માટે ઉપકારક નથી.

- જો તમે મોટાં થઈ ગયાં હો અને તમારાં સરમુખત્યાર વાલીઓ હયાત હોય તો એ તમને અપમાનજનક સ્થિતિમાં મૂકી શકે. કમનસીબે, સંશોધનો મુજબ આ પ્રકારના માનસધારકોની માનસિકતામાં ખાસ બદલાવ આવતો નથી.

- આવાં વાલી કે વાલીઓ સાથે કામ પાર પાડવું અકલ્પનીય છે, તેઓ તમારું કુટુંબ છે, એમણે તમારું પાલનપોષણ કરીને ઉછેર્યાં છે. કુદરતી છે કે એમનાં પર ગુસ્સો કરવાથી અપરાધભાવ જાગે અને વખતે દ્વિધા પણ થાય અને માનવાનું મન ન થાય કે ખરેખર તેઓ એવાં જ છે.

- માનસશાસ્ત્રીઓના મતે, એકવાર તમને સમજાઈ ગયું કે વાલી/વાલીઓ સરમુખત્યારશાહી માનસ ધરાવે છે ત્યારે શ્રેષ્ઠ રસ્તો એ છે કે એમની સામે મજબૂત, નક્કર અને સુસંગત મર્યાદા નક્કી કરો. આ ડરામણું લાગશે છતાં સંતાનોએ ચોક્કસપણે રૂઢિભંગ કરીને ગુલામી માનસમાંથી મુક્ત થવું પડશે.

- બાળકો માટે તંદુરસ્ત સહાયક સમુદાય જરૂરી છે. આ પ્રકારના વાલીઓનાં સંતાનોને પોતાનાં પક્ષે અવાજ ઉઠાવવા બહારનાં

વિશ્વાસપાત્ર લોકોની જરૂર પડી શકે છે, વખત આવ્યે એમને માન્ય કરનાર, સંતુષ્ટિકારક હિમાયતકર્તા મદદગાર નીવડે છે.

- જો એ રણભૂમિ જ હોય તો તમે એકલાં ઝઝૂમીને જીતી ન શકો, ફેમિલી થેરેપી કામ લાગી શકે. જો તમે ડિપ્રેશન કે એન્ક્ઝાઈટીનાં (ચિંતાતુરતા કે હતાશા) લક્ષણોથી પીડાતાં હો તો શક્ય એટલી વહેલી પ્રોફેશનલ હેલ્પ લો.

બાળકો તરફથી આદરસત્કાર પ્રાપ્ત કરવા માટેનો એક જ રસ્તો છે કે એમની સાથે સંતુલિત સતત સાંનિધ્ય કેળવવું છતાં દૂરથી માર્ગદર્શક બનવું જે વડીલો માટે પાયારૂપ પાઠ છે.

તમારો બધો પ્રેમ અને વહાલ સંતાનોને આપો, તેઓ આ ધરતી પર તમારી સૌથી વધારે સંભવિત અમૂલ્ય મૂડી છે, એમની કાળજી રાખો, એમનાં પર ધ્યાન આપો એ બધું વધારે પડતું ન કરો ત્યાં સુધી બરાબર. વડીલ તરીકે એવી કેટલીક ચોક્કસ હદને વળગી રહેવું યોગ્ય છે. લગામ ઢીલી કરી જતું કરવાની વૃત્તિ પણ રાખો. બસ, એમને થોડો અવકાશ આપો. એમની ક્ષિતિજ વિસ્તરવા દો, ભૂલો કરવા દો. એ બધું બરાબર એટલે કે તમે જાણો છો કે છેવટે બધું બરાબર સારું થશે! સકારાત્મક વડીલશાઈ ભૂમિકા સફળ અને વિજયીભાવ અને નવા સભ્ય પ્રવેશ સાથે સમગ્ર કુટુંબને સુખી તથા આનંદિત રાખશે.

○ શા માટે સમય અને લાગણી સંબંધના સારરૂપ છે.

આપણામાંથી મોટાભાગનાં લોકો જ્યારે સમયની વાત આવે ત્યારે ખાસ્સા નિરાશ થઈ જાય છે. મારાં માતા-પિતા પાસેથી હંમેશાં આ સાંભળવાં મળે, "મારી પાસે પૂરતો સમય નથી." આઈન્સ્ટાઈનના રિલેટિવિટીના સિદ્ધાંતનો મુખ્ય ખ્યાલ આ, "તમે જ સમય છો, તમે ત્યાં જ છો જ્યાંથી સમય આવે છે," અને "તમારે સમય ફાળવવો હોય તો તમે એમ કરી જ શકો છો."

સૌથી મહત્ત્વનો મુદ્દો એ છે કે તમે તમારી શક્તિ મુજબ સ્પષ્ટ રહી સમય ફાળવો જેથી તમે સમય સાથે તમારા સંબંધોમાં પરિવર્તન લાવી શકો. જ્યારે તમે સમય પર કે અન્યત્ર ધ્યાન કેન્દ્રિત કરો છો ત્યારે તમારું નિયંત્રણ હોતું નથી એટલે ત્રાણ ઊભી થાય છે, તમારે એવી બાબતો પર ધ્યાન રાખવું જોઈએ કે જે તમારા નિયંત્રણમાં હોય અને ઊર્જાવંત બનાવે. તમારા માટે ધ્યાન આપવા યોગ્ય સૌથી જરૂરી કઈ બાબતો છે, તમે બીજાંને કેવી રીતે ક્રિયા-પ્રતિક્રિયા આપો છો તે સમજીને સમયને અનુલક્ષીને તમારી ભાવનાઓનું વ્યવસ્થાપન કરવું જરૂરી છે.

આપણું મગજ બે ભાગમાં વહેંચાયેલું છે, મગજનો તાર્કિક ભાગ આપણે સમય પ્રમાણે શું કરીએ છીએ તે સાથે સંબંધિત છે જ્યારે ભાવનાત્મક બાજુ સાથે સંબંધિત મગજ પર ઉપલબ્ધ સમયમાં આપણે કેવું પ્રદર્શન કરીએ છીએ તે પ્રભાવક નીવડે છે. એટલે આપણે ભાવનાત્મક બાજુનાં મગજનું વ્યવસ્થાપન કરતી સમયે સ્પષ્ટ રહેવું જોઈએ કે આપણે કામમાં અને પરિવાર માટે પ્રતિકારક બિનઉત્પાદક ઊર્જાનું સર્જન ન કરીએ. જો આપણને લાગે કે આપણે સમયને તહસનહસ કરીએ છીએ તો એનું કારણ એ છે કે ગુસ્સો, હતાશા, દુભાવું, ભય, અપરાધભાવ, શરમ જેવી ભાવનાઓ પર ખાસ્સો સમય વેડફીએ છીએ. આવી લાગણીઓ કુટુંબને પ્રગતિ કરતાં રોકે છે.

જે રીતે આપણે લાગણીઓનું અર્થઘટન કરીને પ્રતિક્રિયા આપીએ છીએ તેની મોટી અસર આપણી વર્તણૂક, પસંદગી, અનુકૂલન અને આનંદમય જીવનશૈલી પર પડે છે, જાતની કાળજી અને સુખાકારીનું મહત્ત્વ પ્રથમ છે.

ખુદની કાળજી અને જાળવણી માટે સમય ફાળવવો એ પોતાનાં માટે જેટલું સારું છે તેટલું જ આસપાસનાં વહાલાં સ્વજનોની સુખાકારી માટે પણ સહાયક છે. પોતાનાં મનગમતાં ધ્યેય માટે પરિવાર અને જવાબદારીથી મુક્ત, વેકેશન લઈ અંગત સમયની ફાળવણી કરવાથી પોતીકી દુનિયાની જ માવજત થાય છે. પછી જ્યારે તમે ઊર્જાવંત થઈ ફરીથી એ જ દુનિયામાં પાછા ફરો છો ત્યારે વહાલાં સ્વજનોની કદરદાનીમાં કદાચ નવી આંતરદૃષ્ટિ મળશે.

જો તમે વાલી હો તો યુગલ તરીકે તમારી પ્રવાહિત ગતિશીલતા તમારાં બાળકો માટે મહત્ત્વનું દર્પણ સાબિત થશે. નિસ્બત સભર સમય ફાળવણીની સમજૂતી તમારા પોતાના અને સંયુક્ત કુટુંબના સંબંધોને તંદુરસ્ત અને સઘન બનાવશે.

દિવસભરની આશ્ચર્ય સભરથી શરમજનક, ઉત્સાહ સભરતાથી સહાનુભૂતિ સુધીની વિવિધ લાગણીઓની દરેક પ્રતિક્રિયા વિશે વિચારો. એ દરમિયાન તમને જાણ થશે કે કઈ પરિસ્થિતિ કે અનુભવે તમને નારાજ કે અસ્વસ્થ કર્યા અને તમે એ ભાવનાઓને અતિક્રમીને પાર ઉતર્યા.

બાળકોને પણ ક્યારેક લાગણીઓના ઊભરા આવે ત્યારે વધારે પડતા ઉત્સાહિત અને સક્રિય થઈ જાય અથવા નિયંત્રણ ગુમાવી દે પરંતુ એમની ઉંમરના હિસાબે લાગણીઓ પર કાબુ રાખતા શીખવાની તક કે સમય ફાળવણી એમને માટે શક્ય ન હોય. ભાવનાત્મક વિકાસ એ જટિલ પ્રક્રિયા છે જે શિશુવસ્થાથી શરૂ થઈ વયસ્કતા સુધી પહોંચે છે.

ભાવનાત્મક વિકાસ બાળપણથી શરૂ થાય છે:

- ભાવનાઓ, લાગણીઓ, સંવેદનાઓ વિશે કેળવણી.

- એ કેમ અને કેવી રીતે ઉદ્ ભવે છે તેની સમજણ.

- પોતાની અને બીજાની લાગણીઓ ઓળખવી.

- ભાવનાત્મક વ્યવસ્થાપનનો વિકાસ કરવો.

બાળકો મોટાં થાય અને અલગ પરિસ્થિતિનો સામનો કરે તેમ એમનું ભાવનાત્મક જીવન વધારે જટિલ બને છે. વિશાળ ફલક પર પથરાયેલ ભાવનાત્મક વ્યવસ્થાનું નિયમન વિકસાવવાની કુશળતા બાળકો માટે ખાસ જરૂરી છે જે અંગે કેળવણીકાર તરીકે ભૂમિકા વાલીઓએ ભજવવાની હોય છે જેથી બાળકની ભાવનાત્મક સુખાકારી જળવાઈ રહે.

જ્યારે વડીલો સંતાનોની જિજ્ઞાસાને પોષે છે અને અનિશ્ચિતતા, નિરાશા, વધારે પડતી ઉત્કંઠાનું નિયમન કરવામાં સહાયક બને છે ત્યારે તેઓ સલામતી અનુભવે છે અને એમનો આત્મવિશ્વાસ બરકરાર રહે છે કે જરૂરત સમયે કોઈક એમની પડખે છે. અહીં કેટલીક વ્યૂહરચના પ્રસ્તુત છે.

- એમનો શ્વાસ હેઠો બેસે તે માટે સહાયક બનવું- પરપોટા ઉડાડવાની રમત કે વર્ષગાંઠની મીણબત્તીને ફૂંક મારવાનો ડોળ કરવો- કે પછી ઊંડા શ્વાસ લેવા માટે પ્રોત્સાહિત કરવા.

- જ્યારે એમને પરિસ્થિતિ નિયંત્રણની બહાર જતી લાગે ત્યારે એમને દિમાગ ઠંડું પડે એવા વિચાર કરવા કે દૃશ્યની પરિકલ્પના કરવા કહેવું, સાથે બેસીને એવી જ વાર્તાઓ કે લખાણ વાંચવું કે પછી જાતે અથવા બીજાં અનુભવી વડીલો સાથે વાતચીત કરવા પ્રોત્સાહન આપવું.

- એમની સંવેદનાઓને સર્જનાત્મક સ્વરૂપ આપવા- ચિત્રો દોરવા, માટીકામ કરાવવું, અભિનય કરવો, રમકડાં દ્વારા પોતાની વાત કહેવી વગેરે પ્રવૃત્તિ કરાવવી.

- એમને સારું લગાડતા હોર્મોન્સનો સ્રાવ વધે તે માટે કસરત કરાવવી, સકારાત્મક અનુભવોની આપ-લે કરવી કે આરોગ્યપ્રદ આહાર લઈ ખૂબ આરામ કરી હળવાશ માટે પ્રેરવા.

વર્તમાન જિંદગીની કદરદાનીની શરૂઆત કરો. અતીતરાગ કે ભવિષ્યની કાલ્પનિક જિંદગીનાં તરંગોમાં મહાલવાના ચક્કરમાં વર્તમાન સમય વેડફાઈ જાય છે. વાસ્તવમાં જે બને છે તેનું મૂલ્ય કરતાં શીખો છો ત્યારે દરેક ક્ષણ અમૂલ્ય છે એ

સમજવું જરૂરી છે, આપણા મગજને યથાતથ જાળવવું કઠિન હશે પરંતુ સમય સાથે એનો સુમેળ સાધવા માટે એ સંપૂર્ણપણે મદદ કરે છે.

પ્રકરણ ૭

વિશિષ્ટ સંભાળની આવશ્યકતા ધરાવતું બાળક

દિવ્યાંગ બાળકોનાં દરેક વાલીને એમનાં સંતાનને વિશિષ્ટ સંભાળની જરૂરત વિશે માહિતી અને સૂઝસમજ હોવી જોઈએ. ખાસ કરીને શારીરિક-માનસિક અક્ષમતાનાં કારણે હાંસિયામાં ધકેલાઈ ગયેલાં સ્વજનો કે અન્ય લઘુમતી જૂથો સાથે સર્વસમાવેશક સમાન વ્યવહાર ઉપરાંત એમને સમાન તકો અને પૂરતાં સંસાધનો મળવા જોઈએ. સામાન્ય બાળકોનાં વાલીઓને મારી નમ્ર વિનંતી છે કે વિશિષ્ટ સંભાળની જરૂરતવાળા બાળકોનાં જીવનમાં ડોકિયું કરી એમનાં વાલીઓના સંઘર્ષમાં મદદનો હાથ લંબાવજો અને પહેલાં તો બાળકને બાળક તરીકે જ સ્વીકારજો.

લેખો:

○ **દરેક બાળકને આનંદિત, સાજાંસમાં, સુરક્ષિત રહેવાનો અને પ્રેમપાત્ર બની રહેવાનો હક્ક છે.**

"આજનાં બાળકો આવતી કાલનાં ભારતનું સર્જન કરશે. આપણે એમનો જે રીતે ઉછેર કરીએ છીએ તે પ્રમાણે દેશનું ભવિષ્ય નક્કી થશે." પંડિત જવાહરલાલ નહેરુએ કહેલું.

દરેક બાળકનો મૂળભૂત અધિકાર યોગ્ય તંદુરસ્તી, પ્રાથમિક શિક્ષણ, કુટુંબ જીવન, રમતગમત અને આનંદપ્રમોદ સમેત એક પર્યાપ્ત જીવનધોરણ અને કોઈપણ પ્રકારની અવહેલના કે ઈજા સામે સંરક્ષણ મેળવવાનો છે.

ભારતમાં શૈક્ષણિક ક્ષેત્રે વર્ગ, વર્ણ, જાતિ અને લિંગભેદને અનુલક્ષીને પ્રાદેશિક સ્તરે પણ ભારે અસમાનતા પ્રવર્તમાન છે, યુનિસેફના મતે ૩-૬ વર્ષ વચ્ચેનાં લગભગ વીસ મિલિયન બાળકો બાળમંદિર (પ્રી-સ્કૂલ) જતાં નથી. મૂળભૂત માળખાગત ઉણપ, બાળકેળવણી માટે સક્ષમ શિક્ષકોની અછત અને યોગ્ય શૈક્ષણિક સંસાધનોની કમી નાં કારણે આમ બને છે. નગરો-મહાનગરોમાં વધારે ને વધારે બાળકો પ્રાથમિક શિક્ષણ માટે આંતરરાષ્ટ્રીય શાળાઓનો લાભ લે છે; બીજી બાજુ ૧૦૦ માંથી ૨૯% વિદ્યાર્થિનીઓ-વિદ્યાર્થીઓ એમનું એલિમેન્ટરી એજ્યુકેશન પૂરું કર્યા વગર શાળા છોડી દે છે, મોટાભાગે તેઓ હાંસિયામાં ધકેલાયેલાં છેવાડેનાં બાળકો ખાસ કરીને બાલિકાઓ હોય છે, સરકારી શાળાઓમાં ઘટાડાનાં કારણોમાં ઈંગ્લિશ મિડિયમમાં ભણવાની કે ભણાવવાની ઈચ્છા મુખ્ય છે જે સામાજિક ઢાંચાની તોડફોડનો સ્રોત અને પરિણામ છે. ઉપરાંત દિવ્યાંગ બાળકો શાળામાં દાખલ થાય છે ત્યારે તેઓ ભાગ્યે જ પ્રાથમિક શિક્ષણમાં પ્રગતિ કરી શકે છે, છેવટે એ નોકરીની તકોથી વંચિત રહીને લાંબી મુદતની ગરીબાઈમાં સબડે છે.

આપણા દેશમાં બાળકો અને બાલિકાઓનાં શિક્ષણમાં ખાસ્સી અસમાનતા છે, ખાસ કરીને ગ્રામીણ અને ગરીબ વર્ગમાં એ વધારે જોવા મળે છે. ગરીબવર્ગના બાળકો

કમાણી કરવા માટે મજબૂર હોય છે, એમને સ્કૂલે મોકલવા કરતાં ઘરમાં જીવન ટકાવવા આર્થિક સહયોગ માટે કામે મોકલવા વધારે ઉચિત મનાય છે. ધ્યાન આપવું જ પડે એવું એક બીજું ક્ષેત્ર 'બાળલગ્ન' છે; એમાં કદાચ ઘટાડો થઈ રહ્યો છે છતાં એનું અસ્તિત્વ તો છે જ.

બાળકો સામેની ગુનાખોરીમાં બાલિકાઓના જાતીય શોષણનાં કિસ્સા વારંવાર બને છે, બાળતસ્કરી અને એમને અસામાજિક પ્રવૃત્તિમાં સંડોવવાના વ્યાપક દુરાચારના સમાચાર પણ આવતા જ રહે છે.

દરેક બાળક અનન્ય છે અને દરેક બાળક ભણી શકે છે. બાળકોને એમની અક્ષમતા, કોમ, લિંગ કે અન્ય લેબલથી આગળ વ્યક્તિ તરીકે જોવાં જોઈએ. આ ફક્ત 'આપણાં બાળકો'ની વાત નથી—જો આપણે વર્ગ, વર્ણ, ધર્મ, જાતિ, લિંગ ભેદનો ભોગ બનેલા કોઈપણ નાનાં જીવને અસામાજિક પ્રવૃત્તિમાં ખેંચાયેલો જોઈએ તો- ભારતીય નાગરિક તરીકે એમની પડખે રહેવું જોઈએ અને એવી ગેરપ્રવૃત્તિઓનો વિરોધ કરવો જોઈએ. જો દિવ્યાંગ બાળકોનાં શિક્ષકો અને વાલીઓ સંસાધનો અને કૌશલ્ય સજ્જ હોવાં જોઈએ તો સમાજે પણ સર્વસમાવેશક ભૂમિકા યોગ્ય રીતે અદા કરવી જોઈએ. એમની તરફ કોઈપણ પ્રકારનું ઉદાસીન વલણ ન હોવું જોઈએ જેથી સર્વસમાવેશકતામાં કોઈ આડખીલી ઊભી થાય, તે રીતે સમાન અને સમાવેશક શિક્ષણ આજની આવશ્યકતા છે. એ ફક્ત આત્મવિશ્વાસ જ નહીં પરંતુ બાળકની સક્ષમતા પણ વધારશે. ઉપરાંત એમને પોતાની માનસિક ક્ષમતા વિસ્તૃત કરવામાં અને પ્રેરણા લેવામાં પણ સહાયક નીવડશે.

"ફક્ત બુદ્ધિમત્તા જ પર્યાપ્ત નથી, બૌદ્ધિકતા ઉપરાંત ચારિત્ર્ય-નિર્માણ પણ સાચા શિક્ષણનું ધ્યેય છે."- માર્ટિન લ્યુથર કિંગ જુનિયરનું વિધાન.

વાલી તરીકે આપણે સૌ ઈચ્છા રાખીએ છીએ કે તેઓ સારા માનવી અને જવાબદાર નાગરિક બને. આપણે એમને સંવેદનશીલ આચાર-વિચાર દ્વારા જાતને અને અન્યને આદરમાન આપે એવી કેળવણી આપવા માંગીએ છીએ. પોતાની સુખાકારી સાર્થ અન્યોની જરૂરિયાત અને લાગણીઓની કદરદાની કરે એમ પણ

ઈચ્છીએ છીએ. તેઓ આપણા દેશની પાયારૂપ લોકશાહીનાં મૂલ્યોને ઓળખે, પ્રમાણે, માન આપે અને આત્મસાત્ કરે એવું માનીએ છીએ. ટૂંકમાં મજબૂત ચારિત્ર્યની અપેક્ષા રાખીએ છીએ.

બાલદિને આપણે એમના હક્કોને પ્રમાણિત કરીને એનો પ્રચાર-પ્રસાર કરવાની પ્રોત્સાહક શરૂઆત કરીએ, એ વિષયક સંવાદિત માહોલ ઊભો કરીને બાળકો માટે મૈત્રીસભર દુનિયાનું નિર્માણ કરીએ.

બાળકની પ્રારંભિક જિંદગીનો અનુભવ વ્યક્તિત્વ ઘડતરમાં મુખ્ય ભાગ ભજવે છે. એમની બુદ્ધિમત્તાને પોષણ મળવું જોઈએ, સારી ટેવોનું રોપણ અને ડર પર વિજય માટે એમને યોગ્ય અને કાળજીભર્યું માર્ગદર્શન પૂરું પાડી ભવિષ્ય માટે તૈયાર કરવા જોઈએ.

આપણે સૌ એક વાતે સંમત થઈશું કે બાળકો ભવિષ્ય છે અને એ લોકો જ આવતીકાલની દુનિયાનું સર્જન કરવાનાં છે, એવી જ બાળકો જેવી નિર્દોષતા, નિસ્વાર્થતા અને ખુલ્લા દિલથી આપણે પણ એમની આજ અને આવતી કાલ યોગ્ય બનાવીએ.

○ **સંવેદનાત્મક નિષ્ક્રિય પ્રક્રિયા અને લાગણીસભર એકાત્મતા.**

દરરોજ આપણી બધી ઈન્દ્રિયો દ્વારા આપણે માહિતીઓનો પૂંજ ભેગો કરીએ છીએ. આ બધી માહિતીઓ એકબીજામાં ભેગી થઈને આપણને આસપાસના માહોલની અનુભૂતિ- અહેસાસ કરાવે છે. આ રીતનું ભેગાં થવું સંવેદનાઓનું અરસપરસ ભળી જવું 'સંવેદનાત્મક એકત્રીકરણ'

સેન્સરી ઈન્ટિગ્રેશન-ડા કહેવાય છે. આમ વર્તનવ્યવહારના સફળ વ્યવસ્થાપન થકી 'દુનિયાદારી' શીખવામાં એ સહાયક બને છે.

એસ. આઈ. ની શરૂઆત ગર્ભાશયથી થાય છે કારણ કે ગર્ભમાં રહેલાં બાળકનું મગજ માતાની શારીરિક હિલચાલ સમજે છે. માનવ શરીરમાં રહેલાં જનીનો થકી દરેક બાળકને પાયાની કેળવણી (આધારરેખા ક્ષમતા) મળે છે, બાળક આસપાસનાં વાતાવરણમાં રહેલી ઘણી વસ્તુઓ સામે ક્રિયાપ્રતિક્રિયા આપે છે અને પ્રતિભાવક વિકાસ કરીને ઉત્તેજના અનુભવે છે. લગભગ સાત વર્ષની ઉંમર સુધી, મગજ પ્રાથમિક સંવેદનાત્મક પ્રક્રિયા કરનાર યંત્ર જેવું હોય છે. જેમ જેમ બાળક મોટું થાય તેમ તેમ માનસિક અને સામાજિક પ્રતિભાવોનું સ્થાન આ સંવેદનાત્મક-ચાલક પ્રવૃત્તિ લે છે.

આપણી સંવેદનાઓ દ્વારા શારીરિક સ્થિતિ અને આસપાસનાં પર્યાવરણની માહિતી મળે છે.

સંવેદનાઓ વિશે વિચારણા:

જોવું, સુંઘવું, સાંભળવું, સ્વાદ લેવો અને સ્પર્શ કરવો. જે અંગો થકી આ અનુભૂતિ થાય છે તે છે આંખો, નાક, કાન, જીભ અને ચામડી. જે તે લાગણી સાથે સંબંધિત આ અંગો પહેલાં મગજને સંદેશા મોકલે છે જેથી આસપાસની દુનિયાની ગતિવિધિ અને સંબંધિત ક્રિયાઓને સમજીને અનુભવી શકાય.

નાનાં બાળક પર સ્પર્શની અનુભૂતિનો અહેસાસ બાકીની પૂરી જિંદગી માટે ખાસ્સો પ્રભાવક નીવડે છે.

આસપાસનાં વાતાવરણ અને અન્ય બાબતો સમજવામાં જોવા-સાંભળવાની ક્રિયા મહત્ત્વની ભૂમિકા નિભાવે છે.

સ્વાદ અને સુગંધ બાળકને અનેક પ્રકારના ખોરાકનો પરિચય આપીને આરામદાયક સ્થિતિનો અહેસાસ કરાવે છે.

ફક્ત આંખ-કાનથી જ નહીં પરંતુ શરીરનાં દરેક અંગો દ્વારા અગણિત સ્પંદનોની માહિતી મગજમાં પ્રવેશે છે. આપણી એક વિશિષ્ટ સંવેદનાનું નામ છે વેસ્ટિબ્યુલર સેન્સ જે આપણાં શારીરિક હલનચલન અને પૃથ્વી સાથેના ગુરુત્વાકર્ષણ સાથે સંબંધિત છે. એ આપણી શારીરિક ક્રિયાઓ પર અસર કરે છે જેમ કે પોસ્ચર્સ (વિવિધ શારીરિક મુદ્રાઓ: ઊઠવું-બેસવું-ઊભાંથવું વગેરે), શારીરિક સંતુલન, હલનચલન અને ગુરુત્વાકર્ષણ, પડ્યાઆખડ્યા વગર કૂદકા મારવા કે ગૂંલાટ ખાવા જેવી ક્રિયા.

પ્રોપ્રિઓસેપ્શન એ સંવેદનાત્મક અનુભવ છે જેનો સંબંધ સ્નાયુ અને હાડકાના સાંધાના દબાણ અને ખેંચાણ સાથે છે. એ વ્યક્તિના સાંધા અને સ્નાયુની આંતરિક સ્થિતિની જાગતિક સંવેદના- જેમ કે, સૂપ ઢોળ્યા વગર ચમચો મોં સુધી લઈ જવો, જે બાળકો આ ક્રિયા બરાબર ન કરી શકે તેઓ વહેલાં કંટાળી જાય પછી તે અણઘડ રીતે કરે અથવા ધીમાં પડી જાય.

સ્પર્શ, દબાણ કે કિનેસ્થેટિક સંવેદના સ્નાયુ, યાદશક્તિ અને હલનચલનની ક્ષમતા પર પ્રભાવ પાડે છે. ચામડી, સ્નાયુ, સાંધા અને હલનચલનના રિસેપ્ટર્સનું વ્યવસ્થાપન બરાબર હોય તો બાળક આસપાસનાં પર્યાવરણ અને પોતાની શારીરિક-માનસિક અવસ્થા વિશે સભાન રહી શકે છે જે એના યોગ્ય વિકાસની નિશાનીઓ છે. સ્પર્શેન્દ્રિય, વેસ્ટિબ્યુલર અને પ્રોપ્રિઓસેપ્શન કાર્યો એ સંવેદનાત્મક સ્થિરતાની

મજબૂત બાંધણી છે. આ કારણે આત્મવિશ્વાસ, સ્વનિયમન, સ્વસન્માનની ભાવનાનો વિકાસ થાય છે.

નર્વસ સિસ્ટમ માટે સંવેદનાઓ આહાર અને પોષણ જેવું કામ કરે છે. યોગ્ય અને પૂરતી સંવેદનાત્મક સંજ્ઞા મળ્યા વગર ઉત્તેજનાત્મક અનુભૂતિ માટે જરૂરી કાર્યક્ષમતા નર્વસ સિસ્ટમ દર્શાવી ન શકે. જો બાળક શાળાએ જતું થાય તે પહેલાં આ દરેક અંગોનું સંવેદનાત્મક શારીરિક-માનસિક સંચાલન યોગ્ય રીતે ન થાય તો એને સ્કૂલનાં કાર્યોમાં અને જીવનભર પણ તકલીફ પડી શકે છે.

શારીરિક-માનસિક અર્થસભર પ્રવૃત્તિ માટે મુખ્ય નર્વસ સિસ્ટમ સતત પોતાને મળતી આંતર્બાહ્ય સંવેદનાત્મક સંજ્ઞાઓનું એકત્રીકરણ, પૃથ્થકરણ, સંપાદન કરીને પ્રતિભાવ આપે છે.

'સંવેદનાત્મક સંજ્ઞાઓનાં એકત્રીકરણની ક્ષતિ' (એસઆઈડી) એવી સ્થિતિ છે જ્યાં મગજની સાહજિક પ્રવૃત્તિઓ સક્ષમતાથી કાર્યરત નથી રહેતી. એસઆઈડીનો સરળ અર્થ આવો છે,'મગજમાં ટ્રાફિકજામ'.

જન્મજાત આવી ઉણપ ધરાવતાં નાનાં બાળકો ઉંમર પ્રમાણે 'માઈલ સ્ટોન્સ' હાંસલ નથી કરી શકતાં. એમને માટે સહજતાથી હલનચલન કરવું, કુશળતાપૂર્વક કાર્યો કરવાં કે રમતો રમવી મુશ્કેલ બની જાય છે. કલ્પના કરો કે ખુરશીમાં બેસવું, કાર્યાન્વિત વર્ગખંડમાં શિક્ષકની સૂચનાઓ સાંભળવી, પાટિયાં પરથી નોંધો કે નકલ નોંધપોથીમાં ઉતારવા જેવી પ્રવૃત્તિઓ માટે કેટલા પ્રમાણમાં સંવેદનાત્મક એકીકરણની જરૂર પડે. જ્યારે એસઆઈ પ્રક્રિયા અવ્યવસ્થિત થઈ જાય ત્યારે વર્તનવ્યવહાર, ભણવું-શીખવું, વિકસવું એ વિષયક કેટકેટલા પ્રશ્નોનો સામનો કરવો પડે? આમાંથી કેટલાક વર્તન-વ્યવહાર નકારાત્મક પણ હોઈ શકે.

જ્યારે સંવેદનાત્મક પ્રક્રિયાની બાબતો, શીખવાની પ્રક્રિયા સાથે સંબંધિત હોય છે, ત્યારે તે આ બાળકો માટે સ્કૂલમાં સફળતા મેળવવી મુશ્કેલ બનાવી શકે છે. અતિ સંવેદનશીલ બાળકો સહજતાથી સંવેદનાત્મક પ્રતિભાવ આપે છે અને ઉત્તેજના પણ

અનુભવે છે જ્યારે સંવેદનશીલતાના માનદંડમાં ઊણાં ઉતરતાં બાળકોને વધારે સંવેદનાત્મક ઉત્તેજનની જરૂર પડે છે.

સેન્સરી પ્રોસેસિંગ ઈસ્યૂઝ (સંવેદનાત્મક પ્રક્રિયા સમસ્યાઓ) માટે કોઈ દવા નથી. વ્યાવસાયિક ચિકિત્સક (ઑક્યુપેશનલ થેરાપિસ્ટ) કેટલીક પ્રવૃત્તિઓ દ્વારા આ પ્રક્રિયાને કંઈક અંશે ઠીકઠાક કરે છે અને બાળકનું સંવેદનાતંત્ર સુગ્રથિત કરી સારું પરિણામ મેળવવા કોશિશ કરે છે જેથી તે પાયાની કેળવણી દ્વારા પોતાનાં વર્તનવ્યવહાર પર નિયમન મેળવી શકે છે. ચિકિત્સક/ ઉપચારક તરીકે એમની ભૂમિકા સમસ્યાનું ચોક્કસ નિદાન કરીને રમતગમત તથા હળવી પ્રવૃત્તિઓ દ્વારા યોગ્ય પ્રતિભાવ અને ક્રિયા-પ્રતિક્રિયા માટે બાળકની પડકારભરી સ્થિતિને સામાન્ય કરવાનું ધ્યેય સિદ્ધ કરવાની રહે છે. ચિકિત્સક આ કાર્ય કાળજીભરી સૂઝસમજથી માળખાગત સંતુલન જાળવી પ્રયાસ કરે છે તેથી નક્કર પરિણામ મળે છે. ઘર અને સ્કૂલમાં સાચું માર્ગદર્શન અને જરૂરી ફેરફાર બાળક માટે આરામપ્રદ બને છે. વાલીઓએ બાળકનાં શ્રેષ્ઠ વિકાસ માટે જવાબદારી સભર નિર્ણય લેવો જોઈએ.

○ શીખવાની અક્ષમતાઓ વિશે દંતકથાઓ અને હકીકતો:

સામાન્ય કે ઓછો બુદ્ધિઆંક ધરાવતાં બાળકોમાં શીખવાની અક્ષમતા (એલડી) જોવા મળે છે. આવી તકલીફ બોલવાની, વાંચવાની, લખવાની, ગણવાની પણ હોઈ શકે છે જે ડિસ્લેક્સિયા, ડિસગ્રાફિયા, ડિસકેલ્ક્યુલિયા તરીકે ઓળખાય છે.

શીખવાની અક્ષમતા ('એલડી') અન્ય લક્ષણોથી પણ ઓળખી શકાય છે. એમનામાં સતત ધ્યાન જાળવી ન શકવું, વિચલિત થતાં રહેવું કે ટૂંકા સમય માટે જ ધ્યાન કેન્દ્રિત કરી શકવા જેવાં લક્ષણો જોવાં મળે.

૧૯૬૮ માં વિલિયમ ક્રિકશેંક અને સેમ્યુઅલ ક્રિક એલડી વિશે પાયાનું સંશોધન કરીને એનાં લક્ષણો અને કારણો સંદર્ભે અધિકૃત ખ્યાલ સ્થાપિત કર્યો.

શીખવાની અક્ષમતા ધરાવતાં બાળકો બોલવાની અને જોવાની મુશ્કેલીઓનાં કારણે વારંવાર ભેદભાવનો અનુભવ કરે છે. એમને દિશા લક્ષી અભિગમમાં પણ તકલીફ હોઈ શકે છે. એમને વ્યવસ્થાપન, વર્ગીકરણ, ગોઠવણી અને આયોજનની મુશ્કેલી પણ પડી શકે છે. તે રીતે વાંચવું, સમજવું, સળંગ બોલવું, જોડણી ઉપરાંત શબ્દો, વાક્યો, આંકડા, ઉચ્ચાર કરવાની તકલીફ પડી શકે. આ બાળકોને પોતે શું વાંચે-કરે છે તે વિશે પણ પ્રશ્ન ઊભો થઈ શકે. બોલાતી અને લખાતી ભાષાનું સંયોજન પણ એમને માટે વાંચવાની સમસ્યા પેદા કરતું હશે. આ સમસ્યાનાં કારણે નબળા હસ્તાક્ષરો, ગરબડિયું લખાણ અને કૃતિ સંરચનાની તકલીફ ઊભી થતી હોય છે. એમને ગણિત અને તેની સાથે સંબંધિત અન્ય પ્રકારો પર કામ કરવાની મુશ્કેલી પણ પડે જેમ કે અંકગણિત, બીજગણિત, ભૂમિતિ વગેરે ન સમજાય કે યાદ રહે એ શક્ય છે. આવી તકલીફ એલડી ન હોય તેવાં સામાન્ય બાળકોને પણ પડી શકે. દરેક બાળક માટે એનું પ્રમાણ અલગ અલગ હોઈ શકે.

શીખવાની ક્ષમતાને ઓછી બુદ્ધિમત્તા કે ઓટિઝમ સાથે લેવાદેવા નથી. એનું કારણ માતા-પિતાની ઉપેક્ષા, રસીકરણ કે વધારે પડતો ટીવી ઉપયોગ પણ નથી.

શીખવાની અક્ષમતાનું (એલડી) કારણ મગજના વિકાસની ઉણપ સાથે છે. આ જન્મ પહેલાં, જન્મ સમયે કે બાળપણની શરૂઆતમાં પણ સંભવી શકે. એનાં અનેક કારણોમાંથી એક અથવા વધારે કારણો પણ હોઈ શકે. કેટલીક વાર ચોક્કસ કારણ ખબર ન પડે. કેટલાક સંભવિત કારણો આ પ્રમાણે હોઈ શકે.

- વારસાગત કારણ. કેટલાક જનીન માતાપિતામાંથી ઉતરે જે મગજના વિકાસમાં ભાગ ભજવે. જેમ કે ફ્રેજાઈલ સિન્ડ્રોમ (એફએક્સએસ-FXS).

- ક્રોમોસોમની ગરબડ જેમ કે ડાઉન સિંડ્રોમ કે ટર્નર સિન્ડ્રોમ.

- જન્મ સમયે મગજને પૂરતો પ્રાણવાયુ (ઓક્સિજન) ન પહોંચવો.

- સમય કરતાં વહેલી પ્રસૂતિ.

- સગર્ભાવસ્થામાં માતાની માંદગી.

- માની વ્યસનની ટેવ. દા.ત. જન્મજાત વ્યસન લક્ષણ. (ફિટલ આલ્કોહોલ સિન્ડ્રોમ)

- બાળપણની શરૂઆતનાં વર્ષોમાં ઈજા કે માંદગીનાં કારણે આવેલી કમજોરી. જેમ કે અકસ્માત અથવા એની સાથે થયેલો દુરાચાર. આ કારણે પણ મગજનો વિકાસ રૂંધાતો હોય છે.

- શરીરને નુકસાનકારક વસ્તુઓ સાથે સંસર્ગ. જેમ કે રેડિએશન.

- ઉપેક્ષિત વાતાવરણ અને પ્રોત્સાહન કે ઉત્તેજનનો અભાવ કે ઉણપ.

- અન્ય કેટલીક શારીરિક ઉણપો અથવા અસમાન સંવેદનશીલ સ્તર.

શીખવાની ક્ષમતા સાથે અનુકૂલનનો પડકાર મુશ્કેલ હોઈ શકે. બાળવર્ગ કે કિશોરવર્ગને ગુસ્સો, હતાશા, ચિંતાતુરતા કે માનસિક દબાણનો અનુભવ થઈ શકે. સારી રીતે ભણવાના પ્રયત્ન છતાં માર્ક્સ ઓછા આવે ત્યારે નિરાશા, ગુસ્સો, દબાણનો ભોગ બની શકે, આવું સ્કૂલની શરૂઆતનાં વર્ષોમાં જણાતી ચિંતા કે પછી પણ જે તે

વિષય સમજી ન શકાય ત્યારે થતું હોય છે. આમ આ બધી ભાવનાત્મક સમસ્યાઓ વધી શકે કે પરિસ્થિતિ વણસી પણ શકે છતાં ચિકિત્સક કે સલાહકાર સહાયક નીવડી શકે. શીખવાની અક્ષમતા આજીવન હોય તો પણ ચિકિત્સક દ્વારા દરેકની કરવામાં આવેલી વ્યક્તિગત માવજત ઉપકારક બની શકે જે હવે ઉપલબ્ધ છે. બાળક પોતે પણ આ મિકેનિઝમ દ્વારા પોતાની ભાવનાત્મક તકલીફોમાં અસરકારક અનુકૂલન સાધી શકે.

જે બાળકોને મોટર સ્કિલ્સની તકલીફ હોય તેમને વ્યાવસાયિક ઉપચાર કામ લાગી શકે જ્યારે શૈક્ષણિક ઉપચારક સ્કૂલે જતાં બાળકની વાચન, લેખન અને ગણિત શીખવાની મુશ્કેલીમાં સહાયક નીવડી શકે. સ્પીચ થેરાપિસ્ટ જે બાળકોને સામાજિક જીવનમાં ભાષાકીય મુદ્દે પ્રત્યાયનની તકલીફ હોય તેમનો ઉપચાર કરી શકે. મોટાં બાળકો કે કિશોરવર્ગ જેમને પોતાની તકલીફની જાણ છે તેમને ઉકેલ કેન્દ્રિત સલાહસૂચના યોગ્ય બની રહે, ઉકેલ કેન્દ્રિત સલાહકાર એમને સમજાવી શકે કે એમને કઈ બાબત કામ લાગી શકે અને કઈ નહીં. ઉપચાર કેન્દ્રમાં સારવાર લેનાર જૂથ કે સહાયક જૂથ પણ મદદગાર બની શકે અને રમતગમત કે વાતચીત થેરપી થકી પણ આ તકલીફ દૂર કરવા પ્રયાસ કરી શકાય.

જેઓ ભાવનાત્મક તકલીફો જેવી કે શરમાળપણું, ચિંતાતુર રહેવું, લઘુતાગ્રંથિ અનુભવતા હોય તેમને માટે વાતચીત, સલાહસૂચના લાભકારક બની શકે.

કેટલીક પ્રખ્યાત વ્યક્તિઓ વ્હૂપી ગોલ્ડબર્ગ, જેનિફર એનિસ્ટન, સ્ટીવન સ્પિલબર્ગ સમેત અનેક સફળ વ્યક્તિઓને પણ લર્નિંગ ડિસએબિલિટી હતી. આવી સફળ કથાઓએ પુરવાર કર્યુ છે કે એલડી પડકારો કોઈપણ વ્યક્તિને સમાજમાં ઊચ્ચતમ શિખર સર કરવામાંથી બાકાત રાખી શકતા નથી.

૦ ડાઉન સિન્ડ્રોમ ચાઈલ્ડ હોશિયાર બની શકે?

એ તો સર્વવિદિત છે કે ડાઉન સિન્ડ્રોમ લોકોનો સમાજમાં એવો હૂંફાળો સ્વીકાર થતો નથી. દુનિયાના ધનાઢ્ય, પ્રગતિશીલ ભાગમાં પણ આવું વલણ ચાલ્યું આવે છે અને હાલ તુરત એ જશે એવું લાગતું નથી. જો કે જ્યાં અણગમો કે અસ્વીકાર હોય ત્યાં કેટલાક સહ્રદય પણ હોય છે જે એની વિરોધમાં ઊભા રહે છે, એવા પણ કેટલાક લોકો છે જેમણે ડાઉન સિન્ડ્રોમ લોકો માટે આડખીલી દૂર કરી, સમથળ વાતાવરણ બનાવવા દુનિયાભરમાં કોશિશ કરી છે.

અભિનય અને મોડેલિંગથી લઈ રાજકારણ અને ફિલાન્થ્રોપી સુધી ડાઉન સિન્ડ્રોમ ધરાવતી અનેક વ્યક્તિઓ સિદ્ધિવંત છે જેઓ એમની કુશળતા અને સકારાત્મક વલણથી આપણને આશ્ચર્યચકિત કરે છે.

દર વર્ષે ભારતમાં ૨૩૦૦૦-૨૯૦૦૦ બાળકોને ડાઉન સિન્ડ્રોમની અસર થાય છે. આ આંકડો ભયસૂચક છે છતાં આપણે ત્યાં ભાગ્યે જ આ મુદ્દે ખુલ્લી ચર્ચા થાય છે. ડાઉન સિન્ડ્રોમ લગભગ ૮૫% વખત ટ્રાઈસોમી ૨૧ને કારણે થાય છે, સામાન્ય રીતે ક્રોમોસોમ ૨૧ની બે કોપી દરેક સેલમાં હોય છે જ્યારે આ લક્ષણ ધરાવતી વ્યક્તિને ક્રોમોસોમ ૨૧– ની ત્રણ કોપી (નકલ) હોય છે. આવું સ્પર્મ કે સેલના વિકાસ સમયે થતાં અકુદરતી વિભાગીકરણને કારણે બને છે. કોઈપણ બિહેવિયરલ કે પર્યાવરણીય પરિબળો ડાઉન સિન્ડ્રોમનું કારણ નથી.

ડાઉન સિન્ડ્રોમ ધરાવતી દરેક વ્યક્તિ અનન્ય છે- એમનાં બૌદ્ધિક કે વિકાસલક્ષી પ્રશ્નો હળવા, મધ્યમ, કે ગંભીર હોઈ શકે. કેટલાક તંદુરસ્ત હોય તો કેટલાકને એને લગતી નોંધપાત્ર સમસ્યા હોય છે, જેમ કે હ્રદયમાં ગંભીર ખામી.

ડાઉન સિન્ડ્રોમ ધરાવતાં બાળકો કે વયસ્કોના ચહેરા વિશિષ્ટ લક્ષણો ધરાવતા હોય છે. જો કે ડાઉન સિન્ડ્રોમ ધરાવતા લોકોનાં ચહેરા એક સરખા લાક્ષણિક નથી હોતા તો પણ કેટલાક સામાન્ય લક્ષણોમાં ચપટો ચહેરો, નાનું માથું, ટૂંકી ગરદન, બહાર નીકળી આવેલી જીભ, ઊંચી ચઢેલી કે ખેંચાયેલી પાંપણો, અસામાન્ય જણાતાં

નાનામોટા કાન, નબળા સ્નાયુઓનો બાંધો, લાંબાટૂંકા હાથ-પગ, એક કરચલીવાળી હથેળી, ટૂંકી આંગળીઓ, વધારે પડતું હલનચલન, આંખ ઉપર બ્રશફિલ્ડ કહેવાતાં ઝીણા સફેદ ટપકાં, ઠીંગણાપણું વગેરે ગણી શકાય.

ડાઉન સિન્ડ્રોમ ધરાવતાં ઈન્ફન્ટ્સ (તાજાં જન્મેલાં નાનાં બાળકો) સામાન્ય કદ ધરાવતાં હોઈ શકે, પરંતુ એમની ઉંમરનાં સામાન્ય બાળકો કરતાં તેમનો વિકાસ ધીમો અને લાક્ષણિક રહે છે. મોટાભાગનાં ડાઉન સિન્ડ્રોમ ધરાવતાં બાળકો હળવીથી મધ્યમ જ્ઞાનાત્મક અસમાનતા ધરાવે છે. ભાષાજ્ઞાન થવું, લાંબીટૂંકી યાદશક્તિ પણ અસરગ્રસ્ત થઈ હોય છે. ઘણી વ્યક્તિઓમાં ડાઉન સિન્ડ્રોમનાં લક્ષણોની ગંભીરતા અલગ અલગ પ્રમાણમાં જોવા મળે છે તેમાં ધીમો વિકાસ અને શીખવાની અક્ષમતા મુખ્ય છે તે જીવનપર્યંત રહે છે. જો એનું નિદાન વહેલું થાય અને યોગ્ય સમજણ કેળવાઈ શકે તો યોગ્ય હસ્તક્ષેપ અને ઉપચારથી આ લક્ષણો ધરાવતી વ્યક્તિઓની જિંદગી બહેતર બનાવી શકાય છે.

આ લક્ષણો ધરાવતાં બાળકો માટે શરૂઆતની ઉપચાર પદ્ધતિમાં ફિઝિકલ થેરપી, સ્પીચ થેરપી, લેન્ગ્વેજ થેરપી, ઓક્યુપેશનલ થેરપી સામેલ હોય છે. શારીરિક-માનસિક વિકાસના તમામ સ્તરે યોગ્ય પરિણામ માટે વેળાસર ઉપચાર જરૂરી છે જે સંબંધિત વ્યક્તિને સક્ષમ બનાવી શકે.

ડાઉન સિન્ડ્રોમ કે અન્ય લક્ષણો ધરાવતાં સમેત દરેક કિશોર-કિશોરીઓ માટે કિશોરાવસ્થા વિકાસ અને પ્રગતિનો સમયખંડ છે. વાલી, શિક્ષક કે કાળજી લેનાર સહાયક તરીકે સ્વતંત્રતા અને સ્વનિર્ભરતાને પોષક સાતત્યપૂર્ણ શિક્ષણ અને પ્રોત્સાહન આપી શકીએ. ડાઉન સિન્ડ્રોમ લક્ષણો ધરાવતાં બાળકોને સ્પર્શતા મહત્ત્વના સામાજિક-ભાવનાત્મક મુદ્દે એમની જ્ઞાનાત્મક શક્તિ અને ક્ષમતાને ઓળખી, પ્રમાણી, ધ્યાનમાં રાખીને પૂરતી કાળજી અને માનસન્માન દાખવીએ એ ખાસ જરૂરી છે. એમની આસપાસનાં લોકો એમની પરખ કરી શકે તેનાં કરતાં પણ વધારે પ્રગતિકારક અને આધુનિક એમની સામાજિક સમજણ હોય છે.

ડાઉન સિન્ડ્રોમ કિશોરવર્ગ પણ અન્ય કિશોર-કિશોરીઓની જેમ જ કિશોરાવસ્થામાં પ્રવેશે છે. જ્યારે તેઓ શાળા છોડે છે અને તેમની કાલક્રમિક ઉંમર અનુસાર જિંદગીના માર્ગે પગરણ માંડે છે ત્યારે અન્યને જીવન પાસે જે અપેક્ષાઓ છે તેવી જ એમની પણ હોય છે જેમ કે પોતીકું ઘર અને એમની ગોપનીયતા (અંગતતા), પસંદ-નાપસંદ અને ગૌરવ-ગરિમા, ઉપયોગી કામ અને મિત્રો, સહભાગીદારો, સામાજિક જીવન અને સામુદાયિક રીતે મળતી દરેક સગવડની પહોંચ. આપણે આ બાબતોનું ધ્યાન રાખી અન્ય વયસ્કની જેમ જ એમને પણ એમના માર્ગે ચાલવા દેવા જોઈએ- એમને દરેકને પોતાની ક્ષમતા પ્રમાણે આગળ પહોચવામાં સહાયક બનવું જોઈએ.

નાનાં બાળકો અને તરુણવર્ગ સાથે પ્રત્યાયન (વાતચીત અને સંવાદ) માટે, એમની જરૂરિયાત સમજવા માટે અને વિકાસ વધારવા માટે કેટલાક અલગ પ્રકારનાં સહાયક જૂથો અને કેળવણી આપતા કાર્યક્રમો વાલીઓ માટે પણ હોય છે.

જો હું વર્ણન કરું કે ડાઉન સિન્ડ્રોમ લક્ષણો ઘરાવતા લોકો જગત પર શાસન કરે તો તે કેવું હશે તો લોકો અરસપરસને ભેટીને, હળીમળીને રહેવાનાં આનંદથી ટેવાઈ જશે. યોગ્ય રીતે કામ પાર પાડવામાં ઝડપનું મહત્ત્વ ઘણું ઓછું હશે. કામ એ દરેક વ્યક્તિનો વિશેષાધિકાર કરતાં અધિકાર હશે, નૃત્ય અને સંગીત રોજિંદા જીવનનો હિસ્સો હશે. લોકો કોઈની લાગણીને ઠેસ પહોંચાડશે નહીં, જૂઠું બોલશે નહીં અને કશું છુપાવશે નહીં.

○ **ઓટિઝમ શોધવું કેવી રીતે મુશ્કેલ બને છે, હસ્તક્ષેપ એ શ્રેષ્ઠ સંભાળ છે.**

એમનો દીકરો રવિ બે વર્ષનો થયો ત્યારે એણે પોતાનું પ્રિય ગીત 'ટ્વિન્કલ ટ્વિનક્લ લિટર સ્ટાર' ગાવાનું બંધ કર્યું એટલે શ્રીમતી શાહને અંતર્સ્ફુરણા થઈ કે એમના દીકરા સાથે કંઈક ખોટું થયું છે.

શ્રીમતી શાહે નોંધવામાંજ્યું કે એમનો તેજસ્વી, હસમુખો નાનકો ખાસ બોલતો કે વાત કરતો નથી, પોતાને શું જોઈએ છે તેનો પણ ઈશારો કરતો ન હતો, એમણે ઉમેર્યું કે જાણે એની સામે કોઈ દીવાલ ઊભી થઈ ગઈ છે.

'વર્લ્ડ હેલ્થ ઓર્ગેનાઈઝેશન-હૂ'ના મતે દુનિયાભરમાં ૧૬૦ માંથી એક બાળક ઓટિઝમનો (એએસડી) શિકાર બને છે. એ ન્યુરોલોજિકલ સ્થિતિ છે જેમાં મોટાભાગે બાળક જાહેરમાં વાતચીત કરતાં ખૂબ અચકાય છે અથવા વધારે પડતું અંતર્મુખી કે બહિર્મુખી વર્તન કરે છે. અભ્યાસ કહે છે કે સૌથી વધારે સામાન્ય ફરિયાદ મોડો વિકાસ થવો એ છે, બોલતાં મોડું શીખવાનું અને 'પોતાની દુનિયામાં ખોવાઈ જવું' એ છે. બીજાં લક્ષણોમાં આંખેઆંખ મેળવીને વાત કરવામાં નબળાઈ, ક્ષતિગ્રસ્ત ધ્યાન, રમકડામાં રસ ન હોવો કે એનો અયોગ્ય ઉપયોગ કરવો અને ટોઈલેટ ટ્રેનિંગનો અભાવ ઉમેરી શકાય. આ લક્ષણો હળવાથી ગંભીર હોઈ શકે. મોટાભાગે ત્રણ વર્ષ પછી આ ક્ષતિનું નિદાન થઈ શકે છે તો પણ બાળક સ્કૂલે જતું થાય ત્યાં સુધી હળવા જણાતાં લક્ષણો ધ્યાન બહાર પણ જાય.

એએસડીની ખાસ તકલીફ વ્યક્તિ ચોક્કસ ક્ષેત્રે ભોગવતી નજરે ચડે, એમને કોઈ ખાસ વિષયોમાં રસ પડે, આવી ક્ષમતા અન્ચોનાં માટે પ્રેરક પણ બની શકે, આપણને વિવિધ સંચારમાધ્યમો (મીડિયા) દ્વારા અનેક કથા જાણવાં મળે છે.

સામાજિક, ભૌગોલિક અને વંશીય જૂથોમાં વ્યક્તિગત રીતે એએસડીની અસર થઈ શકે. જો કે પ્રાદેશિક, સાંસ્કૃતિક માન્ચતાઓ અને એના અમલીકરણ પર અનુભવ, સમજણ, સ્વીકાર અને ઉપચારનો તફાવત હોઈ શકે.

ભારતમાં ઓટિઝ્મના ઈતિહાસની ૧૯૪૩થી શરૂઆત થઈ જ્યારે દાર્જિલિંગમાં વિયેનિઝ પિડિયાટ્રિશિયન એ. રોનાલ્ડે 'ડિફ્રિકલ્ટ ચિલ્ડ્રન'નાં (મુશ્કેલ બાળકો) લક્ષણો, ઈટીયોલોજિ, પ્રકાર અને સારવારની આંખી આપી.

એએસડીની તકલીફ માટેનું કોઈ એક જ કારણ નથી, પરંતુ અભ્યાસ કહે છે કે એમાં જનીન અને આસપાસનું પર્યાવરણ બન્નેની ભૂમિકા શક્ય છે. પ્રસૂતિ પહેલાં અને દરમિયાનની ઘટનાઓ જેવી કે સગર્ભાવસ્થામાં વિકૃતિ, પ્રસૂતિ પીડા દરમિયાન ઊભી થયેલી જટિલતા, ગર્ભ તકલીફ, ઓછું વજન અને સમય કરતાં વહેલી પ્રસૂતિનો એએસડી સંદર્ભે સૂચિત અભ્યાસ થયો છે. ભારતમાં આવાં જોખમી કારણો સામાન્ય રીતે જણાયાં છે જેનાં પરિણામે બાળકોના વિકાસમાં નોંધપાત્ર અને દેખીતો પ્રભાવ પણ જણાયો છે.

એએસડીનું જોખમ જાણવા માટે પ્રથમ પગલું સ્ક્રીનીંગ છે, તેની સાથે વેળાસર શૈક્ષણિક અને બિહેવિરિયલ હસ્તક્ષેપક યોગ્ય ઉપચાર પણ જરૂરી છે. ધ ઈન્ડિયન એકેડેમી ઓફ પીડીયાટ્રિક્સે હાલમાં જ એએસડીના સ્ક્રીનીંગ માટે માર્ગદર્શિકા બહાર પાડી છે જે મુજબ ૧૮ અને ૨૪ માસનાં બાળકો માટે ચોક્કસ પ્રકારનાં સ્ક્રીનીંગનો આગ્રહ રખાયો છે.

એ તો સારી રીતે પ્રમાણિત થયું છે કે 'ઓટિઝ્મ સ્પેક્ટ્રમ ડિસઓર્ડર'નો ઈલાજ નથી, જો કે વેળાસર અને વહેલું નિદાન અને હસ્તક્ષેપ ફળશ્રુતિ આપી શકે. બિહેવિરયલ અને એજ્યુકેશનલ થેરાપી ઓટિઝ્મના ઉપચાર માટે પાયાના પથ્થરનું કામ કરે છે. અલબત્ત, આ કાર્ય ખાસ તાલીમ પામેલા વ્યાવસાયિક ચિકિત્સકો અને ઉપચારકો (સ્પેશ્યલાઈઝ્ડ એન્ડ હાઈલી ટ્રેઈન્ડ ઑક્યુપેશનલ થેરાપિસ્ટ) જ કરી શકે જે હાથવગી સરકારી સંસ્થાઓમાં જ ઉપલબ્ધ હોય છે. ખાનગી કેન્દ્રો પર પણ દરરોજ કે એકાંતરે સારવાર મળી શકે પરંતુ એ ખાસ્સી મોંઘી હોય છે જે મધ્યમ કે ગરીબ વર્ગ માટે ખર્ચાળ બની શકે. વ્યાવસાયિક ઉપચાર (ઑક્યુપેશનલ થેરપી) પર ખાસ ભાર મૂકવામાં આવે છે. એમાં સેન્સરી ઈન્ટિગ્રેશન (સંવેદનાત્મક

એકીકરણ), બિહેવિયરલ કન્ટ્રોલ (વર્તણૂક પર નિયંત્રણ), નીડ બેઝ કોમ્યુનિકેશન (જરૂરિયાત પ્રમાણે પ્રત્યાયન), એડેપ્ટિવ લિવિંગ (અનુકૂલન પ્રમાણે જીવનશૈલી), ફંક્શનલ એકેડેમિક્સ વીથ ડેવલપમેન્ટ ઓફ સોશિયલ સ્કિલ્સ થ્રૂ પ્લે (વિવિધ પ્રકારે શૈક્ષણિક ઉપચાર અને તાલીમ) સમાવેશ થાય છે.

મહાનગરથી દૂર રહેતાં બાળકો માટે સ્વાભાવિક રીતે જ આ પ્રકારની તાલીમ કે ઉપચારની સગવડ કે પહોંચ શક્ય નથી તેથી તેઓ સ્થાનિક ઉપચારો અને શંકાસ્પદ ઉપચારોને આશરે કામ ચલાવે છે, આવી પરંપરાગત ગુહ્ય કે ગૂઢ વિદ્યા સામે અશિક્ષિત વર્ગમાં ખાસ જાગૃતિની જરૂર છે જેથી તેઓ ખોટા ઉપચાર કે ઉપચારકોનો ભોગ ન બને.

સામાજિક અનાદર અને વધેલી જવાબદારીનાં કારણે એએસડી બાળકને મોટું કરવું એ માતાપિતા અને કાળજી રાખનારાંઓ માટે ભારે દબાણભર્યું અને થકવી નાખનારું કામ છે. ઓટિઝમ બાળકની દેખભાળનું કામ વાલીઓ માટે પણ માનસિક અને ભાવનાત્મક ત્રાણ ઊભી કરી શકે જે અંતે આંતરિક સંઘર્ષમાં પરિણમી શકે.

ધ રાઈટ ફોર પર્સન્સ વીથ ડિસએબીલીટિઝ (આરપીડબલ્યૂડી) એક્ટ-૨૦૧૬ માં એએસડીને પણ સામેલ કરવામાં આવેલ છે જેથી ઓટિઝમ બાળકને શિક્ષણ, સ્કોલરશીપ, સ્ટેટ ટ્રાન્સપોર્ટ બસમાં મફત મુસાફરી, રેલ્વે કન્સેશન, સ્વવ્યવસાય માટે લોન અને ઊચ્ચ અભ્યાસ માટે સહાય જેવી સગવડો મળી શકે.

સામાજિક- સાંસ્કૃતિક પરિબળો વહેલાં અને વેળાસર નિદાન અને ઉપચારમાં મહત્ત્વના સાબિત થાય છે.

તેથી આ બાળકોની કાળજી અને સારવાર કરનારા પરિવારોના લાભાર્થે જનજાગૃતિ વધારવાની ખાસ આવશ્યકતા છે. વળી તાત્કાલિક જરૂરિયાત નિદાન અને ઉપચારક તબીબી, શૈક્ષણિક અને સામાજિક સેવાઓની શરૂઆત કરવાની કે એનો વ્યાપ વધારવાની છે. સ્ટ્રોન્ગ પોલિસી ઈનિશિયેટિવ (સશક્ત નીતિ પહેલ)

ઓટિઝમ વ્યક્તિઓની શક્તિસમર્થતા અને ગરિમા જાળવવા માટે ઉપકારક બની શકે ઉપરાંત સહજ-સામાન્ય વસ્તી અને એમની વચ્ચેનું અંતર ઘટાડી શકે.

આ લેખ ફક્ત એએસજી કે ઓટિઝમ અંતર્ગત નિદાન-ઉપચાર મુશ્કેલીઓને હાઈલાઈટ્સ (ઢંઢેરો પીટવા) માટે જ નથી. તમારું બાળક કે નિકટની વ્યક્તિ જો આ તકલીફનો ભોગ બનેલ હોય તો એમને માટે નિદાન-ઉપચારની આશા જગાડવા અને પ્રોત્સાહન આપવા માટે પણ છે.

તમારાં બાળકને જે ક્રેડિટ (જશ) આપવામાં આવે તેનાં કરતા એ અનેકગણું બુદ્ધિશાળી છે, હોઈ શકે. તમને એમનામાં વિવિધ ઝાંય (શેડ્સ) જણાય અને ખ્યાલ ન આવે કે એને કેવી રીતે બહાર લાવી શકાય તો હવે ઉપલબ્ધ અનેક ઉપચાર અને સાધનસામગ્રી થકી તમારું સંતાન સિદ્ધિ હાંસલ કરી તમને ગૌરવ અપાવી શકે છે.

તમારા ઘોર અંધકારમય સમય દરમિયાન પણ આશા છોડી ન દેશો. જ્યારે તમારો વિશ્વાસ ડગુમગુ થાય ત્યારે પણ ફરીથી ઊભાં થઈ જાવ, તમારાં બાળકની શક્તિ-ક્ષમતામાં શ્રદ્ધા રાખો. તમારું સંતાન સ્વકીય કાબેલિયત પ્રગટ કરશે જ.

ક્યારેય પીછેહઠ ન જ કરવી.

○ બાળકમાં 'એડીએચડી' લક્ષણો વધી શકે?

બેધ્યાનપણું કે વધારે પડતી ચંચળતા 'એડીએચડી' (એટેન્શન ડેફિસિટ/ હાઈપર એક્ટિવિટિ) એટલે જે બાળકોની શીખવાની અક્ષમતા કે ધીમી ગતિ અને એમની વિચલિતતાના અનુભવમાંથી ઊભરતી અસમાનતા, આવેગજન્ય વર્તન, ધ્યાન કેન્દ્રિતતાનો અભાવ, અસ્વસ્થતા, અયોગ્ય વર્તનવ્યવહાર અને વાતચીતમાં સુધારાજનક પરિસ્થિતિનાં નિર્માણ માટે કરવામાં આવતો શબ્દપ્રયોગ છે.

વ્યાવસાયિક ચિકિત્સકો વચ્ચે 'એડીએચડીની ઈટીઓલોજિ' માટે કોઈ સર્વસંમત સ્વીકૃતિ નથી. અને બિહેવયરલ પ્રોબ્લેમ કરતાં વધારે શારીરિક-માનસિક ક્ષતિ તરીકે ઓળખવામાં આવે છે. એડીએચડીનું ન્યુરોલોજિકલ કારણ મગજનાં બંધારણ સાથે સંલગ્ન હોઈ શકે. અસમાન રાસાયણિક સ્રાવ, મગજનાં કેટલાક કાર્યો કે આ બેનું સંયોજન અથવા અન્ય પરિબળો પણ ભાગ ભજવી શકે. નબળું વાલીપણું અને અપોષક આહાર પણ આ સમસ્યાનાં મૂળમાં હોઈ શકે.

નવાં તારણો મુજબ એડીએચડીની સમસ્યા જ્ઞાનાત્મક ક્ષતિ કરતાં વધારે બાળકોનાં ધીમા વિકાસની પ્રક્રિયામાંથી ઉદ્ ભવે છે જે આગળ જતાં વધી શકે છે— આ પ્રશ્ન દુનિયાભરમાં એડીએચડીની સમસ્યાનો ભોગ બનેલાં ૪.૪મિલિયન બાળકોનાં માતાપિતાને પીડે છે. નેશનલ ઈન્સ્ટિટ્યુટ ઓફ મેન્ટલ હેલ્થ સ્ટડી આ સમસ્યાનો ભોગ બનનાર અને ન બનનાર બાળકોનાં બ્રેઈન સ્કેનની તુલના પરથી તારવે છે. આ સમસ્યાનો ભોગ બનનાર બાળકોનું મગજ વિકસે તો છે પરંતુ એની ગતિ ધીમી હોય છે, જેનો વિકાસ સામાન્ય બાળકો સાથે સરખામણી કરીએ તો ત્રણેક વર્ષ પાછળ હોય છે.

ઘણાં સમયથી વૈજ્ઞાનિકોને શંકા રહી છે કે એડીએચડીનો સંબંધ મગજના ધીમા વિકાસ સાથે છે. નવા અભ્યાસમાં જૈવિક તફાવતોનો સંદર્ભ (બાયોલોજિકલ ડિફરન્સિસ) સ્પષ્ટ જણાયો છે ખાસ કરીને મગજનો જે ભાગ ધ્યાન કેન્દ્રિતા, આયોજન અને નિર્ણાયત્મકતા સાથે સંબંધિત છે. સરેરાશ એડીએચડી બાળકોમાં

કોર્ટેક્સનું ગાઢ થવું સાડા સાત વર્ષનાં સામાન્ય બાળકની સરખામણીમાં સાડા દસ વર્ષે ટોચ પર જણાયું છે. તેઓ ખરાબ નથી, આળસુ નથી અને લક્ષ્યથી વિચલિત પણ નથી. એમનાં માતા-પિતા પણ ખરાબ નથી. બસ, એમના વિકાસમાં કમી છે.

જ્યારે એડીએચડીગ્રસ્ત ઘણાં લોકોમાં ઉંમર વધતાં સુધારો પણ થાય છે, વધારેમાં વધારે બે તૃતિયાંશ લોકોમાં એનાં લક્ષણો વયસ્કતા સુધી ટકી રહે છે. સંભવિત ખુલાસાઓ પૈકી કેટલાક અહીં ઉલ્લેખનીય છે:

એકથી વધારે જનીનમાં (જિનેટિક) અવ્યવસ્થિત રીતે તફાવત હોઈ શકે અથવા કેટલાક બાળકોની અલગ સ્થિતિ એમનાં લક્ષણો માટે જવાબદાર હોઈ શકે.

પ્રાથમિક સમસ્યા શીખવાની અક્ષમતા હોઈ શકે, સંશોધકોના મતે એક વાર કોર્ટેક્સ ગાઢ બને પછી (જાડા થઈ જાય) બાળકો સાજાં થાય છે; પરંતુ જો વેળાસર નિદાન ન થાય તો આ લક્ષણો ચાલુ રહી શકે છે.

એ તો સાબિત થઈ ગયું છે કે સારી રીતે વ્યાખ્યાયિત હસ્તક્ષેપ ઉપકારક નીવડે છે:

(૧) એડમિનિસ્ટ્રેટિંગ સ્ટાન્ડર્ડાઈઝ્ડ ટેસ્ટ્સ (પ્રમાણિત પરીક્ષણ) જેવાં કે આઈક્યૂ, કામગીરીનું સાતત્ય અને સિદ્ધિ.

(૨) સ્કૂલ, સમાજ અને શક્ય હોય તો ઘરમાં સતત નિરીક્ષણ.

(૩) બાળક અને વાલીઓની મુલાકાત અને વાતચીત.

(૪) તબીબી મૂલ્યાંકન.

(૫) બધા ડેટાનું એકત્રીકરણ.

(૬) ટીમને ફીડબેક અને ભલામણો કરવી.

ઓક્યુપેશનલ અને બિહેવિયરલ થેરપીની સાથે દવાનું પણ મહત્ત્વ છે જેથી બાળકો શૈક્ષણિક રીતે પાછળ ન પડે અને બીજા પ્રશ્નોમાં સપડાઈ ન જાય જેવાં કે ચિંતાતુરતા કે લઘુતાગ્રંથિ.

સમસ્યામાં હસ્તક્ષેપ માટે મોડું થાય તે હંમેશાં જ ચિંતાજનક છે. બાળકનાં લક્ષણોની યોગ્ય તબીબી તપાસ અને મૂલ્યાંકન પછી દવા, નિશ્ચિત આયોજન, આસપાસનાં વાતાવરણને બરાબર રાખવા સાથે સંબંધોની માવજતનું યોગ્ય સ્થાન હોવું જોઈએ.

ઘણીવાર વાલીઓ પૂછે છે કે બાળકને ફરીથી સ્કૂલમાં મોકલવાથી તેઓ રહી ગયેલા પાઠ વગેરે શીખી લેશે કે કેમ અને એ પગલું સહાયરૂપ બનશે કે કેમ. બાળકને ફક્ત શૈક્ષણિક હેતુથી જ શાળામાં મોકલવું જરૂરી નથી પરંતુ જો બાળકને ઘરે સામાજિક અને ભાવનાત્મક રીતે મિત્રો વગર એકલવાયું લાગે તો એને સ્કૂલે મોકલવું બહેતર છે.

વિકાસ પ્રક્રિયાને સહાયક કોઈ નોંધપાત્ર રસ્તો છે?

કિશોર/કિશોરીઓનાં મગજનું બંધારણ નાનાં બાળકોનાં કરતાં અલગ હોય છે, એમાં ઝડપભેર બદલાવ આવે એવી કોઈ વિકાસ પ્રક્રિયા નથી - પરંતુ દવા અને થેરપીનું સંયોજન યોગ્ય રીતે થાય તો એ ઘણાં બાળકો માટે ઉપકારક બને છે. શૈક્ષણિક અને સામાજિક નબળાઈમાંથી બાળકને બહાર કાઢી કાર્યરત રાખવા માટે વાલીઓ, શિક્ષકો અને ફિઝિશિયન્સ સાથે કામ કરવું જરૂરી છે. એડીએચડીનું નિદાન થયા પહેલાં અને પછી પણ એનો સામનો કરતાં બાળકને નકારાત્મક અસરોથી બચાવવા માટે સાયકોલોજિકલ કાઉન્સેલિંગ (માનસિક સલાહસૂચના) સહાયક બને છે, બાળકને પ્રગતિ અને સફળતા માટે પ્રોત્સાહક વાતાવરણ પૂરું પાડવા જો પરિવાર અને સ્કૂલ પણ જોડાય તો એ વધારે અસરકારક બને છે, જો શક્ય હોય અને શિક્ષકો બાળકોને પોતાની રીતે કાર્યરત રહેવાની રજા આપે તો વળી વધારે સારું પરિણામ મળે.

ઑક્યુપેશનલ થેરપિસ્ટ્સ સેન્સરી ઈન્ટિગ્રેટિવ થેરપીનો ઉપયોગ એડીએચડી બાળકોને સહાયભૂત થવા માટે કરે છે. આ ટેકનિકમાં ચિકિત્સક/ઉપચારક બાળકને સંવેદનશીલ પ્રક્રિયા સમજવા માટે પ્રેરિત કરે છે જેમાં:

- ઊંડું દબાણ.

- લયબદ્ધ અને વારંવાર હલનચલન.

- બાળકને સ્પર્શ કરવા માટે વિવિધ રચનાઓ.

- લિસનિંગ થેરપીમાં (સાંભળવાની યોગ્ય રીતરસમ અને ઉપચાર) ધ્વનિ સંવેદના પ્રતિભાવ માટે પ્રોત્સાહન.

ઑકેયુપેશનલ થેરપી નબળાં સંકલન અને વ્યવસ્થાપનમાં શ્રેષ્ઠપણે સહાયક નીવડે છે.

ઘણીવાર એડીએચડી વારસાગત પણ હોય છે, વાલી કે બીજાં સ્વજનોને ખબર પણ ન હોય કે પોતે પણ એનો શિકાર છે. જ્યારે વાલીઓનું પણ નિદાન થાય અને એમને સારવાર મળે તો તેઓ એડીએચડી સંતાન માટે પણ સારા સહાયકની ભૂમિકા ભજવી શકે.

એડીએચડી બાળક માટે સાતત્ય મહત્ત્વપૂર્ણ છે, યોગ્ય બંધારણીય અને સહાયક અભિગમ હોય તો પડકારભરી સ્થિતિને નિયંત્રિત કરી શકાય અને બાળક ખીલી શકે.

○ **વયસ્ક યુવાવર્ગમા એસ્પર્જર્સ સિન્ડ્રોમનાં લક્ષણો સમજવા.**

૨૯ વર્ષના શ્રીમાન એ બાળપણાથી જ 'ઇંટર્નલ આઉટ સાઈડર અને લોનર' (કાયમી એકાકી અને અતરાપી) રહ્યા છે. એમણે કદી ગાઢ મૈત્રી સંબંધો વિકસાવ્યા નથી. જોકે એમણે માણસના સામાજિક સંબંધો અને એનાં પર્યાવરણ વિશે યોગ્ય સમજ મેળવવા અઢળક પુસ્તકો વાંચ્યાં છે, એ સમજી શકાય તેવી પરિભાષામાં એ વિષયક વાત પણ કરે છે છતાં ઘણીવાર એ ગેરસમજોમાં પરિણમે છે. પોતાની પરિપક્વ વયે એમને એટલું યાદ હતું કે એમનાં માતાપિતા હંમેશાં એમને કોચ પોટેટો (આળસુ-નિષ્ક્રિય-એદી બટાકો) કહેતાં.

વ્યાવસાયિક રીતે એમણે વિશિષ્ટ શ્રેષ્ઠતા હાંસલ કરી હતી. બાળક તરીકે એમણે હંમેશાં લીગો બ્લોક્સની રમતમાં મુશ્કેલ અને જટિલ ગાણિતિક કોયડા ઉકેલી 'તકનીકી રીતે જટિલ ઈમારતી માળખાં' ઊભાં કર્યાં હતાં. કિશોર તરીકે તેઓ જાતે જ કોમ્પ્યુટર પ્રોગ્રામિંગ શીખી ગયા હતા અને કોઈપણ પ્રકારના વિધિવત્ શિક્ષણ વગર તેઓ સફળ કોમ્પ્યુટર બિઝનેસમેન છે. ડેવલપિંગ પ્રોગ્રામ અને 'ઉંડો સંતોષ' આપે છે જ્યારે 'અનિવાર્ય સામાજિક પ્રત્યાયન'ની (ઇનએવિટેબલ સોશિયલ કોમ્યુનિકેશન) તકલીફ એમના પર નોંધપાત્ર ત્રાણ ઊભી કરે છે.

રોજિંદુ જીવન પણ જરૂરી તો હતું જ; એમાં તો ભાગ્યે જ વિક્ષેપ પાડ્યો. બાળપણાથી જ એ પોતાનાં કપડાં ચોક્કસ ક્રમમાં ગોઠવતા, તેવી રીતે કાર્યપદ્ધતિમાં પણ ચોક્કસ પ્રવૃત્તિઓ ચોક્કસ રીતે કરવાનો આગ્રહ રાખ્યો. એમાં એકાદ મિનિટ આમતેમ થાય કે તલમાત્ર ફેરફાર થાય તો એમને 'ગાડી પાટા પરથી ઉતરી ગયેલી' લાગતી. ટૂંકમાં બધી રીતે પોતાના 'ચોકામાંથી બહાર આવીને જીવન જીવવું' દર્દીને ત્રાણજનક લાગતું.

'એસ્પર્જર્સ સિન્ડ્રોમ'માં (એએસ) વ્યક્તિમાં પ્રમાણમાં ઓછાં પ્રચલિત ઓટિઝમ સ્પેક્ટ્રમ ડિસઓર્ડરનાં લક્ષણો જણાય છે જે સામાજિક રીતે હળવાભળવાનાં રસ અને રીતભાતમાં નોંધપાત્ર કમી અને યથાતથ જરૂરી ભાષા અભિવ્યક્તિની ત્રુટિનાં

કારણે પ્રતિભાવની અક્ષમતામાં વર્ગીકૃત થયેલ છે. ૧૯૪૪ માં પહેલીવાર હેન્સ એસ્પર્જર્સે આ સૂચક લક્ષણોનો અહેવાલ આપ્યો હતો.

આવી લાક્ષણિકતા ધરાવતા વયસ્ક નાગરિકો સામાજિક રીતે હળવામળવાનો વખત આવે ત્યારે અસામાન્ય વ્યસ્તતા દર્શાવતા હોય તેવું વિચિત્ર વર્તન કરે, ઓછી સહાનુભૂતિ, સામાજિક રીતરસમ વિશે ઓછી સમજ અને પોતાની સંવેદનાઓ સાથે પણ કામ પાર પાડવાની તકલીફો સમેત રાંક મોટર કોઓર્ડિનેશન ધરાવતા નજરે ચડે છે. સિમેન્ટિક્સ અને સિન્ટેક્સના ક્ષેત્રે ભાષાકીય સજ્જતા હોવા છતાં કેટલાક વિષયે વ્યાવહારિક ભાષાકીય કુશળતાનો અભાવ અને સામાજિક રીતરસમ વિશેની એમની અણસમજ છતી થાય છે.

સેન્ટર ફોર ડિસિઝ કન્ટ્રોલ અને પ્રિવેન્શનના (સીડીસી) અનુમાન પ્રમાણે અમેરિકામાં વિવિધ સમુદાયનાં ૬૮ બાળકોમાંથી ૧ બાળક એએસડીની પીડા ભોગવે છે, જે ૨૦૧૨માં તારવેલા છેલ્લા આંકડા કરતા 30% વધારે છે. જો કે વયસ્ક નાગરિકોમાં તો એ ઓળખવાની સ્થિતિ ખાસ્સી મુશ્કેલ છે.

પરંતુ એસ્પર્જર્સ ઘણીવાર અનન્ય ભેટો પણ આપે છે, એમનામાંના કેટલાક પ્રોત્સાહક અને પ્રભાવક લોકોને આપણે જાણીએ અને ચાહીએ પણ છીએ. એલોન મસ્કે હાલમાં જ જાહેર કર્યું કે એ એસ્પર્જ્સ સિન્ડ્રોમ ધરાવે છે.

બે વ્યક્તિઓ સમાન રીતે એએસનો અનુભવ કરતી નથી. તમારામાં એનાં કેટલાક લક્ષણો હોઈ શકે અથવા અલગ અલગ સમયે તમે બધાં લક્ષણોનો અનુભવ કરી શકો.

ભારતીય સમાજમાં હજી પણ ઘણાં લોકો એરેન્જ્ડ મેરેજ (ગોઠવાયેલા લગ્નો) કરે છે, ઈન્ટરનેટ દ્વારા મળે કે લાંબા અંતરનો સંબંધ હોય, એએસડી વ્યક્તિના પડકારો અને લક્ષણો શરૂઆતમાં નજરે ન ચડે, આમાં અન્ય વ્યક્તિઓને સમજવાની અને એમની સાથે અનુકૂલનની તકલીફનાં કારણે પુખ્ત વ્યક્તિઓ ઓટિઝમનાં ચિંતાતુરતા અને હતાશાનાં લક્ષણો અનુભવે છે.

સંબંધોમાં સુધારણા માટે વ્યૂહરચના:

જે બાળકોને એએસડીનું નિદાન વેળાસર થાય અને વહેલી તકે ઉપચાર-સારવાર મળે એમને સ્કૂલમાં અને પછી પણ જીવનભર સાજાં રહેવાની તક વધી જાય છે.

એસ્પર્જર્સ લક્ષણો ધરાવતી વ્યક્તિઓને સંબંધોમાં દરેક તબક્કે માર્ગદર્શક કુશળતાની જરૂર રહે છે અને લગભગ જીવનભર એની સતત જરૂરત રહે છે. આ લક્ષણો ધરાવતાં બાળકોને સ્પીચ પેથોલોજિસ્ટ કે માનસશાસ્ત્રી પાસે વાતચીત કરવાની તાલીમ અને માર્ગદર્શન લેવાની જરૂર પડશે. સાથે શાળાકીય વર્ષો દરમિયાન મૈત્રી જાળવવાની કુશળતા માટે પણ ઑક્યુપેશનલ થેરાપિસ્ટ કે માનસશાસ્ત્રીની સારવારની જરૂર પડશે. એસ્પર્જર્સ સિન્ડ્રોમ ધરાવતાં બાળકો માટે મૈત્રીસંબંધો જાળવવાની સહાયતા માટે શૈક્ષણિક સેવામાં પ્રાથમિકતા જરૂરી છે જેથી આત્મસન્માન વધશે અને એમને થતી કનડગત ઘટશે, વયસ્ક મૈત્રીસંબંધોને ઉત્તેજન આપવા માટે પણ પાયાના ચણતરની શરૂઆત અહીંથી કરવી જોઈએ. સફળ રોજગારીમાં ટીમવર્કની કુશળતા માટે પણ આને પ્રોત્સાહન આપવું જોઈએ.

કેટલાકનું બાળપણથી જ ઓટિઝમ કે એસ્પર્જર્સની સમસ્યાઓનું નિદાન થશે, કેટલાકને પુખ્ત વયસ્કતા સુધી યોગ્ય ઉકેલ ન પણ જડે. તેથી જો સમયસર નિદાન અને યોગ્ય સારવાર મળે તો તંદુરસ્ત, સુખી અને આનંદિત જીવન શક્ય છે.

એસ્પર્જર્સ સિન્ડ્રોમ માટે કેટલાક અગત્યના ઉપચારક સિદ્ધાંતો અને અમલીકરણની શક્યતા:

- સામાજિક દૃષ્ટિએ ચર્ચા અને પ્રેક્ટિસ કરવી.

- જીવનકૌશલ્ય તથા સમસ્યાના ઉકેલ માટે માળખાગત અને ક્રમિક શિક્ષણ અને તાલીમ.

- અપરિચિત/અજાણ પરિસ્થિતિમાં વર્તનવ્યવહારની પ્રેક્ટિસ.

- અન્ય પરિસ્થિતિમાં ચોક્કસ પ્રકારની આંતરદૃષ્ટિને પરિવર્તિત કરવાનો ઉદ્યમ કરવો.

- રોજિંદા વર્તનવ્યવહારને ઓળખી નક્કર વિકાસને પ્રોત્સાહન આપવું.

- હતાશ પરિસ્થિતિ ઊભી કરતી પરિસ્થિતિનું અને દર્દીના કારણે અન્યો પર થતી અસરનું વિશ્લેષણ.

- અર્ગો કે ફિઝિયોથેરપી જેવાં સુવિધાજનક સહાયક પગલાં.

- કેટલાક, માળખાગત સીધા હસ્તક્ષેપમાં પરિસ્થિતિની ચર્ચાવિચારણામાં નક્કર સત્યકથાઓનાં ઉદાહરણો ઉપકારક નીવડે છે.

○ **જો તમારું બાળક દિવ્યાંગ/ વિશિષ્ટ જરૂરિયાત ધરાવનાર હોય તો તમારું ધ્યેય શું હોઈ શકે?**

સમય જતાં પડઘો પાડશે એવી એક સિદ્ધિ:

ભાવિના પટેલે ટોકિયો પેરાલિમ્પિકમાં ટેબલ ટેનિસમાં રાષ્ટ્રનો પ્રથમ રજત ચંદ્રક જીત્યો અને બધાંને એ સમાચાર મળ્યા ત્યારે ઘણું જાણવાનું મળ્યું હશે, નવ ક્ષેત્રે પ૪ એથ્લેટ્સ સમેત ભારતે પેરાલિમ્પિકમાં પોતાની સૌથી મોટી રમતવીર ટૂકડીને સ્પર્ધામાં ઉતારી છે.

બાર વર્ષની ઉંમરે રેટિનલ ડિજનરેશનનાં કારણે ભવ્ય શાહ દૃષ્ટિહીન થયો, હાલ એ સ્ટેન્ડફર્ડ યુનિવર્સિટીમાં રિસર્ચ આસિસ્ટન્ટ તરીકે કાર્યરત છે. આપણે આવી અનેક ઉત્કૃષ્ટ સિદ્ધિઓ ઉમેરી શકીએ.

સૌથી મોટો પડકાર આ પ્રકારનાં વાલી-સંતાનના પુખ્ત સંબંધો શોધવાનો છે. વિશિષ્ટ બાળકો સાથે વાલીત્વની જવાબદારી અદા કરતાં માતા-પિતાએ ખાસ્સું બલિદાન આપવું પડે છે. દિવ્યાંગ બાળકના પરિવારજનો સામાન્ય બાળકના પરિવારનાં સભ્યો કરતાં વધારે અને અનેક પ્રકારની અકલ્પનીય મુશ્કેલીનો સામનો કરે છે. વિશિષ્ટ જરૂરિયાત ધરાવતાં યુવા વયસ્કોને સ્વનિર્ભર થતાં પહેલાં ખાસ્સો સમય સહાયતાની જરૂર પડે છે. કેટલાકને કાયમી જરૂર પણ રહે, પરંતુ એમની જરૂરિયાતો અને સ્વનિર્ભરતાનાં ધ્યેય-લક્ષ્યનું માનસિક અનુસંધાન થવું જોઈએ.

તમારા સંતાનની શારીરિક-માનસિક બીમારીને અલગ પાડો. "એના મિજાજના ચડાવઉતરાવમાં લડાયક વર્તણૂક, અક્ષમતા અને ત્રાગાંની પછીતે એક સુંદર આત્મા સ્નેહાળ માવજતની રાહ જુએ છે."

મારું હ્રદયપૂર્વકનું વિધાન: "કારણકે, હું ચાલી ન શકું એનો અર્થ હું રમી ન શકું એમ થતો નથી!"

વિશિષ્ટ કાળજીની જરૂરિયાતવાળા બાળકનાં માતા-પિતાએ ધ્યાનમાં રાખવાની બાબતો:

(૧) તમે એકલાં નથી:

તમારાં બાળક જેવી જ લાક્ષણિક તકલીફ ધરાવતું બીજું બાળક તમને ન દેખાય તો પણ એવા જ પડકારોનો સામનો કરતાં અનેક લોકો છે.

(૨) વાલી બનવું મુશ્કેલ છે ત્યારે વિશિષ્ટ તકલીફનો સામનો કરતાં અને માવજત માગતાં સંતાનનાં વાલી બનવું તો વધારે મુશ્કેલ છે:

વખતે એ તમારા માટે વધારે પુરસ્કૃત હોય અને તમને વધારે જુસ્સાદાર પણ બનાવે. પડકારો સાથે પુરસ્કાર પણ આવે છે. ક્યારેક તમારે પુરસ્કૃત થવા માટે હ્રદયપૂર્વક શોધ કરવી પડશે પરંતુ તમે રાહ જોશો તો તે ત્યાં હશે જ.

(૩) સામાન્ય વાલીઓને તમને ઉતારી પાડવાની તક ન આપો:

મને તો ખબર છે કે જેમનું સંતાન તમારાં બાળક કરતાં છ માસ નાનું હોય અને ચાલતું હોય અને તમારું બાળક ન ચાલી શકતું હોય ત્યારે અન્ય વાલીઓ કંઈક કહે કે બોલે તે કેટલું આકરું લાગે. તે રીતે કોઈ અજાણી વ્યક્તિ પૂછે કે તમારું બે વર્ષનું બાળક હજી કેમ ચાલતું નથી તો શું વીતે. નિરાશ ન થાવ અને એમને એવા સવાલ પૂછવાની તક ન આપો, તમારું લક્ષ્ય અને ધ્યાન અકબંધ રાખો.

(૪) નાની નાની બાબતોની ઉજવણી કરો અને તમારી હળવી રમૂજીવૃત્તિનું જતન કરો:

ભલે દરેક દિવસ તમારા માટે પડકાર બનીને આવે છતાં તમારાં સંતાનના નાનકડા પ્રયાસની નોંધ લેવાનું ન ભૂલશો- એ સ્વતંત્ર રીતે બેસી શકે, એનો પહેલો હોંકારો કે બડબડાટ કે ચાલવાના પ્રયાસમાં પહેલું પગલું હોય. દરેક વસ્તુ કાંઈ સંપૂર્ણ હોતી નથી.

(૫) તમારી જાતને ક્ષમાપાત્ર ગણો, તમે હંમેશાં સાચાં જ હો એ જરૂરી નથી:

"એ લોકો સૌથી અદ્ ભુત છે જેઓ ચોકઠામાં ગોઠવાઈ શકતાં નથી." ટોરી એમોસ.

તમારા સંતાનની આવડત જાણવાનો પ્રયાસ કરો. તમારી જાતને જ પડકાર આપો, પ્રોત્સાહિત કરો અને તમારા સંતાનની શ્રેષ્ઠતા ઉજાગર કરો. શક્યતાઓનું અન્વેષણ કરો અને પડવાથી ડરો નહીં.

(૬) તમને પણ કાળજીની જરૂર છે, તમારા માટે સમય કાઢો:

જ્યારે તમારાં સંતાન માટે વિશિષ્ટ માવજતની જરૂર છે ત્યારે જવાબદારીઓનું વહન ખરેખર પડકારરૂપ છે. તમને એવું પણ લાગી શકે કે ફક્ત તમે જ એ કરી શકશો કે તમારે જ કરવું જોઈએ, તમને એમ પણ લાગે કે બીજાંને તમારા સંતાનની કાળજીની ફાવટ ન આવે, પરંતુ યાદ રાખો કે તમે 'સુપર હ્યુમન' નથી. યાદ રાખો કે શારીરિક, માનસિક અને ભાવનાત્મક રીતે નિચોવાઈ જાઓ તે પહેલાં તમે એટલું જ કરી શકો છો. એટલે વખતવખતે થાક ઉતારવાની કે વિરામ લેવાની જરૂર છે, તમે સંયુક્ત કુટુંબનાં સગાંસંબંધી, મિત્રો કે પડોશીઓ પાસેથી પણ સહાય લેવાનું વિચારી શકો અને એમને તમારા સંતાનની જરૂરિયાત વિશે સમજાવીને તાલીમ પણ આપી શકો.

(૭) તમારી આંતરસ્ફુરણા પર વિશ્વાસ રાખો:

તમે તમારાં સંતાનોને સારી રીતે જ ઓળખતાં હો, ડોક્ટર્સ, શિક્ષકો અને ચિકિત્સકો, ઉપચારકો પોતપોતાનાં ક્ષેત્રનો ઉત્તમ સ્રોત જ હોય છતાં તમારા સંતાન માટે તો તમે જ નિષ્ણાત ગણાવ.

તમારા સંતાનની અક્ષમતા કે બીમારીની શરૂઆત જ છે તે જાણો અને શીખો. કેટલીક વાર તમારી શક્તિ અને સામા આવેલા પડકારો સંદર્ભે તમને ઉત્તેજનાની લાગણીઓ પણ ઊભરી આવે. વળી જ્યારે તમને એકલવાયું અને છૂટાં પડી જવાં જેવું લાગે તો અનેક સહાયક માધ્યમો ઉપલબ્ધ છે. બીજાં વાલીઓ માહિતી અને સહાય માટેનાં અમૂલ્ય સ્રોત બની શકે છે, જાહેર એજન્સીઓ દ્વારા પણ સેવા મળે છે જે તમારા સમગ્ર પરિવાર માટે સહાયક નીવડી શકે— જેમ કે નાનાં બાળકો માટે બેબી સીટિંગ, સ્કૂલે જતાં પહેલાંનાં નાના બાળકો કે સ્કૂલે જતાં બાળકો માટે શૈક્ષણિક

સહાય વગેરે. આ પ્રકારની માહિતી અને સહાય કટોકટીમાં સ્થિર અને તંદુરસ્ત કૌટુંબિક જીવન જાળવવામાં મદદરૂપ થઈ શકે.

હંમેશાં યાદ રાખો કે," વિશિષ્ટ કાળજીની જરૂરિયાતવાળાં બાળકોનાં વાલીઓ પોતાની આનંદમય દુનિયાનું સર્જન કરી શકે અને એવી વસ્તુઓમાં વિશ્વાસ કરો કે અન્ય લોકો હજી જોઈ શકતાં નથી."

મારાં માર્ગદર્શકો તરફથી આશીર્વાદ
માયા નાણાવટી

સમર્પિત ઓક્યુપેશનલ થેરાપિસ્ટ ડો. મોના શાહ લિખિત આ પુસ્તકની પ્રસ્તાવના લખતાં મને અપાર આનંદ મળ્યો છે.

હું મોનાને ત્રીસથી વધારે વર્ષોથી ઓળખું છું. એ જે કાર્ય કરે તે માટે પ્રતિબદ્ધતા દાખવનાર ફરજ પરસ્ત, ઉત્તમ વ્યક્તિ છે. જ્યારે એની દીકરીઓ નાની હતી અને એમને એની ખાસ જરૂર હતી ત્યારે પહેલાં એણે 'માતૃત્વ'ને પ્રાધાન્ય આપ્યું અને વ્યાવસાયિક જિંદગીને ગૌણ ગણી. એની મક્કમ માન્યતા 'મારું બાળક, મારી જવાબદારી' તે એના દરેક લેખમાં પ્રતિબિંબિત થાય છે.

કોવિડ-૧૯ લોકડાઉનનાં ૨૦૨૦-૨૦૨૧ વર્ષો દરમિયાન, લગભગ દરેક વ્યક્તિ માટે જિંદગી અત્યંત પડકાર ભરેલી બની ગઈ હતી. શરૂઆતમાં ભલે, લોકોને બદલાવ ગમ્યો અને ઘરે રહીને પરિવારજનો સાથે સમય ગાળવાનું ગમ્યું; પરંતુ જેમ જેમ સમય વહેવા લાગ્યો તેમ તેમ દરેકને અંગત જગાનો અભાવ ત્રાસજનક બનવા લાગ્યો. બહારની કોઈપણ પ્રવૃત્તિ વગર ઘરમાં ને ઘરમાં જ ૨૪/૭ રહેવાનાં કારણે સૌથી વધારે સહન બાળકોએ કરવું પડ્યું. સામાન્ય, આનંદી અને તંદુરસ્ત બાળકોમાં પણ અતિ ચંચળતા અને વર્તણૂકમાં વિક્ષિપ્તતા જણાવા લાગી, સૌથી ખરાબ પરિસ્થિતિ વિશિષ્ટ જરૂરિયાતવાળાં બાળકો માટે ઊભી થઈ. એડીએચડી અને ઓટિસ્ટિક બાળકોનાં વાલીઓ હારી ગયેલાં. પોતાનાં બાળકો સાથે નાની જગા અને ઓછાં સંસાધનો સાથે ઘરની જવાબદારી ઉપરાંત ઘરેથી કામનાં વ્યવસ્થાપનમાં કઈ રીતે અનુકૂલન સાધવું તે સંદર્ભે એમને માર્ગદર્શનની ખાસ જરૂર હતી. આ વખતે મોનાએ વાલીઓ માટે દર અઠવાડિયે પોતાના બ્લોગ પર વિવિધ મુદ્દે લખવાની શરૂઆત કરી.

એણે વિકાસના સામાન્ય તબક્કાના બદલાવથી લઈ વિવિધ પ્રકારના વિકાસ લક્ષી વિલંબ અંતર્ગત વિષયો આવરી લીધા; સામાન્ય બાળકોથી લઈ વિશિષ્ટ

જરૂરિયાતવાળાં બાળકો સાથેનાં વર્તનવ્યવહારની સુધારણા; કિશોરવર્ગમાં પારિવારિક મૂલ્ય સિંચનથી લઈ એમનાં સોશિયલ મીડિયા પરનાં સ્ક્રિન ટાઈમ અને એમની માનસિકતાને આંચ ન આવે તે રીતે હેતુ લક્ષી ઈલેક્ટ્રોનિક ગેજેટ્સના ઉપયોગ વિશે લખ્યું.

દરેક બ્લોગનું લક્ષ્ય વાલીઓ અને બાળકોનાં સંબંધોનાં નક્કર ચણતર માટે માર્ગદર્શન અને સલાહસૂચના આપવાનું રહ્યું.

મોનાએ દરેક મુદ્દાની સમજૂતી સરળ અને સ્પષ્ટ ભાષામાં આમજનતા સુધી પહોંચે તે રીતે આપવાની જબરદસ્ત મહેનત કરી છે.

મને આનંદ છે કે હવે એ પુસ્તકરૂપે ઉપલબ્ધ થશે.

આ પુસ્તક માર્ગદર્શન ઈચ્છુક વાલીઓ અને આત્મવિશ્વાસસભર વ્યક્તિ તરીકે પોતાનાં સંતાનોના ઉછેર માટે સચિંત દરેક સમર્પિત પરિવારજન અને જવાબદાર નાગરિકો માટે ખરેખર અત્યંત ઉપયોગી સાધન સાબિત થશે.

મોનાના દરેક સાહસમાં એને સફળતા માટે મારી શુભેચ્છાઓ સહ-

માયા નાણાવટી.

ઑકેયુપેશનલ થેરાપિસ્ટ, ટ્રસ્ટી અને ક્લિનિકલ એડવાઈઝર ઓફ POSAT.

નિષ્ણાતોની ભલામણો

ડો. ધૃપ્તિ દેઢિયા

આપણી જેમ જ ગર્ભને પણ પર્યાવરણની અસર થાય છે, સગર્ભા સ્ત્રીની શારીરિક અને માનસિક બન્ને તંદુરસ્તી મહત્ત્વની છે. કુપોષણ, વિટામિનની કમી અને ઝેરી પદાર્થોની હાજરીને કારણે માતાની શારીરિક તંદુરસ્તીની સીધી અસર બાળકના શારીરિક આરોગ્ય પર જ્યારે માનસિક આરોગ્યની પરોક્ષ અસર ગર્ભ પર થઈ શકે. 'એકાંશ' પુસ્તકનાં પ્રકરણોમાં માતૃત્વનો આનંદ માણાવા માટે ખરેખર સરસ વર્ણન થયું છે.

સગર્ભા માતાનાં માનસિક આરોગ્યના મુદ્દાઓમાં સામાન્ય રીતે દબાણ અને તનાવ હોય છે જે આડકતરી રીતે પ્લેસેન્ટાના લોહીના પુરવઠા પર અસર કરે છે જેથી બાળકના વિકાસ પર અસર થાય છે. તનાવ અને ચિંતાતુરતાના કારણે લોહીનું દબાણ (હાઈ બ્લડપ્રેશર) વધે છે જેથી સિવિયર એસિડિટી થાય છે જે એની પોષક આહારચર્યા પર અસર કરે છે અને ગર્ભની વિટામિન ઊણપમાં પરિણમે છે.

આજની દુનિયામાં આપણે પુષ્કળ વિભક્ત પરિવારો જોઈએ છીએ, જ્યાં સગર્ભા સ્ત્રીઓ પોતાનો વ્યવસાય ચાલુ રાખે છે, ઘરમાં અને કાર્યસ્થળ એમ બન્ને મોરચે બહુવિધ કાર્યોમાં ઝઝૂમે છે. ઘણી વાર, આવું બહુવિધ અને વ્યાવસાયિક ધ્યેયપૂર્તિનું કામ સગર્ભાની માનસિક શાંતિ હણીને દબાણ તથા તનાવ સંબંધિત સમસ્યાઓ ઊભી કરે છે. સ્ત્રીરોગ નિષ્ણાત તરીકે હું ખાસ દબાણ મુક્ત સગર્ભાવસ્થાની ભલામણ અને તરફેણ કરું છું, આ પુસ્તકમાંથી પસાર થતાં મેં જોયું છે કે ઘણું બધું માર્ગદર્શન પૂરું પાડવામાં આવ્યું છે. સગર્ભા માતાની શારીરિક અને માનસિક તંદુરસ્તીની દેખભાળ મહત્ત્વની છે જેથી યોગ્ય વાતાવરણમાં તંદુરસ્ત ગર્ભવિકાસ થઈ શકે.

ડો. ધૃપ્તિ દેઢિયા

ઓબસ્ટેટ્રિશિયન એન્ડ ગાયનેકોલોજિસ્ટ.

ડૉ. તુષાર એચ. મનિઆર

ત્રણ દાયકા પહેલાં ડૉ. મોના શાહે જૂહુ, મુંબઈમાં પોતાનું સેન્ટર શરૂ કરેલું ત્યારે વિશિષ્ટ બાળકોની જરૂરિયાતની કાળજી સંદર્ભે સહાયક ભૂમિકાના માર્ગદર્શક તરીકે હું એમને મળેલો; ત્યારથી એનો સમર્પિત બાળસંભાળ ઉપચારકથી પરિવાર માર્ગદર્શક તરીકે વિકાસ થતો જોયો છે.

આ પુસ્તક એકાંશમાં મોનાની યાત્રા ચિત્રિત થઈ છે, અહીં બાળકનાં ગર્ભકાળથી શરૂઆતનું બાળપણ, બાળપણ, કિશોરાવસ્થાથી પુખ્ત વય સુધીની યાત્રા સંકલિત કરવામાં આવી છે. એકાંશનો અર્થ છે 'અનન્ય', જેમ દરેક બાળકનું પારિવારિક વાતાવરણ અનોખું હોય છે.

એ રસપ્રદ રીતે બાળકના જન્મ સાથે માતા-પિતા તરીકે જન્મતાં વાલીઓનો ખ્યાલ (તર્ક) રજૂ કરે છે. અનન્ય બાળક 'એકાંશ' ને કેન્દ્રમાં રાખીને એના વિકાસની પ્રક્રિયા દરમિયાનના પડકારોના સામનાનું વર્ણન કરે છે. આ પુસ્તકમાં માત્ર તબીબી સમસ્યાઓ જ નહીં પરંતુ કુટુંબની રચના, શિક્ષણ, આર્થિક અને ભૌગોલિક પરિબળોને પણ મધ્યકેન્દ્રી બનાવે છે. 'ગર્ભમાં', 'હવે બાળક રહ્યું નથી', 'કિશોરાવસ્થાની મુશ્કેલીઓ', 'પુખ્તતા અને જીવનપ્રવાહ' જેવાં વિવિધ પ્રકરણો જિંદગી અને પડકારોનું વર્તુળ પૂરું કરે છે.

મહામારીએ આપણને શીખવ્યું કે કોવિડ-૧૯ સામે વેક્સિનથી લઈ દવા સુધીની ઘણી વસ્તુઓ ઉપરાંત વિચારવા જેવા નવા મુદ્દા છે જેમાં માનવીય અને પારિવારિક સંબંધોનું મૂલ્ય મહત્ત્વનું છે.

મને ખાતરી છે કે આ પુસ્તક નવાં અને થોડાં ઘડાયેલાં વાલીઓ માટે ઉપયોગી નીવડશે જેથી તેઓ બાળકોની સારી રીતે માવજત કરી શકશે જે તંદુરસ્ત અને સુખી કુટુંબમાં પરિણમશે.

ડૉ. તુષાર એચ. મનિઆર

પિડિયાટ્રિશિયન એન્ડ હેડ ઓફ પિડિયાટ્રિક ડિપાર્ટમેન્ટ
એટ નાણાવટી મેક્સ સુપર સ્પેશિયાલિટી હોસ્પિટલ, મુંબઇ.
ડિરેક્ટર ઓફ મનિઆર ક્લિનિક.

વાલી મુખેથી...

નેહા શાહ

એકાંશ- આપણને દરેકને લાગે કે એને ઓળખીએ છીએ અને એ આપણી વચ્ચે છે, અને છતાં કંઈ-કેટલીવાર આપણે એમને સમજી શકતાં નથી. ડો. મોના શાહે એ બાળક વિશે પોતાનાં પુસ્તક દ્વારા આપણને વડીલોને સમજણ આપી છે. માતા-પિતા તરીકેની બાળકનાં ગર્ભકાળથી જન્મ, બાળપણ, તોફાની કિશોરાવસ્થા, યુવાની અને વાલી તરીકેના પડકારો ઉપરાંત ફરીથી પોતાનાં માતાપિતાનાં વાલી બનવાની યાત્રાના આંખ ઉઘાડે એવા તમામ લેખો વાંચવાનો આનંદ થયો! આ પુસ્તકનો અનન્ય ભાગ એ છે કે ફક્ત એકાંશ અને એની દુનિયા સંદર્ભે જ નહીં પરંતુ વિશિષ્ટ જરૂરિયાતવાળા બાળકોની શારીરિક, માનસિક અને ભાવનાત્મક જરૂરિયાતો માટે પણ આપણને સંવેદનશીલ બનાવે છે. વાલી તરીકે મને લાગ્યું કે એણે પસંદ કરેલા મુદ્દા ખૂબ જ મહત્ત્વના, સંવેદનશીલ અને કેટલીક વાર અસાધારણ પરિસ્થિતિમાં માતા-પિતા તરીકે કેવી રીતે વ્યવહારવર્તન કરવું એ અજાણ્યા પ્રવાહમાં તરવા જેવી વાત છે નો પૂરો અણસાર આપે છે.

માતા-પિતા અને બાળકો માટે આવી પડકારભરી સ્થિતિના ઉકેલ માટે એણે આપેલાં સલાહસૂચનોમાં બાળવિકાસના એનાં બહોળા અનુભવો અને સર્વગ્રાહી કુશળતા પ્રતિબિંબિત થાય છે. બાળકો અને માતાપિતા બન્નેના દૃષ્ટિકોણ અંતર્ગત એમને માટે સહાનુભૂતિ દર્શાવવામાં ડો. મોનાની શક્તિનું દર્શન થાય છે. માતા-પિતા તરીકે પહેલાં બાળકોની સામાજિક, ભાવનાત્મક કે શારીરિક તકલીફો અને પડકારોને વિવિધ સ્તરે જાણવું કેમ જરૂરી છે, એનાં ઉકેલ માટે કઈ રીતે સહાયક બની શકાય એ વિશે વ્યવહારુ સૂચનો આ પુસ્તક દ્વારા મળે છે. ડો. મોનાનું પુસ્તક દર્શાવે છે કે માતા-પિતા અને બાળકોની સુખાકારી માટે એવું કુટુંબ શક્ય છે જ્યાં બન્નેનું મહત્ત્વ સમાન છે.

નેહા શાહ

વીપી ઓફ ઓપરેશન એન્ડ માર્કેટિંગ એટ આરપીએમ ઈન્ફોટેક કન્સલટિંગ પ્રા. લિ. અને
બે પુખ્ત યુવાન સંતાનોનાં માતા.

━━◄►━━

પ્રેરક પ્રતિભાવ માટે અભિવ્યક્તિ

તમારી પૂરી જિંદગીમાં ફક્ત એક જ પ્રાર્થના કરો કે 'તમારો આભાર' તો પણ એ પૂરતું છે.

મારા પ્રેરણારૂપ દર્દીઓ, જેમના સતત પ્રોત્સાહક પ્રતિભાવનાં કારણે મારા લેખનનું સાતત્ય જળવાયું છે તે વાચકો અને બાવન લેખોનાં પ્રકાશન માટે તંત્રીમંડળની સહાયક ભૂમિકા માટે સૌ તરફ દિલથી કૃતકૃત્યતાની લાગણી અનુભવું છું.

આપણે ૨૦૨૨ની મધ્યમાં પ્રવેશી રહ્યાં છીએ ત્યારે અડધું વર્ષ વીતી ચૂક્યું છે ત્યારે ઘણી કથા કહેવાની છે- જે પરિણામલક્ષી ક્ષણોની વાતો છે. જ્યારે ઓફિસો ફરી શરૂ થઈ છે ત્યારે લોકો નોકરીઓ છોડી રહ્યાં છે. જો ૨૦૨૦ 'અભૂતપૂર્વ' હતું તો ૨૦૨૧ અને ૨૦૨૨ રોલર કોસ્ટર રાઈડ્સ જેવાં હતાં. જો આપણે પાછાં ફરીને ૧૯, માર્ચ ૨૦૨૦ તરફ જોઈએ તો— આપણે એ દિવસથી ક્યારેય જોઈ ન હોય તેવી વિશ્વભરની આરોગ્ય કટોકટીનો સામનો શરૂ કર્યો, કોવિડ-૧૯ લોકો માટે જાનલેવા સાબિત થતી હતી તે રીતે મુખ્ય આર્થિક વ્યવસ્થા અને વ્યાપાર, પુરવઠાની સાંકળ, ધંધાધાપા અને નોકરીઓ પર સંકટ ઘેરાઈ ચૂક્યું હતું. પૂરો દેશ અને શહેરો લોકડાઉનમાં હતાં, સરહદો બંધ થઈ રહી હતી. કંપનીઓ ધંધામાં ટકી રહેવા અને કુટુંબો સરળ જીવનપ્રવાહ માટે સંઘર્ષ કરી રહ્યાં હતાં. માનવતા પર ભાર વધી રહ્યો હતો અને ખાસ કરીને બાળકો માટે સામાજિક વણાટ તરડાઈ રહ્યું હતું.

આ જ વર્ષે દુનિયાએ આર્થિક સ્તરે વૈશ્વિક મંદી જોઈ, વડીલો અને બાળકોમાં નિરાશા-હતાશાનું અભૂતપૂર્વ પ્રમાણ જણાયું.

પરિસ્થિતિને સંભાળવા માટે વાલીઓ અને પરિવારોને આશાજનક પથદર્શન માટે આપણાં જેવાં વ્યાવસાયિકો માટે પહેલાં કરતાં વધારે એકતાની જરૂર વર્તાતી રહી છે. આ વૈશ્વિક કટોકટીમાં પુખ્ત યુવાન વયસ્કોને બાળકો માટે નવાં ધોરણોનું સર્જન કરવા માટે હું અંગત રીતે તાત્કાલિક અને સંકલિત આ પ્રતિભાવ આપું છું.

બાળકો અને વાલીઓનાં સુખાકારી સંબંધોનાં જોડાણ માટે મારા વિચારોની અભિવ્યક્તિનો માઈન્ડ મેપ અહીં ચિત્રિત છે. મારા મનમાં ત્રીસ વર્ષથી સંચિત માહિતીના ભંડારને અક્ષરદેહ આપતાં આશ્ચર્ય અનુભવું છું.

મારા લખાણમાં બાળવિકાસ પર આધારભૂત તમે જે વાંચ્યું એમાં આવનારી પેઢી માટે મને ત્રણ નિર્ણાયક તબક્કા જણાયા છે.

પ્રથમ તબક્કો:

નવાં જન્મેલાં બાળકની યાત્રાની શરૂઆત માતાનાં ગર્ભકમળની થાય છે. anshucentre.blogspot.com પરના મારા લેખ' સગર્ભાવસ્થામાં આનંદિત-ખુશ રહેવાનું મહત્ત્વ' પરથી એ મુદ્દા પર પ્રકાશ પડ્યો. શરૂઆતનાં વર્ષો ખાસ મહત્ત્વનાં કારણ કે એ દરમિયાન મગજના પૂરા વિકાસનો પાયો તૈયાર થાય છે. નક્કર પાયો એ જિંદગીની સારી શરૂઆત છે. બધી સંવેદનાઓનું એકત્રીકરણ, દબાણમુક્ત મન, શરીર અને માતા-પિતાના વિચારો— આ બધું બાળકના વિકાસ પર પ્રભાવ પાડે છે. વાલીઓએ પણ સમજવું જોઈએ કે શરૂઆતના અનુભવો અને હસ્તક્ષેપ મહત્ત્વના છે. સ્વીકૃતિ અને સમાવેશકતા બાળકોને એમની અક્ષમતાથી ક્ષમતા તરફ લઈ જવામાં સહાયક બને છે.

બીજો તબક્કો-બાળપણથી કિશોરાવસ્થાની યાત્રા:

તમારાં કિશોર-કિશોરીનાં ભાવનાત્મક સ્વાસ્થ્યને સમજવું એ મુખ્ય બાબત છે. બીજા કોઈપણ કરતાં માતા-પિતા પોતે જ પોતાનાં સંતાનોને સારી રીતે જાણે છે. જોકે તેઓ પોતે બાળવિકાસ માટે જેટલું શીખશે તેટલું તેઓ પોતાનાં સંતાનોને સમજશે અને એમની કદર કરશે. માતા-પિતાએ એ પણ સમજવું પડશે કે બે બાળકો એકસરખાં હોતાં નથી. પોતાનાં સંતાનોનું કાળજીપૂર્વક નિરીક્ષણ કરવું, દરેક બાળકના ચોક્કસ શક્તિ ક્ષેત્રનો આદર અને કિંમત કરવી, નબળાઈની પરખ કરવાથી પહેલાં મૂડી રોકાણ અને પછી વળતરની તક રહે છે.

વાલીઓએ પોતાનાં સંતાનોને સંવેદનશીલતાથી પ્રતિભાવ આપતા શીખવું જોઈએ અને આ વિશ્વાસના વળતરરૂપે સૌને માટે ભવિષ્યની શૈક્ષણિક વૃદ્ધિ થશે અને વિકાસનો મજબૂત પાયો બનશે.

ત્રીજો તબક્કો-કિશોરાવસ્થાથી પુખ્ત યુવાનીની યાત્રા:

તમારાં વૃદ્ધિ પામતાં સંતાન માટે શક્તિકારક ચીજ કરી શકો તો તે છે પ્રેમાળ અને સહાયક કાળજી પ્રદાન કરવી. તમે એમને પ્રેમ કરો છો, એમની કાળજી લેશો અને એમને નુકસાનથી બચાવશો તેની જાણથી વધુ બીજી કોઈપણ બાબત એમને આત્મવિશ્વાસુ અને સલામત નહીં બનાવી શકે. દરેક વ્યક્તિની અપેક્ષાઓ અને પોતાના જીવન પ્રત્યેની જવાબદારીઓને પરિપૂર્ણ કરવા માટે સંબંધોમાં સમય અને લાગણીઓનાં સંતુલન અંગે એમની સાથે ચર્ચા કરવી મહત્ત્વપૂર્ણ છે.

વાલી તરીકે તમારા પિરામીડમાં પોતાને ટોચ પર રાખો અને રોજિંદા જીવનમાં તેને મેળવવાનો રસ્તો શોધો જે તમને સારા અને હળવા વાલી બનાવશે.

ચાવીરૂપ નિર્દેશકો છે:

- તમારાં સંતાનો સાથે મજબૂત જોડાણનું ગઠન કરો.

- રોલ મોડેલ બનો અને સ્વનિયમન શીખવો.

- સકારાત્મક શિસ્તબદ્ધ વડીલો.

તમારાં યુવાન સંતાનો જવાબદાર પુખ્ત વ્યક્તિ બને છે અને તમારી કાળજી લેવા સમેત પોતાનું પારિવારિક જીવન શરૂ કરે છે ત્યારે જીવન વર્તુળ પૂરું થાય છે.

એ ભૂમિકાનું પેઢી દર પેઢી વારસાગત પુનરાવર્તન થાય છે ત્યારે જીવનનું વર્તુળ પૂરું થાય છે.

તેથી આ ક્ષણે, ૨૦૨૦ના વર્ષમાં શરૂ થયેલી મારી શ્રેણીના છેલ્લા લેખનાં સમાપનમાં વિચારતાં મને લાગે છે કે ખાસ કશું બદલાયું નથી, એટલે મહત્ત્વનું એ છે કે તમારી આજ અને દરરોજને બહેતર બનાવો તો ભવિષ્ય બહેતર જ બનશે.

જિંદગી પોતે જ તમારી ગુરુ છે અને તમે સતત શીખતાં રહો છો.

આપણે ફરીથી મળીશું ત્યાં સુધી, ફરીથી તમને સહ્રદયતાથી આવજો કહેવાનો આ વખત છે.

'એકાંશ' ના અનુવાદની વેળાએઃ ....

"તમારાં યુવાન સંતાનો જવાબદાર પુખ્ત વ્યક્તિ બને છે અને તમારી કાળજી લેવા સમેત પોતાનું પારિવારિક જીવન શરૂ કરે છે ત્યારે જીવન વર્તુળ પૂરું થાય છે."

"એ ભૂમિકાનું પેઢી દર પેઢી વારસાગત પુનરાવર્તન થાય છે ત્યારે જીવનનું વર્તુળ પૂરું થાય છે."

"જિંદગી પોતે જ તમારી ગુરુ છે અને તમે સતત શીખતાં રહો છો."

"જરૂર પડે ત્યારે ઓક્યુપેશનલ થેરાપિસ્ટ, સાયકોલોજિસ્ટ, સાયકિયાટ્રિસ્ટ અને અન્ય તજજ્ઞોની સહાય લેવી જ જોઈએ."

ડો. મોના શાહ.

દેખીતી રીતે આ પુસ્તક તત્ત્વજ્ઞાન આધારિત લાગે અને છે જ પરંતુ અહીં જીવનશૈલી આધારિત વ્યવહારુ અને વાસ્તવિક ફિલોસોફીની આસપાસ ચર્ચાવિચારણા થઈ છે અને તેમાં પણ ગર્ભાધાનથી પુખ્ત યુવાની સુધીના સમયખંડને આવરી લેવાયો છે. મોના ભારપૂર્વક માને છે કે આ જગતમાં જન્મ લેનાર દરેક માનવજીવ અલગ અને વિશિષ્ટ છે, માતાના ગર્ભથી એનું સંવેદનાતંત્ર ઝંકૃત થાય છે તે આજીવન રણઝણતું રહે છે. ૧૭૩ પાનાનાં ફલક પર ગર્ભાંકુરથી પુખ્ત યુવાન વર્ગનાં વિવિધ તબક્કાને આવરી લઈ અહીં વ્યાવસાયિક તજજ્ઞ (ઓક્યુપેશનલ થેરાપિસ્ટ), માનસશાસ્ત્ર તજજ્ઞ, (સાયકોલોજિસ્ટ), બાળરોગ તજજ્ઞ (પિડિયાટ્રિશિયન) અને સ્ત્રીરોગ તજજ્ઞના (ગાયનેકોલોજિસ્ટ) દૃષ્ટિકોણથી વિશદ ચર્ચા કરવામાં આવી છે.

વાચક તરીકે મને માના ગર્ભમાં ફલિત થયા પછી મારું બાળપણ અને આજપર્યંતની જીવનની ગતિવિધિ વિશે સ્વભાન થયું અને કેટલાક વાતો તાર્કિક રીતે સમજાઈ, હવે તો હું દાદીમાના દરજ્જે છું એટલે સહજપણે જ માતા અને દાદીની ભૂમિકાનો પણ સતત વિચાર આવતો રહ્યો એટલે મારી જાતને ફક્ત અનુવાદક નહીં પરંતુ પરકાયાપ્રવેશ કરીને તમામ જીવો સાથે અનુસંધાન થતું હોય તેવો ભાવાવેશ અનુભવ્યો. મોનાએ 'માતૃત્વ-

પિતૃત્વ-વાલીત્વ'ની ફરજ અને મહિમાનો સમન્વય કરીને જે વાર્તા-લેખો સ્વરૂપે નિર્દેશક સલાહસૂચનો આપ્યાં છે તે આંખ ઉઘાડે તેવાં છે.

આ પુસ્તક પ્રેરક છે પરંતુ તકલાદી સલાહસૂચનો આપતું નથી, મોટિવેશનલ પુસ્તકોનો તો રાફડો ફાટ્યો છે પરંતુ આ પુસ્તકને હું ઉપરછલ્લું પ્રેરક માનતી નથી. કોરોનાકાળમાં સમગ્ર વિશ્વ આરોગ્ય કટોકટીમાં સપડાયું હતું ત્યારના સંજોગોમાં લખાયેલું આ પુસ્તક જે તે સમયની વાસ્તવિકતાની વ્યવહારુ વાત કરે છે પરંતુ કેટલાક મૂલ્યો અને જીવનની સચ્ચાઈ સમયાતીત હોય છે જે કોઈપણ સમયખંડ અને સંજોગોમાં પણ તે જ રહે છે જે ભૂતકાળમાં હતી, વર્તમાનમાં છે અને ભવિષ્યમાં પણ તે જ રહેશે. છે. મારા પૌત્ર અદ્વૈત સાથે પુસ્તકના અનુવાદ દરમિયાન ચર્ચા કરવાનો અને વખતોવખત એનાં મંતવ્યો જાણવાનો અને અનુવાદ માટે સહાય લેવાનો અનુભવ પણ મળ્યો જે ખાસ્સો સંતર્પક રહ્યો એનો ઉલ્લેખ ખાસ જરૂરી છે. એના આ સહકાર બદલ એનો આભાર. આમ દાદી અને પૌત્રની ચર્ચાવિચારણાએ એક વર્તુળ પૂરું થયું. પુસ્તકના અનુવાદ કરતાં પણ મને જે કામ હંમેશા અઘરું લાગે છે એ જોડણી સુધાર અને પ્રૂફ વાંચનનું કામ ધીરજપૂર્વક કરી આપનાર મારી સખી આશા વીરેંદ્રનો કાયમ સહકાર મળતો રહે છે એમ આ વખતે પણ મળ્યો.

એક અલગ સમય અને સંજોગો સાથે આ પુસ્તકનું મારું બીજું વર્તુળ પણ પૂરું થાય છે. બાળપણમાં હું મોસાળમાં મોટી થયેલી. બાજુમાં પાડોશી જાદવજીમામાનાં સ્વજનો વીજીમાસી/ફોઈ અને પરમાનંદભાઈ પણ અવારનવાર રહેતાં એ પરમાનંદમામા તે હવે મોનાના શ્વસુરજી. આમ વર્ષો પછી અનુસંધાન થયું અને વર્તુળ રચાયું. તે રીતે મેં સોળ સંસ્કાર આધારિત સામાજિક-સાંસ્કૃતિક પાસાને આવરી લેતું સંશોધનાત્મક પુસ્તક 'પારણાથી પાલખી' અને મારા પૌત્રોને ઉદ્દેશીને એમના યજ્ઞોપવિત સંસ્કાર અવસરે 'બારે બુદ્ધિ, સોળે સાન' પત્રસંચય એમ બે પુસ્તકો પ્રગટ કરેલાં. એ બે વચ્ચે અવકાશ પૂરતું ડો. મોના શાહ લિખિત આ પુસ્તકનો અનુવાદ 'એકાંશ' આમ ત્રીજું વર્તુળ પણ પૂરું થયું.

કુદરત કે નિયતિ જે ઈચ્છે તે તેવી બને એ મને બરાબર સમજાયું સાથે કર્મ કરોનો મર્મ પણ સમજાયો તે બદલ મોનાની આભારી છું.

આશા છે આ અનૂદિત પુસ્તકને પણ વાચકોનો આવકાર મળશે.

બકુલા દેસાઈ-ઘાસવાલા

૨૭/૧૦૨૦૨૩

બકુલા ઘાસવાલા

નારીવાદી-માનવતાવાદી કર્મશીલ અને લેખિકા. છેલ્લા ૪૦-૪૨ વર્ષથી સ્ત્રીઓ પર આચરવામાં આવતી ઘરેલુ હિંસાના ઉકેલ અને સામાજિક સમસ્યાઓના લેખન માટે કાર્યરત છે. એમનાં પંદર જેટલાં પુસ્તકો પ્રકાશિત થયાં છે જેમાં સહલેખન, સહસંપાદન, સ્મૃતિચિત્રો અને અનુવાદનો સમાવેશ થાય છે. પ્રસિદ્ધ નૃત્યાંગના મૃણાલિની સારાભાઈની અંગ્રેજી આત્મકથા 'The Voice of the Heart'નું એમણે કરેલ ગુજરાતી અનૂદિત પુસ્તક 'અંતરનાદ-એક નૃત્યમય જીવન' સાહિત્ય અકાદેમી-દિલ્હી દ્વારા ૨૦૧૯ નાં વર્ષમાં પુરસ્કૃત થયું છે. તો 'આભને આંબવાની મથામણ'ને ગુજરાતી સાહિત્ય પરિષદનું ભગિની નિવેદિતા પારિતોષિક-૨૦૦૫ (પ્રથમ ઈનામ) પ્રાપ્ત થયું છે. અંગ્રેજી કાવ્યપ્રકાર Limerick નું ગુજરાતીકરણ પંચકડી બકુલિકાઓ નામે કરવાનો પ્રયાસ કર્યો છે.

વલસાડની સ્ત્રી-સંસ્થા 'અસ્તિત્વ'ના સર્જન-સંવર્ધનમાં સ્થાપક મંત્રી-ટ્રસ્ટી તરીકે એમનું વિશિષ્ટ પ્રદાન રહ્યું છે. કલા, સામાજિક અને સાહિત્ય ક્ષેત્રે એમના લેખો-કાવ્યો-વાર્તાઓ અન્ય પુસ્તકો, વર્તમાનપત્રો અને સામયિકોમાં અવારનવાર પ્રગટ થયાં છે.

શુધ્ધીકરણ કર્તા (proof reader)

આ પુસ્તક્ની જોડણી સુધારવાનું અને ભાષાશુધ્ધિનું કામ આશા વીરેંદ્ર શાહે કર્યુ છે. તેઓ ગુજરાતી ભાષાનાં એક જાણીતાં લેખિકા છે. ઘણાં સામયિકો અને અખબારોની પૂર્તિમાં તેમના લેખો અને વાર્તાઓ પ્રસિધ્ધ થતાં રહે છે. લેખન ઉપરાંત તેઓ અભિનય, સંગીત વગેરે કળાઓમાં પણ રસ ધરાવે છે. વડોદરાથી પ્રકાશિત થતાં પખવાડિક 'ભૂમિપુત્ર' માં તેઓ છેલ્લાં ચૌદ વર્ષથી છેલ્લાં પાનાંની વાર્તા લખવાનું કામ કરી રહ્યાં છે.

ભાષાશુધ્ધિનું કામ તેઓ શોખથી કરે છે.